പുസ്തകം 24

കെ പി ഉദയഭാനു

k p udayabhanu

•

annie johnson

•

first edition
march 2019

•

typesetting
star communications, thiruvananthapuram

•

published
chintha publishers, thiruvananthapuram

•

cover
vinod

വിതരണം

ദേശാഭിമാനി ബുക്ക് ഹൗസ്

H O തിരുവനന്തപുരം-695 035
www.chinthapublishers.com
chinthapublishers@gmail.com

ബ്രാഞ്ചുകൾ

ഹെഡ്ഡാഫീസ് കുന്നുകുഴി • സ്റ്റാച്യു തിരുവനന്തപുരം • കെ എസ് ആർ ടി സി ബസ് സ്റ്റേഷൻ ആലപ്പുഴ • കെ എസ് ആർ ടി സി ബസ് സ്റ്റേഷൻ എറണാകുളം • ഐ ജി റോഡ് കോഴിക്കോട് • കെ എസ് ആർ ടി സി ബസ് സ്റ്റേഷൻ കോഴിക്കോട് • എൻ ജി ഒ യൂണിയൻ ബിൽഡിങ് കണ്ണൂർ • സെൻട്രൽ ബസ് ടെർമിനൽ കോംപ്ലക്സ് താവക്കര കണ്ണൂർ

CO - NS -24 / 2771 / 4989
ISBN - 978-93-88485-38-8

കെ പി ഉദയഭാനു

ആനി ജോൺസൺ

ചിന്ത പബ്ലിഷേഴ്സ്
തിരുവനന്തപുരം-695 035

ആനി ജോൺസൺ

കെ ജോൺസന്റെയും അന്നമ്മ ജോൺസന്റെയും മകളായി കൊല്ലം ജില്ലയിലെ കുണ്ടറയിൽ ജനിച്ചു. നെടുമ്പായി കുളത്ത് പയറ്റുവിള കുടുംബാംഗമാണ്. ഭരതനാട്യം, നങ്ങ്യാർകൂത്ത്, കൂടിയാട്ടം നർത്തകിയാണ്. തിരുവനന്ത പുരം വൈലോപ്പിള്ളി സംസ്കൃതി ഭവനിൽ പ്രോഗ്രാം അസിസ്റ്റന്റാണ്.

ആനുകാലികങ്ങളിൽ കലാസംബന്ധിയായ ലേഖനങ്ങൾ എഴുതി വരുന്നു. മാധ്യമ പ്രവർത്തകനായ കെ ബാലച ന്ദ്രൻ ആണ് ഭർത്താവ്.

കൃതികൾ: *ഗുരുഗോപിനാഥ് ജീവചരിത്രം, കലാമണ്ഡലം കല്യാണിക്കുട്ടിയമ്മ ജീവചരിത്രം, കലാമണ്ഡലം കൃഷ്ണൻനായർ ജീവചരിത്രം.*

വിലാസം : പ്രീതി
ടി സി 28/534(7)
കൈതമുക്ക്
തിരുവനന്തപുരം

ഉള്ളടക്കം

കെ പി ഉദയഭാനു
(1936 - 2014)

പ്രസാധകക്കുറിപ്പ്

ഇന്നത്തെ കേരളം ഒരു സുപ്രഭാതത്തിൽ ഉണ്ടായതല്ല. സഹസ്രാബ്ദങ്ങളുടെ ചരിത്രമുണ്ട് അതിന്. ഇരുപതാം നൂറ്റാണ്ടിന്റെ പകുതിവരെ ജന്മിനാടുവാഴിത്തത്തിന്റെ അധീശത്വവും അധികാരവുമാണ് കേരളത്തിലുണ്ടായിരുന്നത്. വ്യവസായവല്ക്കരണവും യുക്തിചിന്തയും കേരളീയ ജീവിതത്തിൽ വിവിധകാലങ്ങളിൽ ഗണനീയമായ പരിവർത്തനമുണ്ടാക്കിയിട്ടുണ്ട്. വിദേശീയരുമായുള്ള കേരളീയരുടെ സമ്പർക്കം ആരംഭിച്ചത് ആയിരക്കണക്കിന് വർഷങ്ങൾക്കുമുമ്പാണ്. കേരളത്തിന്റെ സുഗന്ധദ്രവ്യങ്ങൾക്കുവേണ്ടിയുള്ള മത്സരം യൂറോപ്യന്മാരുടെ ഭൂപരമായ കണ്ടെത്തലുകൾക്ക് കാരണമായിരുന്നു. ബി സി 3000 മുതൽ സുഗന്ധദ്രവ്യങ്ങൾക്കുവേണ്ടിയുള്ള ഈ പര്യവേക്ഷണങ്ങൾ ആരംഭിച്ചിരിക്കണം. സഹ്യപർവ്വതത്തിന്റെ പടിഞ്ഞാറുഭാഗത്തായി മലനിരകളും ഇടനാടും സമതലവും ചേർന്ന ഈ പ്രദേശം എക്കാലത്തും വ്യത്യസ്തമായ ഒരു പ്രദേശമായിരുന്നു. നാനാജാതിമതങ്ങൾക്ക് താവളവും അഭയവുമായിരുന്നു കേരളം.

ആധുനിക കേരളത്തിന്റെ ഭാവരൂപങ്ങൾ രൂപപ്പെടുത്തിയ അനേകം മഹാവ്യക്തിത്വങ്ങളുണ്ട്. അവർ ജീവിച്ച കാലഘട്ടവുമായി സംഘർഷത്തിലേർപ്പെട്ട് ഉയർന്നുവന്നവരാണവർ. അവരിൽ ഭരണാധികാരികളുണ്ട്, കലാകാരന്മാരുണ്ട്, സാഹിത്യകാരന്മാരുണ്ട്, ദാർശനികരും രാഷ്ട്രമീമാംസകരുമുണ്ട്.

ഒരു കാര്യം സുവ്യക്തമാണ്. ഇന്ത്യാ രാജ്യത്തിന്റെ ഏറ്റവും തെക്കെ അറ്റത്തുള്ള ഈ ഭൂപ്രദേശം നീതിമാന്മാരെ വരിക്കാൻ എല്ലായ്പ്പോഴും സന്നദ്ധമായിട്ടുണ്ട്. മഹാബലിയെ സ്വന്തം രാജാവായി വരിക്കാൻ മലയാളദേശം സന്നദ്ധമായെന്ന കഥ തീർച്ചയായും നീതിമാന്മാരെ അംഗീ

കരിക്കുന്ന ഒരു ജനസംസ്കാരത്തിൽ നിന്നുള്ള ഉപലബ്ധിയാണ്. നീതിക്കുവേണ്ടിയുള്ള ഈ ദാഹത്തിൽ നിന്നാണ് കേരളം വിദേശവാഴ്ചയ്ക്കെതിരെ ആയുധമെടുത്തത്, പിന്നീട് സ്വന്തം മനസ്സുകളുടെ ഇരുൾക്കയങ്ങളിലേക്ക് നൂതനചിന്തയുടെയും സമരത്തിന്റെയും പ്രകാശരശ്മികൾ ഏറ്റുവാങ്ങിയത്. നവോത്ഥാനത്തിലേക്ക് കേരളം നയിക്കപ്പെട്ടത് ഇങ്ങനെയാണ്.

ഇരുപതാം നൂറ്റാണ്ടിലെ കേരളം തിളച്ചുമറിയുന്ന ഒരു പാത്രം പോലെയായിരുന്നു. രാഷ്ട്രീയമുന്നേറ്റങ്ങളും പോരാട്ടങ്ങളും കേരളീയ ജീവിതത്തിന്റെ സ്വാഭാവികമായ അവസ്ഥയായി മാറി. പഴമയുടെ കാവല്ക്കാരായ നാടുവാഴി-ഭൂപ്രഭുവർഗ്ഗത്തിനെതിരെ മാനസികവും ഭൗതികവുമായ പോരാട്ടങ്ങളുണ്ടായി. ഇത് കേരളീയരുടെ ഭൗതിക ജീവിതത്തെ മാത്രമല്ല, മാനസിക ജീവിതത്തെയും മാറ്റിമറിച്ചു. കവിതയിലും (സാമാന്യമായി സാഹിത്യത്തിലും) ചിന്തയിലും രാഷ്ട്രീയ പ്രവർത്തനത്തിലുമെല്ലാം ഈ മാറ്റം പ്രകടമായിരുന്നു.

ഈ പരിവർത്തനങ്ങൾക്ക് രൂപംനല്കിയവരെയാണ് 'നവകേരളശില്പികൾ' എന്ന പരമ്പരയിലൂടെ ചിന്ത പരിചയപ്പെടുത്തുന്നത്. നമ്മുടെ അറിവും ഉറവും നിർണ്ണയിക്കുന്നതിൽ നവകേരളശില്പികൾ വലിയ പങ്കു വഹിച്ചു. അവരുടെ ചരിത്രം അറിയുന്നത് കേരളീയ ജീവിതം മുന്നോട്ടു കൊണ്ടുപോവുന്നതിനുള്ള ഒരു മുന്നുപാധിയാണ്. നവകേരളശില്പികൾ എന്ന പരമ്പരയിലെ ഓരോ പുസ്തകവും ഈ ദൗത്യം നിർവ്വഹിക്കുന്നുണ്ട്.

ശ്രീ. പ്രദീപ് പനങ്ങാടാണ് ഈ പരമ്പരയുടെ എഡിറ്റർ. അദ്ദേഹത്തിനും പരമ്പരയിലേക്ക് പുസ്തകങ്ങൾ തയ്യാറാക്കുന്ന എഴുത്തുകാർക്കും ചിന്ത പബ്ലിഷേഴ്സ് കൃതജ്ഞത അറിയിക്കുന്നു.

ചിന്ത പബ്ലിഷേഴ്സ്

മലയാള ഗാനത്തിന്റെ വെള്ളിനക്ഷത്രം

മലയാളിയുടെ സംഗീത സംസ്കാരത്തെ ആഴത്തിൽ സ്വാധീനിക്കാൻ കെ പി ഉഭയഭാനുവിന് കഴിഞ്ഞിട്ടുണ്ട്. ആലാപനത്തിന്റെ അസാധാരണ അനുഭവമാണ് ആ ഗായകൻ സൃഷ്ടിച്ചത്. മലയാള ചലച്ചിത്ര ഗാനങ്ങളെക്കുറിച്ചുള്ള ഗൃഹാതുര ഓർമ്മകളിൽ കെ പി ഉദയഭാനു എപ്പോഴും ഉണ്ടാവും.

ആയിരത്തി തൊള്ളായിരത്തി അറുപതുകളിലാണ് കെ പി ഉദയഭാനു സംഗീത രംഗത്ത് വന്നു തുടങ്ങിയത്. കെ രാഘവനെപ്പോലുള്ളവർ സൃഷ്ടിച്ച പാരമ്പര്യത്തിൽനിന്നാണ് ഉദയഭാനു കടന്നുവരുന്നത്. നാടൻ ശീലുകളുടെ അടിസ്ഥാനത്തിൽ വരികളുടെ ഗരിമ ചോർന്നു പോകാതെ സൃഷ്ടിച്ച ഗാനങ്ങളുടെ ആലാപനമായിരുന്നു ഉദയഭാനുവിനെ ശ്രദ്ധേയനാക്കിയത്. *രമണൻ* എന്ന ചലച്ചിത്രത്തിലെ ഗാനങ്ങൾ മാത്രം മതി ഉദയഭാനുവിനെ മലയാളിക്ക് എന്നും ഓർക്കാൻ. ചങ്ങമ്പുഴയുടെ കാൽപ്പനിക ഭാവനയെ ആലാപനത്തിലൂടെ സാന്ദ്രമാക്കിമാറ്റി. മലയാളികളെ കാനനഛായയിൽ ആടുമേയ്ക്കാൻ കൂട്ടിക്കൊണ്ടുപോയത് ഉദയഭാനുവായിരുന്നു. 'വെള്ളിനക്ഷത്രമേ നിന്നെ നോക്കി' എന്ന് പാടുമ്പോൾ, ആ ആലാപനങ്ങളിൽ വെള്ളിനക്ഷത്രങ്ങൾ തിളങ്ങിയിരുന്നു.

ചലച്ചിത്രഗാനങ്ങൾ പോലെ ലളിതഗാനങ്ങളും ആർദ്രമായി ആലപിച്ചിട്ടുണ്ട്. മലയാളിയുടെ ഗാന സംസ്കാരത്തിന്റെ തുടിക്കുന്ന അദ്ധ്യായമാണ് ലളിതഗാനങ്ങൾ. ചലച്ചിത്രഗാനങ്ങൾ പോലെത്തന്നെ ആ ഗാനങ്ങളും മലയാളി സ്വീകരിച്ചിരുന്നു. എം ജി രാധകൃഷ്ണൻ, കെ പി ഉദയഭാനു, കാവാലം നാരായണപണിക്കർ എന്നീ പേരുകൾ ആ കാലഘട്ടത്തോട് ചേർത്തുവെക്കേണ്ടതാണ്. ആകാശവാണി ഉദ്യോഗസ്ഥനായിരുന്ന ഉദയഭാനു ലളിതഗാനങ്ങളെ ജനകീയമാക്കി മാറ്റി. ലളിതമായ

സംഗീതവും ആലാപനവുംകൊണ്ടാണ് അത് സാധിച്ചത്. തിരുവനന്ത പുരം ആകാശവാണിയുടെ ചരിത്രത്തോടൊപ്പം ചേർത്തുവെക്കേണ്ട പേരാണ് കെ പി ഉദയഭാനുവിന്റേത്.

കെ പി കേശവമേനോന്റെ പാരമ്പര്യത്തിന്റെ ജനിതക തുടർച്ചയും കെ പി ഉദയഭാനുവും ദേശീയ പ്രസ്ഥാനത്തോട്, ആഭിമുഖ്യം പുലർത്തി യിരുന്നു. പിൽക്കാലത്ത് മലയാളിയെ ദേശഭക്തി ഗാനങ്ങളിലേക്ക് പുന രാനയിച്ചത് ഉദയഭാനുവാണ്. മഹാകവി വള്ളത്തോൾ തുടങ്ങിയ കവി കൾ എഴുതിയ രചനകൾ ഈണമിട്ട്, സംഘഗാനങ്ങളായി പൊതുസദ സ്സുകളിൽ അവതരിപ്പിച്ചു. ആകാശവാണി ദൂരദർശൻ തുടങ്ങിയ മാധ്യമ ങ്ങളിലൂടെയും അത്തരം ഗാനങ്ങൾ ആവിഷ്കരിച്ചു. ദേശീയബോധമുള്ള ഒരു തലമുറയുടെ സൃഷ്ടിക്കുവേണ്ടിയായിരുന്നു ഉദയഭാനു ഇത്തരം യത്നങ്ങൾ നടത്തിയത്.

മലയാള ഗാനത്തിന്റെ പഴയ സുവർണ്ണകാലം മലയാളിയെ എന്നും ഓർമ്മിപ്പിച്ചു കൊണ്ടിരുന്നത് കെ പി ഉദയഭാനുവായിരുന്നു. കെ രാഘ വന്റെയും ഭക്ഷിണാമൂർത്തിയുടെയും ജി ദേവരാജന്റെയും മഹത്തായ ഗാനങ്ങളെ മലയാളിക്ക് മുന്നിൽ എന്നും പാടിക്കൊണ്ടിരുന്നു. ഓൾഡ് ഈസ് ഗോൾഡ് (old is gold) എന്ന തത്ത്വം നിരന്തരം പറഞ്ഞുകൊ ണ്ടിരുന്നു. പഴയ ഗാനങ്ങൾ പ്രചരിപ്പിക്കാൻ വിവിധ മാധ്യമങ്ങളെ ഉപ യോഗപ്പെടുത്തിയിരുന്നു.

സംഗീതമായിരുന്നു ഉദയഭാനുവിന്റെ വഴിയും വെളിച്ചവും. സംഗീ തത്തെ ദന്തഗോപുരങ്ങളിൽനിന്നും സാധാരണക്കാരുടെ ഇടയിലേക്ക് ആനയിക്കാനാണ് ഉദയഭാനു എന്നും ശ്രമിച്ചത്. ക്വയർഗ്രൂപ്പുകളും സംഘ ഗാനകൂട്ടായ്മകളും ഉണ്ടാക്കിയത് അതിന് വേണ്ടിയായിരുന്നു. മുതിർന്ന സുഹൃത്തുക്കളോടും യുവജനങ്ങളോടും ഒപ്പം നിന്ന് ഗാനങ്ങൾ ആല പിച്ചു. എപ്പോഴും ഉദിച്ചു നില്ക്കാനായിരുന്നു ആ ഗായകൻ ആഗ്രഹിച്ചത്. കെ പി ഉദയഭാനുവിന്റെ ജീവിതത്തെ സമഗ്രമായി അടയാളപ്പെടുത്തുക യാണ്. ആനി ജോൺസൺ. ജീവിതത്തിന്റെ ഓരോ ഘട്ടങ്ങളും സമ ഗ്രവും സംക്ഷിപ്തവുമായി അവതരിപ്പിക്കുന്നു. മാത്രമല്ല, ഉദയഭാനുവിന്റെ സംഗീത വീക്ഷണങ്ങൾ, സാമൂഹിക കാഴ്ചപ്പാടുകൾ, ജീവിത നിരീ ക്ഷണങ്ങൾ എന്നിവയും ഉണ്ട്. മലയാള ഗാനചരിത്രത്തെക്കുറിച്ചുള്ള ഗവേഷണങ്ങൾക്കും, കെ പി ഉദയഭാനുവിന്റെ സംഭാവനകളെക്കുറിച്ചുള്ള അന്വേഷണങ്ങൾക്കും ഈ പുസ്തകം വഴിവെളിച്ചമായി മാറും. ആനി ജോൺസണിന് സ്നേഹാഭിവാദനങ്ങൾ.

പ്രദീപ് പനങ്ങാട്
എഡിറ്റർ
നവകേരളശില്പികൾ
ജീവചരിത്ര പരമ്പര.

ആമുഖം

ജീവിതത്തോട് അദമ്യമായ അഭിനിവേശം കാണിച്ച ഗായകനാണ് കെ പി ഉദയഭാനു. സംഗീതജ്ഞൻ എന്ന നിലയിൽ പുതിയ ഒരു മാനവ സത്താബോധത്തെ സ്വാംശീകരിച്ച ഗായകൻ. ദേശീയതയുടെയും സ്വാത ന്ത്ര്യബോധത്തിന്റെയും പ്രചാരകനും ഒത്തുതീർപ്പില്ലാത്ത ചാലകശക്തി യായി വർത്തിക്കാൻ കഴിഞ്ഞ കർമ്മനിരതനുമായിരുന്നു ഉദയഭാനു. പാര മ്പര്യത്തെ മുറുകെ പിടിച്ചു മാത്രമേ പുതിയ വഴികൾ തുറക്കാൻ സാധിക്കൂ എന്ന് വിശ്വസിക്കുകയും സ്വപ്രയത്നംകൊണ്ട് അത് തെളി യിക്കുകയും ചെയ്ത നിരവധി കലാകാരന്മാർ നമുക്കുണ്ട്. അത്തരത്തി ലുള്ള കലാകാരനാണ് കെ പി ഉദയഭാനു. ജീവിതഗന്ധിയായ നിരവധി ഗാനങ്ങൾ നമുക്കു സമ്മാനിച്ച പ്രതിഭാധനനായ സംഗീതജ്ഞൻ.

കെ പി ഉദയഭാനുവിന് ലഭിച്ച അംഗീകാരങ്ങളും പുരസ്കാരങ്ങളും നിരവധിയാണ്. പക്ഷേ, നാം അദ്ദേഹത്തിന് നല്കിയ ആദരവ് മതിയായോ എന്ന് സംശയമുണ്ട്. ആർക്ക് മുമ്പിലും തന്റെ ആവശ്യം അഭ്യർത്ഥിച്ച് കാര്യസാദ്ധ്യം നേടാൻ അദ്ദേഹത്തിന് കഴിയുമായിരുന്നില്ല. ജീവിതവഴി യിലും സാംസ്കാരിക മണ്ഡലത്തിലും അദ്ദേഹം നേരിട്ട തടസ്സങ്ങൾ നിര വധി. ഇതിനെ നിർഭാഗ്യമെന്നോ വിധി എന്നോ പറഞ്ഞ് നമുക്ക് സമാ ധാനിക്കാം.

നമുക്കൊപ്പം ഇല്ലാതായതിനു ശേഷം അദ്ദേഹത്തിന്റെ ജീവിതരേഖ അന്വേഷിച്ച് സമീപിച്ചവരെല്ലാം തന്നെ സംസാരിച്ച് മുഴുമിപ്പിക്കുമ്പോൾ എവിടെയെല്ലാമോ അവരുടെ തൊണ്ട ഇടറിയിട്ടുണ്ട്. ഒരു നെടുവീർപ്പോടെ അല്ലാതെ ഭാനുച്ചേട്ടനെക്കുറിച്ച് പറഞ്ഞ് മുഴുമിപ്പിക്കാൻ അവർക്ക് കഴി യുമായിരുന്നില്ല. ഇതുതന്നെ അദ്ദേഹത്തിന്റെ നന്മയുടെയും കളങ്കരാഹി ത്യത്തിന്റെയും അടയാളമാണ്.

അര പതിറ്റാണ്ട് നീണ്ടുനിന്ന സംഗീത ജീവിതത്തിൽ ഉയർച്ച താഴ്ചകളും ജീവിതക്ലേശങ്ങളും അദ്ദേഹം വകവച്ചില്ല. തന്നെത്തേടി എത്തിയ പുരസ്കാരങ്ങളെയും അംഗീകാരങ്ങളെയും തികഞ്ഞ നിസ്സംഗതയോടെ അദ്ദേഹം നോക്കിക്കണ്ടു. ആ സംഗീത പ്രതിഭയെക്കുറിച്ച് ഒരു പുസ്തകം എഴുതാൻ കഴിഞ്ഞതും അദ്ദേഹത്തിന്റെ ജീവിതം അദ്ദേഹത്തിന്റെ സാന്നിദ്ധ്യത്തിലും അസാന്നിദ്ധ്യത്തിലും അടുത്തറിയാൻ കഴിഞ്ഞതും ഭാഗ്യമായി കരുതുന്നു.

ഈ പുസ്തകരചനയുടെ സമയത്ത് ആവശ്യമായ വിവരങ്ങൾ നല്കി എന്നെ സഹായിച്ച അദ്ദേഹത്തിന്റെ സഹപ്രവർത്തകർ, കുടുംബാംഗങ്ങൾ, സുഹൃത്തുക്കൾ എന്നിവരെ നന്ദിയോടെ സ്മരിക്കുന്നു.

വളർന്നുവരുന്ന പാട്ടുകാർക്ക് കെ പി ഉദയഭാനുവിന്റെ ജീവിതം രേഖപ്പെടുത്തുന്ന ഈ പുസ്തകം വഴികാട്ടി ആകും എന്ന ഉത്തമവിശ്വാസത്തിൽ സഹൃദയർക്കു മുൻപിൽ സമർപ്പിക്കുന്നു.

ആനി ജോൺസൺ

പത്മപുരസ്കാര പാരമ്പര്യം

കെ പി ഉദയഭാനുവിനെ ചരിത്രത്തിൽ നാം എവിടെയാണ് അടയാളപ്പെടുത്തുക? പിന്നണി ഗായകൻ, സംഗീത സംവിധായകൻ, ദേശഭക്തി ഗാനങ്ങളുടെ പ്രചാരകൻ, ദേശീയവാദി, പ്രക്ഷേപണ കലയുടെ കുലപതി, നല്ല മനസ്സിന്റെ ഉടമ എന്നിങ്ങനെ നീളുന്നതാണ് ഉദയഭാനുവിന്റെ വ്യക്തിവിശേഷണങ്ങളും വിവിധങ്ങളായ പ്രവർത്തനമണ്ഡലങ്ങളും. രാഷ്ട്രം പരമോന്നത സിവിലിയൻ ബഹുമതികളിൽ ഒന്നായ പത്മശ്രീ നല്കി അദ്ദേഹത്തെ ആദരിച്ചപ്പോൾ രാഷ്ട്രപതി ഭവൻ പുറത്തിറക്കിയ കൈപ്പുസ്തകത്തിൽ അദ്ദേഹത്തിന്റെ സംഭാവനകൾ അക്കമിട്ട് നിരത്തിയിട്ടുണ്ട്.

രാഷ്ട്രപതിഭവൻ സെന്റർ ഹാളിൽ പത്മപുരസ്കാരവിതരണത്തിന്റെ തലേദിവസം നടക്കുന്ന ഡ്രസ് റിഹേഴ്സലിൽ പ്രായത്തിന്റെ അവശതകൾ മറന്ന് ഉദയഭാനു സജീവമായി പങ്കെടുത്തു. പിറ്റേ ദിവസം രാവിലെ പ്രധാനമന്ത്രി, മറ്റു മന്ത്രിമാർ, ഉന്നത വ്യക്തിത്വങ്ങൾ ഇവർക്കൊപ്പം പുരസ്കാരം സ്വീകരിക്കാനെത്തിയവരും സെന്റർ ഹാളിൽ അണിനിരന്നപ്പോൾ പ്രൗഢമായ സദസ്സായി. ചടങ്ങിനായി പ്രതിഭാസിങ് പാട്ടീൽ ആചാരപൂർവ്വം ഹാളിലേക്ക് പ്രവേശിച്ചു. സദസ്സ് ഒന്നടങ്കം എഴുന്നേറ്റ് നിന്ന് പ്രസിഡന്റിനെ ആദരിച്ചു. ദേശീയ ഗാനാലാപനത്തോടെ ചടങ്ങുകൾ ആരംഭിച്ചു. കേരളത്തിൽനിന്നും ഒരു നീണ്ട നിരതന്നെ ഉണ്ടായിരുന്നു പത്മപുരസ്കാരങ്ങൾ സ്വീകരിക്കാൻ. മട്ടന്നൂർ ശങ്കരൻകുട്ടി, കലാമണ്ഡലം ഗോപി, ധനഞ്ജയൻ, ശാന്താധനഞ്ജയൻ അങ്ങനെ നീളുന്നു ആ പട്ടിക. കെ പി ഉദയഭാനു പുരസ്കാരം സ്വീകരിക്കാൻ എത്തിയത് ചെറുമകൻ ഉണ്ണിക്കുട്ടൻ, മകൻ രാജീവ്, രാജീവിന്റെ ഭാര്യ സരിത എന്നിവർക്കൊപ്പമായിരുന്നു. ചെറുമകൻ കൂടെ ഉണ്ടാകണം എന്ന് അദ്ദേഹ

ത്തിന് നിർബ്ബന്ധമുണ്ടായിരുന്നു.

ഊന്നുവടിയുടെ സഹായത്തോടെയാണ് ഉദയഭാനു വേദിയിലെത്തി പുരസ്കാരം സ്വീകരിച്ചത്. വെള്ള ഖദർ കുർത്തയും പൈജാമയും ഗാന്ധിത്തൊപ്പിയും അണിഞ്ഞെത്തിയ ഉദയഭാനുവിനെ കണ്ടാൽ അടിയുറച്ച ദേശസ്നേഹിയാണ് എന്ന് ആർക്കും ഒറ്റനോട്ടത്തിൽ മനസ്സിലാകും. വാർദ്ധക്യത്തിന്റെ അവശതകളും അനാരോഗ്യവും അലട്ടിയിരുന്നുവെങ്കിലും അതൊന്നും അദ്ദേഹം പ്രകടിപ്പിച്ചില്ല. ചടങ്ങിനുശേഷം ഡൽഹി മലയാളികൾ ഒരുക്കിയ സ്വീകരണ പരിപാടിയിലും ഉദയഭാനു പങ്കെടുത്തു.

പ്രതിഭാസിങ് പാട്ടീലിന്റെ കൈയിൽനിന്നും ഉദയഭാനു ഏറ്റുവാങ്ങിയ പുരസ്കാരം മലയാളഗാനശാഖയ്ക്കും സംഗീതലോകത്തിനും അഭിമാനം നല്കുന്നതായിരുന്നു. ഉദയഭാനുവിന്റെ പത്മപുരസ്കാര ശുപാർശ കേന്ദ്രസർക്കാരിലേക്ക് അയച്ചത് ശ്രീ. എം എ ബേബി സാംസ്കാരിക വകുപ്പുമന്ത്രി ആയിരുന്ന കാലയളവിലാണ്. തന്റെ ശിഷ്യന്മാർക്കും പിൻമുറക്കാർക്കും പത്മാപുരസ്കാരങ്ങൾ ലഭിച്ചതിനുശേഷമായിരുന്നു ഉദയഭാനുവിന്റെ ഊഴം. എന്നിട്ടും അദ്ദേഹം നീരസമൊന്നും കാട്ടിയില്ല. ‘നേരത്തെ ആവാമായിരുന്നു’ എന്ന് വളരെ അടുത്ത സുഹൃത്തുക്കളോട് അദ്ദേഹം പറഞ്ഞിരുന്നു. ഒരു പുരസ്കാരത്തിന്റെയും പുറകെ പോയിട്ടില്ലാത്ത ഉദയഭാനു ഒരു ചരടുവലിയും നടത്തി സ്വയം ചെറുതായില്ല. തന്റെ സംഗീതയാത്രയിൽ വന്നുചേർന്ന പല പുരസ്കാരങ്ങളും അംഗീകാരങ്ങളും എന്നതുപോലെ ഒന്നുമാത്രമായിരുന്നു അദ്ദേഹത്തിന് പത്മപുര

സ്കാരവും. ഔന്നത്യത്തോടെ ഇത്തരം കാര്യങ്ങളെ സമീപിക്കാനുള്ള വിശാലമായ ജീവിതവീക്ഷണം അദ്ദേഹത്തിന് ഉണ്ടായിരുന്നു. സങ്കുചിതവും ഇരുളടഞ്ഞതുമായ ജീവിതക്കാഴ്ചകൾ വച്ചുപുലർത്തുന്ന വർത്തമാനകാലച്ചിത്രത്തിന് ഒരപവാദമായിരുന്നു അദ്ദേഹം.

കെ പി ഉദയഭാനു എന്ന സംഗീതജ്ഞനെ പത്മശ്രീ നല്കി ആദരിച്ചത് ഒരു പുരുഷായുസ്സിന്റെ കഠിനാദ്ധ്വാനത്തെയും സംഭാവനയെയും ത്യാഗത്തെയും കണക്കിലെടുത്താണ്. തലമുറകളിൽനിന്നും തലമുറകളിലേക്ക് പകർന്നു നല്കിയ സംഗീതത്തിന്റെ മാധുര്യം കാലാതിവർത്തിയായി തുടരുകതന്നെ ചെയ്യും. ഏഴര പതിറ്റാണ്ടിൽ കൂടുതൽ നീണ്ടു നില്ക്കുന്നതാണ് അദ്ദേഹത്തിന്റെ സംഗീതസപര്യ. അത് ഉയർച്ച താഴ്ചകളും പരാധീനതകളും ത്യാഗവും നൊമ്പരവും നിറഞ്ഞതായിരുന്നു. ഈ കാലയളവിൽ സംഗീതപ്രേമികൾക്ക് മുമ്പിൽ അദ്ദേഹം തുറന്നുവച്ചത് സംഗീതത്തിന്റെ മായികവും വശ്യവുമായ ഒരു ലോകംതന്നെയാണ്. കാലത്തിനപ്പുറത്ത് ചിറകുവിരിച്ചു പറന്ന ഈ സംഗീതജ്ഞൻ കേവലം മനുഷ്യകേന്ദ്രീകൃതവും സ്വാർത്ഥവുമായ ഈ ലോകത്ത് കോറിയിട്ട് പോയത് മാനവികതയുടെയും സ്നേഹത്തിന്റെയും ആർദ്രതയുടെയും സന്ദേശം കൂടിയാണ്.

അദ്ദേഹത്തിന്റെ പേര് അർത്ഥമാക്കുന്നതു പോലെ ഉദിച്ചുയരുന്ന സൂര്യന്റെ പ്രഭയും നൈർമ്മല്യവും അദ്ദേഹത്തിന്റെ വ്യക്തിജീവിതത്തിൽ ഉടനീളം ഉണ്ടായിരുന്നു. ആ പൊൻപ്രഭയുടെ തിളക്കം അദ്ദേഹത്തിന് ജീവിതാവസാനം വരെ കാത്തുസൂക്ഷിക്കാൻ കഴിഞ്ഞു. സാംസ്കാരിക ജീവിതത്തിലും വ്യക്തിജീവിതത്തിലും പരിശുദ്ധി സൂക്ഷിക്കുവാൻ കഴിയുന്നവർ അപൂർവ്വമാണ്. ദൈവത്തിന്റെ കൈയൊപ്പ് ചാർത്തിയതായിരുന്നു അദ്ദേഹത്തിന്റെ കളങ്കരഹിതമായ ജീവിതം. ഒരു സൂഫി സംഗീതത്തിന്റെ വിശുദ്ധിയോടെ ജീവിതം ജീവിച്ചു തീർത്ത പാട്ടുകാരനായിരുന്നു ഉദയഭാനു എന്ന് പ്രശസ്ത കവി ഒ എൻ വി കുറുപ്പ് അദ്ദേഹത്തെക്കുറിച്ച് പറഞ്ഞത് ഒട്ടും അതിശയോക്തിയല്ല.

പാലക്കാട് രാജവംശത്തിലെ ഈ പിന്മുറക്കാരന്റെ കുടുംബത്തിൽ അമ്മാവൻ വഴിക്കാണ് ആദ്യത്തെ പത്മപുരസ്കാരം എത്തുന്നത്. പ്രശസ്തനായ കെ പി കേശവമേനോന് പത്മഭൂഷൻ ലഭിക്കുന്നതിലൂടെയാണ് അത്. ഉദയഭാനുവിനെ ഏറ്റവും സ്വാധീനിച്ച വ്യക്തിത്വങ്ങളിൽ ഒന്നുകൂടി ആയിരുന്നു കെ പി കേശവമേനോന്റേത്. കെ പി ഉദയഭാനുവിന്റെ കറപുരളാത്ത ദേശസ്നേഹത്തിന് കാരണവും പ്രചോദനവും അമ്മാവൻ തന്നെയായിരുന്നു. പ്രാണവായുപോലെ അദ്ദേഹം കൊണ്ടുനടന്ന ദേശസ്നേഹത്തിന്റെ സ്രോതസ്സ് കാലത്തിന് മുമ്പേ പറന്ന കെ പി കേശവമേനോൻ എന്ന രാജ്യസ്നേഹി തന്നെയായിരുന്നു. *മാതൃഭൂമി*യുടെ സ്ഥാപക പത്രാധിപർ. സ്വാതന്ത്ര്യസമരസേനാനി, സിലോൺ ഹൈക്കമ്മീഷണർ, ഐക്യകേരള കമ്മിറ്റിയുടെ പ്രസിഡന്റ്, കേരള സാഹിത്യ അക്കാദമിയുടെ വർക്കിങ് പ്രസിഡന്റ്, മലബാർ ജില്ലാ കോൺഗ്രസിന്റെ

ആദ്യ സെക്രട്ടറി എന്നീ നിലകളിൽ സേവനം അനുഷ്ഠിക്കുകയും *നാം മുന്നോട്ട്, യേശുദേവൻ, നവഭാരതശില്പികൾ, ജീവിതചിന്തകൾ, ബിലാത്തി വിശേഷം* തുടങ്ങി നിരവധി കൃതികൾ സാഹിത്യ ലോകത്തിന് സംഭാവന ചെയ്യുകയും ചെയ്ത വ്യക്തിത്വം. കോഴിക്കോട് സർവ്വകലാശാലയിൽനിന്ന് ഡോക്ടറേറ്റ്, കേരള സാഹിത്യ അക്കാദമിയുടെ ആദ്യത്തെ ഫെലോഷിപ്പ്, കേരള കേന്ദ്രസാഹിത്യ അക്കാദമി അവാർഡുകൾ തുടങ്ങി നിരവധി പുരസ്കാരങ്ങൾക്ക് അർഹനായ കെ പി കേശവമേനോൻ ഉദയഭാനുവിന്റെ ആത്മീയ ഗുരുവും വഴികാട്ടിയും ആയിരുന്നു.

അവസാന നാളുകളിൽ കാഴ്ച പൂർണ്ണമായും നഷ്ടപ്പെട്ട കെ പി കേശവമേനോന് ലേഖനങ്ങളും മറ്റും എഴുതാൻ സഹായിച്ചിരുന്നത് മരുമക്കൾ ആയിരുന്നു. മിക്കവാറും നറുക്ക് വീഴുന്നത് ഉദയഭാനുവിനായിരുന്നു. കെ പി കേശവമേനോൻ പറഞ്ഞു കൊടുക്കുന്നത് കേട്ട് എഴുതണം. അങ്ങനെ എഴുതുന്നത് വായിച്ചു കേട്ട് തൃപ്തിവന്നാലേ അദ്ദേഹം മാറ്റർ പ്രസിലേക്ക് കൊടുത്തു വിടൂ. വായിച്ചു കേൾപ്പിക്കുമ്പോൾ നല്ല അക്ഷരസ്ഫുടതയിൽ വേണം. ഇത്തരത്തിലുള്ള വായന ഉദയഭാനുവിനെ റേഡിയോ അനൗൺസർ എന്ന രീതിയിലും പാട്ടുകാരൻ എന്ന രീതിയിലും ശോഭിക്കാൻ സഹായിച്ചിട്ടുണ്ട്. അക്ഷരസ്ഫുടത അല്പം കുറഞ്ഞുപോയാൽ അദ്ദേഹം ശകാരിക്കുമായിരുന്നു എന്ന് ഉദയഭാനു തന്നെ പറഞ്ഞിട്ടുണ്ട്. മാത്രവുമല്ല ഈ ഈടുറ്റ ലേഖനങ്ങൾ എഴുതുകയും വീണ്ടും വായിക്കുകയും ചെയ്യുമ്പോൾ ലഭിക്കുന്ന വിജ്ഞാനം ഉദയഭാനുവിന്റെ വ്യക്തിത്വവികസനത്തിന് സഹായിച്ച ഘടകങ്ങളിൽ ഒന്നാണ്. വായനാശീലം വളർത്താനും ഇത് ഏറെ സഹായിച്ചിട്ടുണ്ട്.

സ്വതന്ത്രഭാരതം പോലും വെറും സ്വപ്നമായിരുന്ന കാലത്ത് തിരുവിതാംകൂറും കൊച്ചിയും മലബാറും ചേർന്ന് ഐക്യകേരളം എന്ന സ്വപ്നം കണ്ട ധിഷണാശാലിയായ കെ പി കേശവമേനോൻ 1919 ൽ മദ്രാസ് മലയാളി ക്ലബ്ബിൽ ഐക്യകേരളത്തെക്കുറിച്ച് പ്രഭാഷണം നടത്തി. അന്ന് ഏറെ വിമർശനങ്ങൾ കേൾക്കേണ്ടിവന്നു എങ്കിലും അത്തരം ഭ്രാന്തൻ സ്വപ്നങ്ങൾക്കു പിറകെ പോയ സ്വാതന്ത്ര്യദാഹിയായ ഒരു രാജ്യസ്നേഹിയുടെ തണലിൽ വളർന്നതുകൊണ്ടാവാം കെ പി ഉദയഭാനുവിന് ജീവിതത്തിന്റെ ഓരോ പരമാണുവിലും ദേശീയ ചിന്ത വളർന്നത്.

ബാല്യം കുടുംബം

ആയിരത്തിത്തൊള്ളായിരത്തി മുപ്പത്തി നാല് ജനുവരി 23 നാണ് കെ പി ഉദയഭാനു ജനിച്ചത്. പാലക്കാട് ജില്ലയിലെ തരൂരിലായിരുന്നു ജനനം. പാഴൂർ നടുവിലിടം ശങ്കരവർമ്മയുടെയും കിഴക്കെ പുത്തൻ മാളികയ്ക്കൽ അമ്മു നേത്യാരമ്മയുടെയും ആറുമക്കളിൽ രണ്ടാമനായിരുന്നു ഉദയഭാനു. മൂത്ത സഹോദരി അമ്മിണി നേത്യാരും ഉദയഭാനുവും കേരളത്തിലായിരുന്നു ജനിച്ചത്. ഭാനുവിന്റെ ഒന്നാം പിറന്നാൾ ദിവസം (1935 ജനുവരി 23 ന്) മദ്രാസിൽനിന്നും ആ കുടുംബം കപ്പൽമാർഗ്ഗം സിംഗപ്പൂരിലേക്ക് പോയി. അച്ഛൻ ശങ്കരവർമ്മയ്ക്ക് നാട്ടിൽ കാര്യമായ ജോലി ഒന്നും ഉണ്ടായിരുന്നില്ല. ആ കാലത്ത് അമ്മാവൻ കെ പി കേശവമേനോൻ സിംഗപ്പൂരിൽ ബാരിസ്റ്റർ ആയിരുന്നു. അമ്മാവന്റെ സഹായത്തോടെ ആ കുടുംബം സിംഗപ്പൂരിലേക്ക് ഉപജീവനമാർഗ്ഗം തേടി പോവുകയായിരുന്നു. അച്ഛന് പിന്നീട് സിംഗപ്പൂർ ഹാർബറിൽ ജോലി തരപ്പെട്ടു.

അമ്മാവന്റെ സംരക്ഷണയിലും അച്ഛന്റെയും അമ്മയുടെയും സ്നേഹവായ്പിലും ബാല്യകാലം സിംഗപ്പൂരിൽ ഉല്ലാസത്തോടെ ജീവിച്ചു. ഉദയഭാനുവിന് താഴെ വേണുഗോപാൽ, രാമചന്ദ്രൻ, രജനി, മോഹനൻ എന്നീ നാലു സഹോദരങ്ങൾ സിംഗപ്പൂരിൽ വെച്ച് ജനിച്ചു. ചേച്ചി അമ്മിണിയെയും ഉദയഭാനുവിനെയും ജാപ്പനീസ് സ്കൂളിലാണ് പ്രാഥമിക വിദ്യാഭ്യാസത്തിനായി ചേർത്തത്. ജാപ്പനീസ് ഭാഷ നിർബ്ബന്ധമായും പഠിക്കണം എന്ന് വ്യവസ്ഥ ഉണ്ടായിരുന്നു അന്ന്. ജാപ്പനീസ് ഭാഷ പഠിച്ചതുകൊണ്ട് തന്നെ ആ ഭാഷയിലെ പാട്ടുകളും ഉദയഭാനു പഠിച്ച് പാടുമായിരുന്നു. കുട്ടിക്കാലത്തുതന്നെ ഏത് ഭാഷയിലെ പാട്ട് കേട്ടാലും അത് ശ്രദ്ധിക്കുകയും അതുപോലെ പാടാൻ ശ്രമിക്കുകയും ചെയ്യുന്ന സ്വഭാവവും അദ്ദേഹത്തിന് ഉണ്ടായിരുന്നു എന്ന് സഹോദരി അമ്മിണി നേത്യാരമ്മ ഓർക്കുന്നു. സഹോദരിയും പാടുമായിരുന്നു. സിംഗപ്പൂർ റേഡിയോയിൽ കുട്ടികൾക്കായുള്ള പരിപാടി അവതരിപ്പിക്കുന്നതിന് ഉദയഭാനുവും ചേച്ചിയും പോവുക പതിവായിരുന്നു.

സിംഗപ്പൂരിൽ വെച്ച് ഉദയഭാനുവിനെ കാണാതായ സംഭവം ചേച്ചി ഓർക്കുന്നത് ഇങ്ങനെയാണ്. "അച്ഛൻ കുട്ടികളെയും കൂട്ടി എക്സിബിഷൻ കാണാൻ പോയി. തിരക്കിൽ ഉദയഭാനുവിന്റെ കൈവിട്ടുപോയി. ആകെ പരിഭമിച്ച് അവിടെ എല്ലാം അന്വേഷിച്ചു എങ്കിലും കുട്ടിയെ കണ്ടുകിട്ടിയില്ല. അങ്ങനെ വിഷമിച്ചിരിക്കുമ്പോൾ ഉച്ചഭാഷിണിയിലൂടെ ഒരു അനൗൺസ്മെന്റ് കേട്ടു. "ഇന്ത്യൻ കുട്ടിയെ കണ്ടുകിട്ടിയിട്ടുണ്ട്. രക്ഷാകർത്താക്കൾ വന്ന് കൂട്ടിക്കൊണ്ട് പോകേണ്ടതാണ്." അച്ഛൻ എക്സിബിഷൻ ഓഫീസിലേക്ക് ഓടി. അവിടെ എത്തുമ്പോൾ വാവിട്ടു കരയുന്ന ഉദയഭാനുവിനെയാണ് കണ്ടത്. കുട്ടിയെ ഏറ്റുവാങ്ങി കെട്ടിപ്പിടിച്ചത് അമ്മിണിയേടത്തി ഇപ്പഴും നെഞ്ചിടിപ്പോടെ ഓർക്കുന്നു.

കെ പി കേശവമേനോൻ സഹോദരിയെയും കുടുംബത്തെയും സിംഗപ്പൂരിലേക്ക് കൊണ്ടുപോയതുപോലെ അദ്ദേഹത്തിന്റെ സഹോദരന്മാരായ കെ പി അപ്പുക്കുട്ടമേനോനെയും കെ പി ചിന്നമേനോനെയും കുടുംബസമേതം സിംഗപ്പൂരിലേക്ക് കൊണ്ടുപോയിരുന്നു. ഇവരെല്ലാം സംഗീതത്തിൽ നല്ല ജ്ഞാനം ഉള്ളവരും നല്ല സംഗീതാസ്വാദകരും ആയിരുന്നു. പ്രത്യേകിച്ചും കെ പി അപ്പുക്കുട്ടമേനോൻ സംഗീതത്തിൽ അഗാധമായ പാണ്ഡിത്യം ഉള്ള വ്യക്തി ആയിരുന്നു. അദ്ദേഹമാണ് ഉദയഭാനുവിന്റെ ആദ്യ ഗുരു. ഉദയഭാനുവിലെ പാട്ടുകാരനെ കണ്ടെത്തിയതും തിരിച്ചറിഞ്ഞതും അദ്ദേഹമാണ്. ശാസ്ത്രീയ സംഗീതത്തിന്റെ ആദ്യപാഠങ്ങൾ പഠിച്ചു തുടങ്ങിയപ്പോൾ തന്നെ മരുമകന്റെ കഴിവുകൾ അദ്ദേഹം തിരിച്ചറിഞ്ഞു. അവനിലെ സംഗീതജ്ഞനെ പുറത്തുകൊണ്ടുവരാനുള്ള എല്ലാ പ്രോത്സാഹനവും അദ്ദേഹം നല്കി. ഈ കാലഘട്ടത്തിൽ ഉദയഭാനുവിന്റെ കുടുംബം താമസിച്ചിരുന്നത് സിംഗപ്പൂരിലെ ടുലക്കൻസൺ എന്ന സ്ഥലത്തായിരുന്നു. ഭൂരിപക്ഷവും സിംഹളർ ആയിരുന്നു ഇവിടത്തെ താമസക്കാർ. വളരെ നല്ല സൗഹൃദ അന്തരീക്ഷമായിരുന്നു ഇവിടെ. അടുത്തുള്ള സിംഹളരുടെ ക്ഷേത്രത്തിൽ ശംഖാഭിഷേകം എന്ന പ്രസിദ്ധ

മായ ഉത്സവം നടക്കുന്ന സമയത്താണ് ഉദയഭാനു ആദ്യമായി കച്ചേരി നടത്തുന്നത്. അന്ന് ഉദയഭാനുവിന് എട്ട് വയസ്സായിരുന്നു പ്രായം. ചെറിയ കുട്ടിയാണ് പാടാൻ കഴിയില്ല എന്ന് അമ്മാവൻ പറഞ്ഞപ്പോൾ വാശി പിടിച്ച് പാടുകയായിരുന്നു ഉദയഭാനു. വേദിയിൽ ഇരുന്ന് പാടുമ്പോൾ കാണികൾക്ക് കാണാൻ പാകത്തിൽ കുഷ്യനിട്ട് ഉയർത്തിയാണ് പാട്ടുകാരന് ഇരിപ്പിടം ഒരുക്കിയത്. സുബ്രഹ്മണ്യന്റെ ക്ഷേത്രമായതുകൊണ്ട് മുരുകന്റെ കീർത്തനങ്ങൾ കോർത്തിണക്കിയ കച്ചേരി ആണ് അവതരിപ്പിച്ചത്. വർണ്ണവും കീർത്തനവും പാടി പരിചയസമ്പന്നരായ പാട്ടുകാർ പാടുന്ന രാഗമാലികയും പാടിയാണ് എട്ടുവയസ്സുകാരൻ കച്ചേരി അവസാനിപ്പിച്ചത്. ഏറെ പ്രശംസ നേടിയ ആ പരിപാടി ഉദയഭാനുവിന്റെ ജീവിതത്തിലെ ആദ്യത്തെ കച്ചേരിയായി ചരിത്രത്തിൽ ഇടം പിടിച്ചു. "അവനിൽനിന്ന് ചിലത് നമ്മൾ പഠിക്കണം" ഗുരുവായ അപ്പുക്കുട്ടമേനോന്റെ പ്രതികരണം ഇങ്ങനെയായിരുന്നു.

രണ്ടാം ലോകമഹായുദ്ധം പൊട്ടിപ്പുറപ്പെട്ടു സിംഗപ്പൂർ നഗരത്തിൽ നിന്നും നാല് കിലോമീറ്റർ അകലെ ഉള്ള *ഫയലേസർ* എന്ന സ്ഥലത്തായിരുന്നു. കെ പി കേശവമേനോന്റെ കുടുംബവും മറ്റ് ബന്ധുക്കളും സുഹൃത്തുക്കളും അടങ്ങുന്ന വലിയ ഒരു മലയാളി സമൂഹം താമസിച്ചിരുന്നത്. യുദ്ധം ആരംഭിച്ചതോടെ രക്ഷയ്ക്കുള്ള മുൻകരുതലുകൾ ആവുന്നത്ര അവർ സ്വീകരിച്ചിരുന്നു. കുറെ ദിവസത്തേക്കുള്ള ഭക്ഷണ സാധനങ്ങൾ ശേഖരിച്ചുവെച്ചും ബോംബിങ് ഉണ്ടായാൽ രക്ഷപ്പെടുന്നതിനുള്ള ബങ്കറുകൾ കെട്ടി ഉണ്ടാക്കിയും മുറിവേറ്റാൽ പ്രാഥമിക ചികിത്സയ്ക്കുള്ള മരുന്നുകൾ ശേഖരിച്ചും ആയിരുന്നു അവർ കഴിഞ്ഞിരുന്നത്. എപ്പോൾ വേണമെങ്കിലും ബോംബിങ് ഉണ്ടാവാം. ജപ്പാൻ ഏതു നിമിഷവും സിംഗപ്പൂരിനെ ആക്രമിക്കാം എന്നതായിരുന്നു സ്ഥിതി. 1942 ഫെബ്രുവരി ആദ്യവാരത്തോടെ ഷെല്ലാക്രമണം തുടങ്ങി. അതിശക്തമായ ആക്രമണമാണ് ജപ്പാൻ അഴിച്ചു വിട്ടത്. കാതടപ്പിക്കുന്ന ശബ്ദവും തീയും പുകയുമായിരുന്നു എങ്ങും. ബോംബിങ് തുടങ്ങിയതോടുകൂടി എല്ലാവരും ബങ്കറുകളിലേക്ക് അഭയം തേടി.

ജീവനുവേണ്ടി പ്രാർത്ഥിച്ച് നിമിഷങ്ങൾ തള്ളിവിട്ട ദിനങ്ങൾ. 1942 ഫെബ്രുവരി 16 ന് ജപ്പാൻകാരുടെ ഉദയസൂര്യൻ ചിഹ്നം ആലേഖനം ചെയ്ത പതാക സിംഗപ്പൂരിലെ കാഥേ കെട്ടിടത്തിനു മുകളിൽ പാറിക്കളിക്കാൻ തുടങ്ങി.

ഈ സമയത്ത് ഉദയഭാനുവിന്റെ അമ്മ അദ്ദേഹത്തിന്റെ ഇളയ സഹോദരൻ ചന്ദ്രമോഹനനെ പ്രസവിച്ച് വിശ്രമിക്കുകയായിരുന്നു. അതികഠിനമായ ബോംബിങ് നടക്കുന്നത് കാരണം അമ്മയുടെ പ്രസവാനന്തര ചികിത്സകൾ വിധിയാംവണ്ണം നടത്താൻ പറ്റാതെ വരികയും അമിതമായ രക്തസ്രാവം ഉണ്ടാവുകയും ചെയ്തതിനെ തുടർന്ന് പ്രസവിച്ച് ഇരുപത്തി എട്ട് തികയും മുമ്പ് അമ്മ മരിച്ചു. ആറ് മക്കളെയും അനാഥരാക്കിക്കൊണ്ടായിരുന്നു അമ്മയുടെ യാത്ര. അച്ഛന് നിസ്സഹായനായി നോക്കി നില്ക്കാനേ കഴിഞ്ഞുള്ളൂ. മരുമക്കത്തായം വളരെ ശക്തമായിരുന്നു വള്ളുവനാട്ടിൽ അക്കാലത്ത്. അതുകൊണ്ട് തന്നെ ആറ് കുട്ടികളെയും അമ്മാവന്മാർ സംരക്ഷിക്കാൻ തീരുമാനിച്ചു. ആറുപേരെയും ഒരാൾ സംരക്ഷിക്കുക എന്നത് പ്രയാസമായതുകൊണ്ട് അമ്മാവന്മാർ കുട്ടികളെ രണ്ടുപേർ വെച്ച് പങ്കിട്ടെടുത്തു. മുപ്പത്തി ആറാം വയസ്സിൽ അമ്മ മരിക്കുമ്പോൾ ഉദയഭാനുവിന് പ്രായം ഒൻപതായിരുന്നു. ഉദയഭാനുവും ചേച്ചി അമ്മിണിയും അപ്പുക്കുട്ടമേനോന്റെ കൂടെ ആയിരുന്നു. അമ്മാവന്മാർ അമ്മ ഇല്ലാത്ത വിഷമം കുട്ടികളെ അറിയിച്ചതേയില്ല. അവർ വളരെ നന്നായിത്തന്നെ കുട്ടികളെ നോക്കി പരിപാലിച്ചു. ഒന്നിനും ഒരു കുറവും ഉണ്ടായില്ല. “ഒന്നിച്ചു കളിച്ചു വളരേണ്ട കാലത്ത് കടുവറുത്തപോലെ വേറിട്ടുപോയി.” അമ്മിണി നേത്യാരമ്മ നെടുവീർപ്പോടുകൂടി ബാല്യകാലം ഓർത്തു. എങ്കിലും നമ്മൾ ആറുപേരും പരസ്പരം കാണുമായിരുന്നു വല്ലപ്പോഴും. ഉദയഭാനു വളരെ ശാന്തശീലനായിരുന്നു കുട്ടിക്കാലം മുതൽക്ക്. ഒന്നിനും ഒരു വാശിയും ശാഠ്യവും ഇല്ല. ആരോടും പകയോ വിദ്വേഷമോ ഇല്ല. ഒരു സാധുചെക്കൻ. പഠിക്കാൻ അത്ര മിടുക്കനായിരുന്നില്ല എങ്കിലും പാട്ടിൽ അവൻ അന്നേ ശ്രദ്ധിച്ചിരുന്നു. ഒരു പാട്ട് ഒരിക്കൽ കേട്ടാൽ സ്വരസ്ഥാനം തെറ്റിക്കാതെ പാടാൻ അവന് കഴിയുമായിരുന്നു. അപ്പുക്കുട്ടൻമാമന്റെ കീഴിൽ സംഗീതപഠനം ഈ സമയത്തും ഉദയഭാനു തുടർന്നു.

കെ പി കേശവ മേനോൻ സാമൂഹിക-രാഷ്ട്രീയ രംഗത്ത് സജീവമായിരുന്നു. ദേശീയ-അന്തർദ്ദേശീയ തലത്തിൽ അറിയപ്പെടുന്ന പല പ്രമുഖനേതാക്കളും വ്യക്തിത്വങ്ങളും അദ്ദേഹവുമായി ബന്ധപ്പെടുകയും അദ്ദേഹത്തെ സന്ദർശിക്കുകയും ചെയ്യുമായിരുന്നു. ഒരിക്കൽ ക്യാപ്റ്റൻ ലക്ഷ്മി കെ പി കേശവമേനോനെ കാണാൻ വീട്ടിൽ വന്നപ്പോൾ ഉദയഭാനുവിനെയും കൂട്ടി പുറത്തേക്കുപോയി. അവർ പോയത് സുഭാഷ് ചന്ദ്രബോസിനെ കാണാനായിരുന്നു. കുട്ടിയായ ഉദയഭാനുവിനോട് വളരെ വാത്സല്യത്തോടുകൂടി സുഭാഷ് ചന്ദ്രബോസ് കുശലാന്വേഷണം നടത്തി. തുടർന്ന് ഗൗരവത്തോടു കൂടി ക്യാപ്റ്റൻ ലക്ഷ്മിയോട് രാഷ്ട്രീയ ചർച്ചയും. ഉദയഭാനുവിന്റെ മനസ്സിൽ പച്ചപിടിച്ചു നില്ക്കുന്ന ബാല്യകാല സ്മര

ണകളിൽ ഒന്നാണ് ഇത്.

അടുത്തിടെ തീപ്പെട്ട പാലക്കാട് രാജാവ് ശേഖരവർമ്മരാജ കെ പി കേശവമേനോന്റെ മൂത്തമകനാണ്. കെ പി ഉദയഭാനു ഉണ്ണിയേട്ടൻ എന്നു വിളിക്കുന്ന ശേഖരവർമ്മരാജ ബാല്യകാലത്ത് ഉദയഭാനുവിന് ഒപ്പം സിംഗപ്പൂരിൽ ഉണ്ടായിരുന്നു. അമ്മ ജീവിച്ചിരിക്കുമ്പോൾ തന്നെ അച്ഛന് ഹാർബറിലെ ജോലി നഷ്ടപ്പെട്ടിരുന്നു. അച്ഛന്റെ കൂടെ ജോലി ചെയ്തിരുന്ന ഉയർന്ന ഉദ്യോഗസ്ഥർ എല്ലാം തന്നെ ഇംഗ്ലീഷുകാർ ആയിരുന്നു. അവർ വല്ലാത്ത വിവേചനത്തോടെയാണ് ഇന്ത്യക്കാരെ കണ്ടിരുന്നത്. ജോലി സ്ഥലത്തെ ചെറിയ പ്രശ്നം കാരണം ഉദയഭാനുവിന്റെ അച്ഛൻ ഒരു ബ്രിട്ടീഷുകാരനുമായി വാക്കുതർക്കത്തിൽ ഏർപ്പെടുകയും അദ്ദേഹത്തിന്റെ കോളറിൽ കയറിപ്പിടിക്കുകയും ചെയ്തു. ഇങ്ങനെ അദ്ദേഹത്തിന് ജോലി നഷ്ടമായി. ജോലി ഇല്ലാതായതോടെ മക്കളുടെ കാര്യം ശ്രദ്ധിക്കുക അസാദ്ധ്യമായി. ഈ സമയത്താണ് ഉദയഭാനുവിന്റെ അമ്മയുടെ മരണം സംഭവിക്കുന്നതും. പിന്നീട് അങ്ങോട്ട് അച്ഛൻ സ്വന്തം നിലയിൽ ജീവിക്കുകയായിരുന്നു. ഇത്തരത്തിൽ സ്വന്തം ജീവിതം നോക്കിപ്പോയ അച്ഛനെ ഉദയഭാനു ഒരിക്കലും കുറ്റപ്പെടുത്തിയിരുന്നില്ല. അച്ഛന്റെ നിസ്സഹായത ആ മകൻ ശരിക്കും മനസ്സിലാക്കിയിരുന്നു. മുലകുടി മാറാത്ത കുട്ടി അടക്കം ആറ് മക്കളെ ഒരാൾ അന്യനാട്ടിൽ എങ്ങനെ നോക്കാനാണ്. അതും കൃത്യമായ വരുമാനം പോലും ഇല്ലാതെ. അച്ഛന്റെയും അമ്മയുടെയും അഭാവം അറിയിക്കാതെ തന്നെ അമ്മാവന്മാർ ആറ് മക്കളെയും നോക്കി. അമ്മ മരിച്ചതിനെ തുടർന്ന് 1947 ൽ ഉദയഭാനുവും സഹോദരങ്ങളും നാട്ടിലേക്ക് തിരിച്ചു. തൊട്ടടുത്ത വർഷം കെ പി കേശവമേനോനും സിംഗപ്പൂരിനോട് വിട പറഞ്ഞു. ഉദയഭാനു നാട്ടിലേക്ക് തിരിച്ചുവരുമ്പോൾ അവന് പതിനൊന്ന് വയസ്സായിരുന്നു. സിംഗപ്പൂർ ജീവിതം ഉദയഭാനുവിനു സമ്മാനിച്ചത് അമ്മയുടെ വേർപാടും കുറെ വേദനകളും ആയിരുന്നു, എങ്കിലും ഇംഗ്ലീഷ് ഭാഷയിലുള്ള പ്രാവീണ്യവും ഏത് അവസ്ഥയിലേക്കും അവസ്ഥാന്തരം നടത്താനുള്ള കഴിവും അല്പം സംഗീതവും കൂടി ഉദയഭാനുവിന് സിംഗപ്പൂർ ജീവിതം നല്കി.

പാലക്കാടും തുടർന്ന് കോഴിക്കോട്ടേക്കും

പാലക്കാട് എത്തിയിട്ടും അമ്മാവന്മാരുടെ സംരക്ഷണത്തിൽ തന്നെയായിരുന്നു ഉദയഭാനുവും സഹോദരങ്ങളും. അപ്പുക്കുട്ടൻമാമയുടെ അടുത്ത് സംഗീതാഭ്യസനം തുടരുന്നതോടൊപ്പം പാലക്കാട് ത്യാഗരാജ സംഗീത വിദ്യാലയത്തിൽ സംഗീതം പഠിക്കാനും ചേർന്നു. കല്പാത്തി ഹൈസ്കൂൾ വിദ്യാഭ്യാസം നേടിയത് വി വി പി ഹൈസ്കൂളിൽനിന്ന് ആയിരുന്നു. തുടർന്ന് സംഗീത ലോകത്തെ മഹാരഥന്മാരായ പാലക്കാട് മണി അയ്യർ, പാലക്കാട് സുബ്ബയ്യർ, രാമഭാഗവതർ, കൃഷ്ണയ്യർ എന്നിവരുടെ കീഴിലും ഉദയഭാനു സംഗീതം അഭ്യസിച്ചു. കർണ്ണാടക സംഗീതത്തിൽ ആധികാരികമായ മേൽക്കൈ നേടാൻ ഉദയഭാനുവിനെ സഹായിച്ചത് ഈ ഗുരുക്കന്മാർ തന്നെയാണ്. ഉദയഭാനു തന്റെ സംഗീത പഠനം കൗതുകത്തിനും താല്പര്യത്തിലും ആരംഭിച്ചതാണ്, എങ്കിലും പിന്നീട് ഗൗരവമായിത്തന്നെ എടുത്തു. സംഗീതപഠനത്തിൽ ശ്രദ്ധ കേന്ദ്രീകരിച്ചതോടെ ഹൈസ്കൂൾ വിദ്യാഭ്യാസത്തിൽ ശ്രദ്ധ കുറഞ്ഞു. ആ വർഷം ഉദയഭാനു എസ് എസ് എൽ സി പാസായില്ല. കേരളത്തിൽ ആദ്യമായി പൊതുവേദിയിൽ ഉദയഭാനു ഗായകനായി പങ്കെടുക്കുന്നത് പാലക്കാട് കോട്ടമൈതാനിയിൽ സ്വാതന്ത്ര്യദിനത്തോടനുബന്ധിച്ച് സംഘടിപ്പിച്ച ചടങ്ങിലാണ്. ദേശഭക്തിഗാനങ്ങൾ ആലപിച്ചുകൊണ്ടായിരുന്നു കേരളത്തിൽ ഉദയഭാനുവിന്റെ അരങ്ങേറ്റം. ദേശഭക്തിഗാനത്തിൽ തുടങ്ങി ക്ലാസിക്കലിലേക്ക് പോയി വീണ്ടും ദേശഭക്തിഗാനത്തിൽ വന്നാണ് ആ സംഗീതവിരുന്ന് സമാപിച്ചത്.

എസ് എസ് എൽ സി പാസാവാതിരിക്കുകയും സംഗീതാഭ്യസനം ഏറക്കുറെ പൂർത്തിയാവുകയും ചെയ്ത സാഹചര്യത്തിൽ ഇനി എന്ത് എന്ന ചിന്ത ഉദയഭാനുവിനെ അലട്ടി. ഈ സമയത്ത് കെ പി കേശവമേ

നോന്റെ മകൻ ശേഖരവർമ്മ കോഴിക്കോട്ട് ആയിരുന്നു താമസം. ഉദയഭാനു അദ്ദേഹത്തിന്റെ കൂടെ കോഴിക്കോട്ടേക്ക് പോയി. കോഴിക്കോട്ട് ആകാശവാണിയിൽ അനൗൺസറുടെ ഒരു തസ്തിക ഒഴിവുണ്ടെന്ന് ഉദയഭാനു അറിഞ്ഞു. സംഗീതംകൊണ്ടു മാത്രം ജീവിതം മുന്നോട്ട് കൊണ്ടു പോകാൻ പ്രയാസമാണ് എന്ന തിരിച്ചറിവും സാമ്പത്തിക സ്വാതന്ത്ര്യം നേടണമെന്ന ചിന്തയും ഒരു ജോലി കൂടിയേ കഴിയൂ എന്ന മാനസികാവസ്ഥയിൽ ഉദയഭാനുവിനെ കൊണ്ട് എത്തിച്ചിരുന്നു. പക്ഷേ, കെ പി കേശവമേനോൻ മരുമകനു വേണ്ടി ശുപാർശ ചെയ്യില്ല എന്ന് ഉദയഭാനുവിന് നന്നായി അറിയാമായിരുന്നു. അതുകൊണ്ടുതന്നെ അദ്ദേഹം ആ വഴിക്ക് ശ്രമിച്ചില്ല. കോഴിക്കോട് ആകാശവാണിയിൽ അന്ന് ഡയറക്ടറായി സേവനം അനുഷ്ഠിച്ചിരുന്നത് പ്രസിദ്ധനായ പി വി കൃഷ്ണമൂർത്തി ആയിരുന്നു. പ്രക്ഷേപണ കലാരംഗത്തെ ആചാര്യസ്ഥാനീയനും ഉന്നത വ്യക്തിത്വത്തിന്റെ ഉടമയും ആയിരുന്നു പി വി കൃഷ്ണമൂർത്തി. അദ്ദേഹവുമായുള്ള അഭിമുഖത്തിനെ കോഴിക്കോട് ആകാശവാണിയിൽ അദ്ദേഹത്തിനെ കൊണ്ടുവിട്ടത് ഉണ്ണിയേട്ടൻ ആയിരുന്നു. അഭിമുഖത്തിനിടയിൽ കെ പി കേശവമേനോനുമായുള്ള ബന്ധം ഉദയഭാനു പറഞ്ഞില്ല. അമ്മാവന് അത് ഇഷ്ടമാകില്ല എന്ന് മറ്റാരെക്കാളും നന്നായി ഉദയഭാനുവിന് അറിയാമായിരുന്നു. കൂടിക്കാഴ്ചയിൽ ചില മാറ്റർ വായിപ്പിക്കുകയും പാട്ടുപാടിപ്പിക്കുകയും ചെയ്തു കൃഷ്ണമൂർത്തി. ഉദയഭാനുവിന്റെ ശബ്ദത്തിലും ഉച്ചാരണസ്ഫുടതയിലും തൃപ്തനായ ഡയറക്ടർ അദ്ദേഹത്തിന് അനൗൺസറായി ജോലി നല്കി. കരാർ വ്യവസ്ഥയിൽ ആയിരുന്നു നിയമനം. തൊട്ടടുത്ത വർഷം അതായത് 1957 ൽ ഡൽഹിയിൽനിന്നും വന്ന ഒരു ഉത്തരവ് പ്രകാരം അതുവരെ കോഴിക്കോട് നിലയത്തിൽ കരാർ വ്യവസ്ഥയിൽ ജോലി നോക്കിയിരുന്ന എല്ലാ ജീവനക്കാരെയും സ്ഥിരപ്പെടുത്തി. പത്ത് രൂപയുടെ ഇൻക്രിമെന്റോടെയായിരുന്നു നിയമനം. അന്ന് ഭാനുവിന്റെ ശമ്പളം 120 രൂപയായിരുന്നു. ഇത്തരത്തിൽ സ്ഥിരനിയമനം ലഭിച്ചവരുടെ കൂട്ടത്തിൽ അക്കിത്തം, എൻ എൻ കക്കാട്, കെ എ കൊടുങ്ങല്ലൂർ, ഫ്ളൂട്ടിസ്റ്റ് കൃഷ്ണൻ തുടങ്ങി പല പ്രമുഖരും ഉൾപ്പെട്ടിരുന്നു. സ്ഥിര നിയമനം ലഭിച്ച ജീവനക്കാർ ചേർന്ന് സഹപ്രവർത്തകർക്ക് വിഭവസമൃദ്ധമായ സദ്യ നല്കി. സ്റ്റേഷൻ ഡയറക്ടർ കൃഷ്ണമൂർത്തി തന്നെയായിരുന്നു സദ്യ വിളമ്പുന്നതിലും മുൻകൈ എടുത്തത്. പ്യൂൺ-ഡയറക്ടർ എന്ന വ്യത്യാസം കോഴിക്കോട് നിലയത്തിൽ അന്ന് ഉണ്ടായിരുന്നില്ല. തീർത്തും വ്യത്യസ്തമായ പ്രവർത്തന സംസ്കാരമായിരുന്നു ആകാശവാണിയിൽ. സാംസ്കാരികരംഗത്ത് വളരെ ഉയർന്ന നിലവാരമുള്ള പരിപാടി അവതരിപ്പിക്കാൻ കഴിയുന്നതും ഈ കൂട്ടായ്മയുടെ ഫലം തന്നെ. ഇതുപോലെ ഉള്ള പാരസ്പര്യം നിലയത്തിന്റെ ഓരോ പ്രവർത്തനത്തിലും പ്രതിഫലിച്ചിരുന്നു എന്ന് പ്രശസ്തകവി അക്കിത്തം അദ്ദേഹത്തിന്റെ ഓർമ്മക്കുറിപ്പിൽ രേഖപ്പെടുത്തിയിട്ടുണ്ട്. അക്കിത്തം കെ പി ഉദയഭാനുവിനെപ്പറ്റി കുറിക്കുന്നത് ഇങ്ങനെയാണ്: “ഞാൻ എന്നൊരു

വിചാരം അന്യരോടുള്ള പെരുമാറ്റത്തിൽ അദ്ദേഹത്തെ ഒരിക്കലും തടഞ്ഞു നിർത്തിയിരുന്നില്ല. ആരോടും ഏത് സമയത്തും തുറന്ന പുഞ്ചിരിയോടുകൂടി, സുവിനീതമായ തലയെടുപ്പോടെ, സ്നേഹിതന്മാരെ വിടർന്ന കൈകളോടെ ചെന്ന് ആലിംഗനം ചെയ്യുന്ന സൗഹൃദമായിരുന്നു അദ്ദേഹത്തിന് ഉണ്ടായിരുന്നത്." ആകാശവാണിയിലെ എല്ലാ മുതിർന്ന വ്യക്തിത്വങ്ങളുടെയും അടുത്ത സുഹൃത്തും ആത്മാർത്ഥതയുള്ള സഹപ്രവർത്തകനും സഹായിയുമായിരുന്നു ഉദയഭാനു. നാടകപരിപാടിയിൽ തിക്കോടിയന്റെയും സംഗീത പരിപാടികളിൽ രാഘവൻ മാസ്റ്ററുടെയും സ്പോക്കൺ വേൾഡ് പരിപാടിയിൽ ഉറൂബിന്റെയും മുഖ്യസഹായിയും വലംകൈയുമായിരുന്നു.

അനൗൺസറായിട്ടാണ് ജോലിയിൽ പ്രവേശിച്ചത് എങ്കിലും റേഡിയോ നാടകങ്ങളിൽ അഭിനയിക്കുകയും പാടുകയും പ്രഭാഷണങ്ങൾ അവതരിപ്പിക്കുകയും ചെയ്യുന്നതിനു പുറമെ നിലയത്തിനു പുറത്തുപോയി പരിപാടികൾ റിക്കോർഡ് ചെയ്ത് കൊണ്ടുവരികയും ചെയ്യുമായിരുന്നു. സ്റ്റുഡിയോ പരിപാടികൾ എഡിറ്റു ചെയ്യുക, ക്യൂഷീറ്റ് തയ്യാറാക്കുക തുടങ്ങി ഒരു നിലയത്തിലെ എല്ലാ ജോലികളും ഉദയഭാനു ചെയ്യുമായിരുന്നു. പരിപാടിയുടെ നിലവാരം മെച്ചപ്പെടുത്തുന്നതിന് എല്ലാവരും ഒരേ മനസ്സോടുകൂടി കൂട്ടായി പ്രവർത്തിച്ച മാതൃകാസ്ഥാപനമായിരുന്നു അന്ന് കോഴിക്കോട് ആകാശവാണി നിലയം. നിലയത്തിനു പുറത്തുപോയി പരിപാടികൾ റെക്കോർഡ് ചെയ്യുന്ന ജോലി ഏറെ ശ്രമകരവും അദ്ധ്വാനം നിറഞ്ഞതുമായിരുന്നു. റിക്കോർഡിങ് മെഷീൻ തൂക്കി എടുത്ത് ബസിലോ വണ്ടിയിലോ കയറി പരിപാടി സ്ഥലത്ത് പോയി റിക്കോർഡ് ചെയ്ത് സമയത്ത് തിരിച്ചെത്തി പ്രക്ഷേപണം ചെയ്യുക എന്നത് ഭാരിച്ച ഉത്തരവാദിത്വം തന്നെയാണ്. ഇത്തരത്തിൽ പല പ്രമുഖ വ്യക്തിത്വങ്ങളുടെയും പരിപാടി ഉദയഭാനു നേരിട്ട് റെക്കോർഡ് ചെയ്തിട്ടുണ്ട്. മുൻ പ്രധാനമന്ത്രി ഇന്ദിരാഗാന്ധിയുടെ കേരള സന്ദർശനം പലതവണ റെക്കോർഡ് ചെയ്ത് പ്രക്ഷേപണത്തിന് തയ്യാറാക്കിയത് ഉദയഭാനു ആയിരുന്നു. വയനാട്ടിൽ ആകാശവാണി സംഘടിപ്പിച്ച സംഗീത നാടക പരിപാടി ഉദയഭാനുവിന്റെ ഔദ്യോഗിക ജീവിതത്തിൽ ഏറെ വെല്ലുവിളികൾ നിറഞ്ഞ ഒന്നായിരുന്നു. ജനങ്ങളുടെ തിരക്ക് നിയന്ത്രിക്കുകയും ഒപ്പം റെക്കോർഡിങ് കുറ്റമറ്റരീതിയിൽ നടത്തുകയും വേണം. ഈ സംഗീത നാടക പരിപാടിയുടെ രചന നിർവ്വഹിച്ചത് അക്കിത്തവും സംഗീതമൊരുക്കിയത് രാഘവൻമാസ്റ്ററുമായിരുന്നു. ഇ എം ജെ വെണ്ണിയൂർ പ്രൊഡ്യൂസറായിരുന്ന പരിപാടിയിൽ ഉദയഭാനു അനൗൺസറും മുഖ്യസഹായിയും ആയിരുന്നു. ഉദയഭാനുവും അക്കിത്തവും തമ്മിലുള്ള ബന്ധത്തിന്റെ ഇഴയടുപ്പവും ആഴവും മനസ്സിലാക്കണമെങ്കിൽ ഉദയഭാനു അവസാനനാളുകളിൽ തീർത്തും കിടപ്പാകുന്നതിന് മുമ്പ് അക്കിത്തത്തെ കാണാൻ അദ്ദേഹത്തിന്റെ വീട്ടിൽ പോയപ്പോൾ അക്കിത്തം രചിച്ച് ഉദയഭാനു സംഗീതം നിർവ്വഹിച്ച "തോക്കിൻ കാഞ്ചിവലിക്കാത്ത ഞാനും

ജവാൻതന്നെ" എന്ന ഗാനം ഉദയഭാനു അക്കിത്തത്തെ പാടിക്കേൾപ്പിച്ചു. ഒരു യുദ്ധകാലത്ത് ഇവർ ചേർന്ന് ചിട്ടപ്പെടുത്തിയ ഈ ഗാനം ഉദയഭാനു അക്കിത്തത്തിനായി പാടിയപ്പോൾ അക്ഷരാർത്ഥത്തിൽ അദ്ദേഹം സ്തബ്ധനായിപ്പോയി. വർഷങ്ങൾക്കു മുൻപ് രചിച്ച ആ ഗാനത്തിന്റെ വരികൾ ഓർത്തുവെച്ച് ഒരു കാലത്തിന്റെ സ്മരണയായി ഉദയഭാനു കവിയുടെ മുമ്പിൽ അവതരിപ്പിച്ചപ്പോൾ ഏറെ അത്ഭുതവും കൗതുകവും ആണ് അദ്ദേഹത്തിനു തോന്നിയത്. ഒപ്പം ഊഷ്മളമായ ആ കാലത്തിന്റെ ഓർമ്മപ്പെടുത്തലും ആയി അത് അക്കിത്തത്തിന് അനുഭവപ്പെട്ടു. ശ്രോതാക്കൾ ഏറെ ഇഷ്ടപ്പെടുകയും പ്രശംസിക്കുകയും ചെയ്ത ആ ഗാനം വർഷങ്ങൾക്ക് ശേഷമുള്ള കൂടിക്കാഴ്ചയിൽ തനിക്കുള്ള സ്നേഹോപഹാരമായി തെരഞ്ഞെടുത്തത് ഉദയഭാനുവിന്റെ മനസ്സിൽ മഹാകവിക്കുള്ള സ്ഥാനം വെളിവാക്കുന്നതാണ്.

പ്രമുഖരായ പലർക്കും ആകാശവാണിയിലെ അവരുടെ ആദ്യാനുഭവം അവിസ്മരണീയമാക്കുന്നതിൽ ഉദയഭാനു ശ്രദ്ധേയമായ പങ്ക് വഹിച്ചിട്ടുണ്ട്. യു എ ഖാദർ എന്ന കഥാകാരൻ 'മുള്ളുവേലിയിലെ ഈറൻ മുള്ള്' എന്ന കഥ വായിക്കാനായി ആകാശവാണിയിൽ എത്തിയപ്പോൾ മൈക്രോഫോണിന്റെ അങ്ങേതലയ്ക്കൽ ഉദയഭാനു ആയിരുന്നു അനൗൺസറായി ഉണ്ടായിരുന്നത്. ആ കാലത്ത് 9.15 മുതൽ 9.30 വരെ പ്രമുഖരുടെ ചെറുകഥകൾ അവർ തന്നെ വായിച്ച് അവതരിപ്പിക്കുന്ന പരിപാടി കോഴിക്കോട് നിലയത്തിൽ ഉണ്ടായിരുന്നു. കഥ ലൈവ് ആയിട്ടായിരുന്നു പ്രക്ഷേപണം ചെയ്തിരുന്നത്. അമ്പരപ്പോടെ മൈക്രോഫോണിനു മുന്നിലിരുന്ന യു എ ഖാദറോട് ഉദയഭാനു സൗമ്യമായി ഒന്നു ചിരിച്ചു എന്നിട്ട് സ്വയം പരിചയപ്പെടുത്തി. ഞാൻ ഉദയഭാനു അനൗൺസറാണ്. പുഞ്ചിരിച്ച് സംസാരിച്ച ചെറുപ്പക്കാരനെ തലയുയർത്തി നോക്കിയ ഖാദറോട് നമുക്ക് ഒന്നു റിഹേഴ്സൽ നോക്കിയാലോ എന്ന് ചോദിച്ചു. അദ്ദേഹം കഥ വായിച്ചു തുടങ്ങി പത്ത് മിനിറ്റുകൊണ്ട് കഥ തീർന്നു. "ബേജാറും ബദ്ധപ്പാടും ഇല്ലാതെ സാവകാശം വായിച്ചാൽ മതി." ചിരിച്ചുകൊണ്ട് ഉദയഭാനു പറഞ്ഞു. റിക്കോർഡിങ്ങിനുള്ള ചുവന്ന ലൈറ്റ് കത്തി. ഉദയഭാനുവിന്റെ അനൗൺസ്മെന്റ് വന്നു. "ആകാശവാണി, കോഴിക്കോട്, ചെറുകഥ 'മുള്ളുവേലിയിലെ ഈറൻമുള്ള്.' കഥാകൃത്ത് യു എ ഖാദർ വായിച്ച് അവതരിപ്പിക്കുന്നു. തുടർന്ന് വായിക്കാനുള്ള നിർദ്ദേശം കൊടുത്തു. കഥ പതിനാല് മിനിട്ടുകൊണ്ടാണ് അദ്ദേഹം വായിച്ചു തീർത്തത്. നിങ്ങൾ ഇതുവരെ കേട്ടത് 'മുള്ളുവേലിയിലെ ഈറൻ മുള്ള്.' കഥാകൃത്ത് യു എ ഖാദർ വായിച്ച് അവതരിപ്പിച്ചത്. സ്റ്റുഡിയോയ്ക്ക് പുറത്തിറങ്ങിയ ഉദയഭാനു പ്രതിഫലത്തുകയുടെ ചെക്ക് അദ്ദേഹത്തെ ഏല്പിച്ചശേഷം അദ്ദേഹം താമസിക്കുന്ന സ്ഥലത്ത് കൊണ്ടുവിടുകയും ചെയ്തു. ഒരിക്കൽ കണ്ടവർ ആരും അത്രപെട്ടെന്ന് മറക്കാത്ത വ്യക്തിത്വം; അവരുടെ മനസ്സിൽ കൂട് കൂട്ടാനുള്ള കഴിവ് ഉദയഭാനുവിന് ഉണ്ടായിരുന്നു.

പതിനെട്ടാം വയസ്സിലാണ് ഉദയഭാനു ആകാശവാണി എന്ന മഹത്തായ സ്ഥാപനത്തിൽ അനൗൺസറായി ജോലിയിൽ പ്രവേശിക്കുന്നത് പ്രായത്തിൽ കവിഞ്ഞ പക്വത അദ്ദേഹത്തിന് ഉണ്ടായിരുന്നു. ഇടപെട്ടിരുന്ന സഹപ്രവർത്തകരെല്ലാം പ്രഗത്ഭമതികളും അറിയപ്പെടുന്ന വ്യക്തിത്വങ്ങളുമായിരുന്നു. ഉദയഭാനു തന്റെ വ്യക്തിത്വവികസനത്തിന്റെ കളരിയായി ആകാശവാണിയെ കണ്ടു. ഈ സൗഹൃദവും ബന്ധവുമാണ് പിന്നീട് അദ്ദേഹത്തെ പിന്നണിഗായകനും ഗാനസംവിധായകനും ആക്കുന്നത്.

ചലച്ചിത്ര പിന്നണിഗാനരംഗത്തേക്ക്

യാദൃച്ഛികമാണ് ഉദയഭാനുവിന്റെ ചലച്ചിത്ര പിന്നണിഗാന രംഗത്തെ പ്രവേശനം എന്ന് പറയാൻ കഴിയില്ല. ആകാശവാണി കോഴിക്കോട് നിലയത്തിൽ സഹപ്രവർത്തകനായിരുന്ന രാഘവൻ മാസ്റ്റർ എന്ന ഗാന സംവിധായകനുമായുള്ള ബന്ധം പിന്നണി ഗായകൻ ആവുക എന്ന ഉദയഭാനുവിന്റെ ചിരകാലസ്വപ്നം സാക്ഷാൽക്കരിക്കാൻ ഇടയാക്കി. മലയാള ചലച്ചിത്രരംഗം തമിഴകത്തിന്റെ മണ്ണിൽനിന്നും കേരളത്തിലേക്ക് പറിച്ചു നടുക എന്ന ചരിത്രപരമായ ദൗത്യം ഒരു വ്രതമായിക്കൊണ്ടു നടന്ന ഒരുകൂട്ടം ചെറുപ്പക്കാരും സാങ്കേതിക വിദഗ്ദ്ധരും നമുക്കുണ്ടായിരുന്നു. ഇവരുടെ ശ്രമവും ത്യാഗവുമാണ് ചലച്ചിത്രരംഗത്ത് ഇന്നു കാണുന്ന നേട്ടങ്ങൾ കൈവരിക്കാൻ കേരളത്തിനായത്. അതുകൊണ്ടുതന്നെ ആ ചരിത്രം പരാമർശിക്കാതെ പോയാൽ ചരിത്ര നിഷേധമാവും. *ബാലന്* ശേഷം രണ്ട് വർഷം മലയാളത്തിൽ ചിത്രങ്ങൾ ഒന്നും നിർമ്മിക്കപ്പെട്ടില്ല. ഈ ഇടവേളയ്ക്ക് ശേഷം 1940 ലാണ് *ജ്ഞാനാംബിക* എന്ന ചിത്രം പുറത്തുവരുന്നത്. സി മാധവൻപിള്ളയുടെ നോവലിനെ ആധാരമാക്കി അണ്ണാമലൈ ചെട്ടിയാരാണ് ചിത്രം നിർമ്മിച്ചത്. ചിത്രം സാമ്പത്തികമായി പരാജയം ആയിരുന്നില്ലെങ്കിലും തമിഴ് സ്വാധീനം ചിത്രത്തിൽ ഉടനീളം കാണാമായിരുന്നു. തുടർന്ന് 1941 ൽ പുറത്തിറങ്ങിയ *പ്രഹ്ലാദനിൽ* ഗുരുഗോപിനാഥും അദ്ദേഹത്തിന്റെ ഭാര്യ തങ്കമണിയും ടി കെ ബാലചന്ദ്രനുമാണ് പ്രധാന വേഷങ്ങളിൽ എത്തിയത്. ഈ ചിത്രവും തമിഴ് സ്വാധീനത്തിൽനിന്നും വിട്ടുനിന്നില്ല. യുണൈറ്റഡ് ആർട്സ് കോർപ്പറേഷന്റെ ബാനറിൽ കെ സുബ്രഹ്മണ്യം സംവിധാനം നിർവ്വഹിച്ച ചിത്രത്തിൽ എൻ പി ചെല്ലപ്പൻ നായർ സംഭാഷണവും കിളിമാനൂർ മാധവവാര്യർ ഗാനങ്ങളും രചിച്ചു. മാധവവാര്യർ തന്നെയാണ് ഗാനങ്ങൾക്ക്

സംഗീതം പകർന്നത്. അങ്ങനെ വാര്യർ മലയാളത്തിലെ ആദ്യ ഗാന രചയിതാവും സംഗീത സംവിധായകനുമായി. *പ്രഹ്ലാദനു*ശേഷം വീണ്ടും ഒരു ശൂന്യത മലയാള ചലച്ചിത്ര രംഗത്ത് വരികയും അത് കുറച്ചുകാലം നീണ്ടുനില്ക്കുകയും ചെയ്തു. തുടർന്ന് സ്റ്റുഡിയോകളും വിതരണക്കമ്പനികളും കേരളത്തിൽ വന്നു. നാല്പതുകളുടെ അവസാനത്തിലും അൻപതുകളുടെ തുടക്കത്തിലും സിനിമ എന്ന നവ മാദ്ധ്യമത്തിന് ഒരു പറ്റം യുവാക്കളും സാഹസികരായ വ്യവസായികളും ചേർന്ന് ഇന്ന് കാണുന്ന രൂപത്തിലുള്ള വളർച്ചയ്ക്ക് നിദാനമായ അടിത്തറ പാകി.

അൻപതുകളുടെ അവസാനത്തിലാണ് ഉദയഭാനു പിന്നണി ഗാന രംഗത്തേക്ക് വരുന്നത്. *നായരുപിടിച്ച പുലിവാലാണ്* 'ആദ്യചിത്രം'. അസോസിയേറ്റ് പ്രൊഡക്ഷൻസും ഫിലിംകോയും ചേർന്ന് മദ്രാസ് വാഹിനി സ്റ്റുഡിയോയിലും സേലം മോഡേൺ തിയേറ്റേഴ്സിലും വച്ചായിരുന്നു ചിത്രം പൂർത്തീകരിച്ചത്. നർമ്മത്തിന് പ്രാധാന്യം നല്കിക്കൊണ്ടുള്ള ഈ ചിത്രത്തിന്റെ രചന നിർവ്വഹിച്ചത് ഉറൂബായിരുന്നു. സംവിധാനം പി ഭാസ്കരനും. ഹോട്ടൽ നടത്തി ജീവിക്കുന്ന അയൽപക്കക്കാരായ കുട്ടപ്പക്കുറുപ്പും പൈതൽ നായരും ബദ്ധശത്രുക്കളാണ്. അന്യോന്യം നശിപ്പിക്കാൻ കള്ളക്കേസ് അടക്കം എല്ലാ തന്ത്രങ്ങളും പയറ്റുന്ന ഈ അയൽപക്കക്കാർ ഹോട്ടൽ നടത്തിപ്പിലും കടുത്ത മത്സരത്തിലാണ്. ഈ സമയത്ത് ഗ്രാമത്തിൽ പെൻഡുല സർക്കസ് വരുന്നു. സർക്കസ് കമ്പനിയുടെ ഭക്ഷണവിതരണക്കരാറിനായി രണ്ട് പേരും മത്സരിക്കുന്നു. അവസാനം പൈതൽ നായർക്ക് ഭക്ഷണം വിതരണം ചെയ്യാനുള്ള കരാർ ലഭിക്കുന്നു. പ്രതികൂല സാഹചര്യം കാരണം സർക്കസ് കമ്പനിക്ക് വിചാരിച്ച രീതിയിൽ വരുമാനം ഇല്ലാതെ വരികയും സർക്കസ് മറ്റൊരു നഗരത്തിലേക്ക് മാറ്റാൻ തീരുമാനിക്കുകയും ചെയ്യുന്നു. ഭക്ഷണം കൊടുത്ത വകയിൽ പൈതൽ നായർക്ക് പണം കൊടുക്കാനില്ലാതെ വന്ന സാഹചര്യത്തിൽ സർക്കസിലെ വന്യ ജീവികളെ പൈതൽ നായർക്ക്

പണയമായി കൊടുത്ത് സർക്കസ് കമ്പനി അവിടം വിടുന്നു. പുതിയ സ്ഥലത്തെ വരുമാനംകൊണ്ട് പൈതൽനായരുടെ പണം കൊടുത്ത് തീർത്ത് പണയവസ്തുവായ പക്ഷികളേയും മൃഗങ്ങളെയും കൊണ്ട് പോകാം എന്ന സർക്കസ് കമ്പനിയുടെ കണക്കുകൂട്ടൽ തെറ്റി. മൃഗങ്ങൾ ഒന്നും ഇല്ലാതെ എത്തിയ സർക്കസ് കമ്പനിക്ക് നഗരത്തിൽ വേണ്ട വിധത്തിൽ പ്രവർത്തിക്കാൻ പറ്റിയില്ല. ഇത് വൻ സാമ്പത്തിക ബാദ്ധ്യതയിലേക്ക് സർക്കസ് കമ്പനിയെ തള്ളിവിടുന്നു. ഈ സമയത്തെല്ലാം പക്ഷിമൃഗാദികളെ പോറ്റാൻ പൈതൽ നായർ കഷ്ടപ്പെടുകയാണ്. അധികാരികളുടെ കർശനമായ താക്കീതിനും നായർ പാത്രമാവുന്നു. വളരെ രസകരമായി പറഞ്ഞു പോകുന്ന കഥയ്ക്ക് സമാന്തരമായി ഒരു പ്രണയകഥ കൂടി പറയുന്നുണ്ട് ഈ ചിത്രം. സത്യൻ, രാഗിണി, പ്രേമ, പങ്കജവല്ലി, മുത്തയ്യ, മുതുകുളം, ജി കെ പിള്ള, ടി എൻ ഗോപിനാഥൻ നായർ തുടങ്ങിയ വൻതാരനിര തന്നെയുണ്ട്, ഈ ചിത്രത്തിൽ. പി ഭാസ്കരൻ രചിച്ച് രാഘവൻ മാസ്റ്റർ സംഗീതം നല്കിയ ഏഴ് ഗാനങ്ങൾ ആണ് ചിത്രത്തിൽ ഉള്ളത്. പി ലീല, എച്ച് മെഹബൂബ്, ഉദയഭാനു എന്നിവരാണ് ഗാനങ്ങൾ ആലപിച്ചത്. യു രാജഗോപാൽ ഛായാഗ്രഹണവും പി ബി സി മേനോൻ ശബ്ദലേഖനവും എം എസ് മണി ചിത്രസംയോജനവും നിർവ്വഹിച്ച ഈ ചിത്രം സാമ്പത്തികമായി വലിയ നേട്ടമൊന്നും ഉണ്ടാക്കിയില്ല. എങ്കിലും മലയാള ചലച്ചിത്ര രംഗത്ത് പുതിയ കൂട്ടുകെട്ടുകൾക്ക് തുടക്കം കുറിച്ചു. ഒപ്പം കെ പി ഉദയഭാനു എന്ന പുതിയ പിന്നണി ഗായകനെ കൈരളിക്ക് സംഭാവന ചെയ്തു. അസോസിയേറ്റ് പിക്ചേഴ്സും ഫിലിം ഡിസ്ട്രിബ്യൂട്ടിങ് കമ്പനിയും ചേർന്ന് വിതരണത്തിന് എത്തിച്ച ഈ പടം 1958 ഫെബ്രുവരി 14 നാണ് തിയേറ്ററുകളിൽ എത്തിയത്.

അന്നുവരെ ആകാശവാണി ജീവനക്കാരനായിരുന്ന ഉദയഭാനുവിനെ ഈ ചിത്രവും ഇതിലെ ഗാനങ്ങളും പിന്നണി ഗായകൻ എന്ന പദവിയിലേക്ക് കൂടി ഉയർത്തി. ചലച്ചിത്ര ഗാനരംഗത്തേക്ക് യുവാക്കളും കവികളും കടന്നുവരുന്ന കാലഘട്ടമായിരുന്നു. കാവ്യപ്രതിഭകളിലേക്ക് ഗാനരചന മാറുന്ന കാലം. ഒപ്പം നന്മയുടെയും നിർമ്മല സ്നേഹത്തിന്റെയും ആ കാലത്തെയാണ് ഉദയഭാനുവിന്റെ ശബ്ദം പ്രതിനിധാനം ചെയ്യുന്നത്.

'എന്തിനിത്ര പഞ്ചസാര.' 'വെളുത്ത പെണ്ണേ...' എന്നീ ഗാനങ്ങളാണ് ഉദയഭാനു *നായരു പിടിച്ച പുലിവാല്* എന്ന ചിത്രത്തിൽ ആലപിച്ചത്. അവ രണ്ടും മലയാളി നെഞ്ചിലേറ്റി എന്നതിന് ഒരു സംശയവും ഇല്ല. ഗൃഹാതുരതയുടെ പാട്ടുകൾ പാടിയ പാട്ടുകാരൻ കൂടിയാണ് അദ്ദേഹം. റിക്കോർഡിങ് ഇന്നത്തെപ്പോലെ അത്ര എളുപ്പമുള്ള കാര്യമായിരുന്നില്ല. അന്ന് ഓർക്കസ്ട്രയും ഗായകരും ഒരുമിച്ച് പല റിഹേഴ്സൽ നോക്കിയതിനുശേഷമാണ് റിക്കോർഡിങ് ആരംഭിക്കുന്നത്. റിക്കോർഡിങ്ങിൽ ഏതെങ്കിലും ഒരു ബീറ്റ് ഒന്നു മാറിയാൽ വീണ്ടും ആദ്യം മുതൽ തുടങ്ങണം. ഡിജിറ്റൽ യുഗത്തിൽ എത്ര ട്രാക്കുകൾ വേണമെങ്കിലും പ്രത്യേകം പ്രത്യേകം റിക്കോർഡ് ചെയ്ത് മിക്സ് ചെയ്യാൻ കഴിയുന്ന

തായി നമ്മുടെ സാങ്കേതിക വിദ്യ ഇന്ന് വളർന്നു. റിക്കോർഡിങ് മണിക്കൂറുകൾ നീളുന്ന പഴയ കാലത്ത് ഏറെ ശ്രമവും ക്ഷമയും അതിന് ആവശ്യമായിരുന്നു. ഇരുപത്തി ഒന്നാമത്തെ വയസ്സിലാണ് ഉദയഭാനു പിന്നണി ഗായകനാകുന്നത്. തന്റെ ആദ്യസിനിമാഗാനം ആയിട്ടുപോലും മൈക്രോഫോണിനു മുന്നിലോ റിക്കോർഡിങ് സ്റ്റുഡിയോയിലോ അല്പം പോലും പരിഭ്രമം ഉണ്ടായിരുന്നില്ല അദ്ദേഹത്തിന്. അനൗൺസറായും പാട്ടുകാരനായും നിരവധി പരിപാടികളുടെ സഹായിയായും ആകാശവാണിയിൽ പ്രവർത്തിച്ച പരിചയം ഉദയഭാനുവിന് ഇവിടെ തുണയായി. റിക്കോർഡിങ് തിയറ്ററിലെ അന്തരീക്ഷം ഉദയഭാനുവിന് ഏറെ സുപരിചിതമായിരുന്നു. പാട്ടുകളുടെ റിക്കോർഡിങ് കഴിഞ്ഞ ഉടൻ രാഘവൻ മാസ്റ്ററും പി ഭാസ്കരനും ഉദയഭാനുവും പരസ്പരം ആശ്ലേഷിച്ച് അവരുടെ സന്തോഷം പങ്കുവെച്ചു. റിക്കോർഡിങ് സ്റ്റുഡിയോയുടെ കൺസോളിൽ ഇരുന്ന് പാട്ട് ഒന്നുകൂടി കേട്ടു. ഉദയഭാനുവിനേക്കാൾ തൃപ്തി ആയത് രാഘവൻ മാസ്റ്റർക്കും പി ഭാസ്കരനും ആയിരുന്നു. മലയാള ചലച്ചിത്ര പിന്നണി ഗാനരംഗത്ത് ഉദയഭാനുവിന്റെ കാലം ഇവിടെ ആരംഭിക്കുകയായിരുന്നു.

രാഘവൻ മാസ്റ്റർ എന്ന സംഗീത സംവിധായകൻ ഇല്ലായിരുന്നു എങ്കിൽ ഉദയഭാനു എന്ന പിന്നണി ഗായകൻ ഉണ്ടാവുമായിരുന്നില്ല. രാഘവൻ മാസ്റ്ററും പി ഭാസ്കരനുമായുള്ള ഉദയഭാനുവിന്റെ ബന്ധം തുടങ്ങിയത് കോഴിക്കോട് ആകാശവാണിയിൽനിന്നാണ്. രാഘവൻമാസ്റ്റർക്ക് സംഗീതസംവിധായകനായി അവസരം വരുന്നത് ഈ സമയത്താണ്. പലവട്ടം ചർച്ചകൾ കഴിഞ്ഞു. രാഘവൻ മാസ്റ്റർ തന്നെ സംഗീത സംവിധാനം ചെയ്യും എന്ന് ധാരണയായി. ഈ ഉറപ്പ് രാഘവൻ മാസ്റ്റർക്ക് കിട്ടിയ ഉടൻ തന്നെ അദ്ദേഹം ഉദയഭാനുവിന് വാക്കുകൊടുത്തു. “ഞാൻ സംഗീത സംവിധാനം ചെയ്യുന്ന പടത്തിൽ ഉദയഭാനു പാടും.” പാട്ടുകൾ എല്ലാം കോഴിക്കോട്ടുവച്ചുതന്നെ മാസ്റ്റർ ഭാനുവിനെ പഠിപ്പിച്ചു. രണ്ടുപേരുംകൂടി മദ്രാസിലേക്ക് വണ്ടികയറി. സ്വാമീസ് ലോഡ്ജിൽ താമസം. ദിവസങ്ങൾ കടന്നുപോയി. മാസ്റ്ററുടെ മുഖത്ത് എന്തോ ഒരു മ്ലാനത ഉദയഭാനു കണ്ടു. കാര്യം തിരക്കിയപ്പോൾ മാസ്റ്റർ പറഞ്ഞു: “നിർമ്മാതാവിന് പുതിയ ഗായകരെ പരീക്ഷിക്കാൻ ഭയം. പരിചയസമ്പന്നരായ പഴയ പാട്ടുകാർ ആരെങ്കിലും പാടിയാൽ മതി.” എ എം രാജ പാടിയാൽ മതി എന്നൊരഭിപ്രായം നിർമ്മാതാവിന് ഉണ്ടത്രെ. ഈ ചർച്ചയും തർക്കവും നടക്കുകയായിരുന്നു. രാഘവൻ മാസ്റ്റർ നിലപാട് കടുപ്പിച്ചു. “രാജ പാടുന്നതിൽ എനിക്ക് വിരോധം ഇല്ല. സംഗീത സംവിധായകനായി മറ്റാരെയെങ്കിലും നോക്കണം.” പി ഭാസ്കരനെയും നിർമ്മാതാവിനെയും രാഘവൻ മാസ്റ്റർ നിലപാട് അറിയിച്ചു. മാസ്റ്റർ വഴങ്ങില്ല എന്ന് പൂർണ്ണ ബോദ്ധ്യം വന്നപ്പോൾ നിർമ്മാതാവ് അയഞ്ഞു. അങ്ങനെ രാഘവൻ മാസ്റ്ററുടെ നിർബ്ബന്ധത്തിൽ മാത്രമാണ് ഉദയഭാനു പിന്നണി ഗായകനാകുന്നതും “എന്തിനിത്ര പഞ്ചസാര” എന്ന സോളോയും “വെളുത്തപെണ്ണേ വെളുത്ത

പെണ്ണേ" എന്ന ഡ്യുയറ്റും പാടി ചലച്ചിത്ര പിന്നണി രംഗത്തേക്ക് ചുവടു വച്ചത്.

പാലക്കാട് ന്യൂ തിയേറ്ററിൽ കുടുംബ സമേതം ആദ്യ ദിവസം തന്നെ ഉദയഭാനു സിനിമ കാണാൻ പോയി. സ്ക്രീനിൽ തന്റെ ശബ്ദം കേട്ട പ്പോൾ ഉദയഭാനുവിന് വിശ്വസിക്കാനായില്ല. തിയേറ്റർ വിട്ട് പുറത്തിറ ങ്ങിയപ്പോൾ നാട്ടുകാരുടെയും പരിചയക്കാരുടെയും അഭിനന്ദനങ്ങൾ. പുതിയ പിന്നണി പാട്ടുകാരനെ അവർ അംഗീകരിക്കുകയായിരുന്നു.

നിരവധി വെല്ലുവിളികളും നിർഭാഗ്യങ്ങളും ഉദയഭാനുവിന്റെ സംഗീത ജീവിതത്തിൽ ഉണ്ടായിട്ടുണ്ട്. പല നല്ല ഗാനങ്ങളും അദ്ദേഹത്തിന് നഷ്ട

പ്പെട്ടിട്ടുണ്ട്. ചില സംഭവങ്ങൾ അദ്ദേഹത്തെ വല്ലാതെ വേദനിപ്പിച്ചു. 1960 ൽ പുറത്തിറങ്ങിയ *ഉമ്മ* എന്ന ഉദയാ ചിത്രത്തിലെ പാട്ടുകൾ ഉദയഭാനു പാടേണ്ടതായിരുന്നു. എന്നാൽ എ എം രാജയാണ് പാട്ടുകൾ പാടിയത്. ബാബുരാജിനെയാണ് *ഉമ്മ*യുടെ സംഗീത സംവിധാനത്തിനായി ഉദയ നിശ്ചയിച്ചത്. ബാബുരാജ് ഗായകനായി നിശ്ചയിച്ചത് ഉദയഭാനുവിനെ യും. രണ്ടുപേരും ഉറ്റ സുഹൃത്തുക്കൾ. സംഗീതരംഗത്ത് രണ്ടുപേരും ചേർന്ന് പല പരിപാടികളും അവതരിപ്പിച്ചിട്ടുണ്ട്. പരസ്പരം ഔപചാരി കതയുടെ ആവശ്യമില്ലാത്ത ബന്ധം. കോഴിക്കോട്ട് വെച്ച് തന്നെ ബാബു രാജ് ഉദയഭാനുവിനെ പാട്ട് പഠിപ്പിച്ചിരുന്നു. "പാലാണ് തേനാണ് ഖൽബിലെ അമ്പിളിക്ക്". "എന്റെ കണ്ണിന്റെ കടവിലടുത്താൽ" എന്നീ ഗാനങ്ങളാണ് പഠിപ്പിച്ചത്. രണ്ടുപേരും മദ്രാസിൽ എത്തി കാര്യങ്ങൾ അത്ര പന്തിയല്ലെന്ന് മദ്രാസിൽ കാലു കുത്തിയപ്പോൾ തന്നെ ഉദയഭാ നുവിന് മനസ്സിലായി. എ എം രാജ പാടിയാൽ മതി എന്ന് കുഞ്ചാക്കോ തീരുമാനിച്ച് കഴിഞ്ഞിരുന്നു. തുടക്കക്കാരനായ സംഗീത സംവിധായകൻ

ബാബുരാജിന് ആ തീരുമാനം മാറ്റാൻ പോന്ന തന്റേടം ഉണ്ടായിരുന്നില്ല. ഉദയ പോലെ ഇത്രയും വലിയ ബാനറിനോട് വ്യവസ്ഥ വെക്കാൻ മാത്രം ഉള്ള കെല്പ് ബാബുരാജിന് ഇല്ല എന്നതായിരുന്നു സത്യം. ബാബു രാജ് ക്ഷമാപണത്തോടുകൂടി ഉദയഭാനുവിന്റെ മുന്നിലെത്തി. ഉദയഭാനു ബാബുവിനെ സമാധാനിപ്പിച്ചു. "സാരമില്ല അടുത്ത പടം വരട്ടെ." ഈ പാട്ടുകൾ രാജയെ പഠിപ്പിച്ചു കൊടുത്തത് ഉദയഭാനുവായിരുന്നു. ഹൃദയം വിങ്ങുന്ന വേദനയോടെ തന്നെയാണ് അദ്ദേഹം അത് ചെയ്തത്. ബാബു രാജുമായുള്ള ബന്ധത്തിന് ഈ സംഭവം ഒരു കോട്ടവും വരുത്തിയില്ല. നല്ലതുമാത്രമേ ബാബുരാജിനെക്കുറിച്ച് ഉദയഭാനുവിന് പറയാനുള്ളൂ. ആരോടും ഒന്നും മറുത്ത് പറയാൻ കഴിയാത്ത സ്വഭാവക്കാരൻ, നല്ല സുഹൃത്ത്, ഒരു യഥാർത്ഥ കലാകാരൻ, മറ്റുള്ളവരെ സ്നേഹിക്കാൻ മാത്രം അറിയാവുന്ന വ്യക്തി. പിന്നീട് പല മികച്ച ഗാനങ്ങളും ബാബു രാജ്-ഉദയഭാനു കൂട്ടുകെട്ടിൽ പിറന്നിട്ടുണ്ട്. കോഴിക്കോട് ആകാശവാ ണിയിൽ ജോലി ചെയ്യുന്ന കാലത്ത് പല കല്യാണവീടുകളിലും ഗാന മേളയ്ക്ക് ഉദയഭാനു ബാബുരാജിനോടൊപ്പം പാട്ടുപാടാൻ പോയിട്ടുണ്ട്. കോഴിക്കോട് അബ്ദുൾഖാദറും തബലിസ്റ്റ് ഉസ്മാനും ഈ സംഘത്തി ലുണ്ടാകും. ബാബുരാജിന് ഉദയഭാനുവിന്റെ ശബ്ദം വലിയ ഇഷ്ടമായിരു ന്നു. ശോകഗാനങ്ങൾ ആണ് ഉദയഭാനുവിന് കൂടുതൽ ചേരുന്നത് എന്ന് ബാബുരാജ് പറയുമായിരുന്നു.

മറ്റൊരു സംഭവം കവി ഒ എൻ വി കുറുപ്പ് പറഞ്ഞത് ഇങ്ങനെ യാണ്. എം കെ മേനോൻ (വിലാസിനി) എന്ന പ്രശസ്തനായ എഴുത്തു കാരന്റെ കഥയെ ആസ്പദമാക്കി തിരക്കഥ എഴുതുവാൻ അന്ന് സിനിമാ ലോകത്ത് തിരക്കേറിയ ഒരു സംവിധായകൻ മുന്നോട്ട് വരികയും ധാര ണയിൽ എത്തുകയും ചെയ്തു. വിലാസിനി ഒരു വ്യവസ്ഥ മാത്രമേ മുന്നോട്ട് വച്ചിരുന്നുള്ളൂ. "പാട്ടും സംഗീതവും എന്റെ ഇഷ്ടപ്രകാരം ആക ണം." പാട്ടിന്റെ സന്ദർഭങ്ങൾ വിലാസിനി ഒ എൻ വിക്ക് കുറിച്ചു കൊടു ക്കുകയും അത് പ്രകാരം പാട്ടുകൾ എഴുതി കൊടുത്തപ്പോൾ വിലാസി നിക്ക് ഇഷ്ടമാവുകയും ചെയ്തു. ഒ എൻ വി കുറുപ്പ് സംഗീതത്തിന് ഉദ യഭാനുവിന്റെ പേര് നിർദ്ദേശിച്ചു. ഒപ്പം ഉദയഭാനു സംഗീതം ചെയ്ത ചില പാട്ടുകൾ കേൾപ്പിക്കുകയും ചെയ്തു. വിലാസിനിക്ക് അവ ഏറെ ഇഷ്ടമായി. വിലാസിനിയും ഒ എൻ വിയും ഉദയഭാനുവിനെക്കൊണ്ട് സംഗീതം ചെയ്യിക്കാമെന്ന ധാരണയിൽ എത്തി. ഒ എൻ വി ചിത്രത്തി നായി എഴുതിയ ഗാനങ്ങൾ വിലാസിനിയുടെ കൈയിലുണ്ടായിരുന്ന റിക്കോർഡർ ഉപയോഗിച്ച് അത്യാവശ്യം ചില സംഗീത ഉപകരണങ്ങ ളുടെ അകമ്പടിയോടെ റിക്കോർഡ് ചെയ്യുകയും ആ ടേപ്പുമായി ഉദയഭാ നുവിനെയും കൊണ്ട് നിർമ്മാതാവ് മദ്രാസിലേക്ക് പോവുകയും ചെയ്തു. തുടരെത്തുടരെ കുറെ പടങ്ങൾ വിജയിച്ച നല്ല താരമൂല്യമുണ്ടായിരുന്ന സംവിധായകൻ ഉദയഭാനുവിനെ കാണാനോ പാട്ടുകൾ കേൾക്കാനോ തയ്യാറായില്ല. രണ്ടു മൂന്നു ദിവസത്തെ കാത്തിരിപ്പിനു ശേഷം നിർമ്മാ

താവ് ഉദയഭാനുവിനെ തിരുവനന്തപുരത്തേക്ക് തിരിച്ചയച്ചു. ഒ എൻ വിക്കും വിലാസിനിക്കും ഇതൊരു വലിയ ആഘാതമായി. ഒ എൻ വിയുടെ ഗാനങ്ങൾ ഇഷ്ടപ്പെട്ടു എന്നും മറ്റേതെങ്കിലും സംഗീത സംവിധായകനെക്കൊണ്ട് സംഗീതം ചെയ്യിക്കാമെന്നും സംവിധായകൻ വിലാസിനിയെ അറിയിച്ചു. ഇത് ഒ എൻ വിക്ക് ഒട്ടും സ്വീകാര്യമായിരുന്നില്ല. ആ വരികളിൽ മറ്റൊരാളിന്റെ സ്പർശം ഏല്ക്കുന്നതിൽ എനിക്ക് താല്പര്യമില്ലെന്നും ഒരു കലാകാരനെ നിന്ദിക്കുന്നതിന് കൂട്ടുനില്ക്കാൻ ആകില്ല എന്നും ഒ എൻ വി നിലപാടെടുത്തു. ഈ നിലപാട് മാനിച്ചുകൊണ്ട് തന്റെ ചിത്രത്തിൽ മറ്റൊരു കൂട്ടുകെട്ടിന്റെ പാട്ട് ചേർക്കുന്ന പ്രശ്നമില്ലെന്ന് വിലാസിനിയും തീർത്തു പറഞ്ഞു. വിലാസിനി കഥയും തിരക്കഥയും എഴുതിയ ആ ചിത്രം പാട്ടുകളില്ലാതെ തിയേറ്ററുകളിൽ എത്തി. 'ഒ എൻ വി സാറിന്റെ പാട്ട് മറ്റാരെങ്കിലും സംഗീത സംവിധാനം ചെയ്യുന്നതിൽ എനിക്ക് വിഷമം ഒന്നും ഇല്ല' എന്ന അഭിപ്രായമാണ് ഉദയഭാനു സ്വീകരിച്ചത്.

ഉദയഭാനുവിന്റെ നിർഭാഗ്യം അദ്ദേഹത്തെ വിട്ടുപോയതേയില്ല. പാടാനിരുന്ന *റോസി* എന്ന ചിത്രത്തിലെ "അല്ലിയാമ്പൽ കടവിൽ" എന്ന ഗാനം അദ്ദേഹത്തിന് നഷ്ടമായതും നിർഭാഗ്യത്തെത്തുടർന്നായിരുന്നു. അസുഖത്തെതുടർന്ന് ഭാനുവിന് ആ പാട്ടു പാടാൻ കഴിയാതെ വന്നപ്പോൾ അണിയറ പ്രവർത്തകർ യേശുദാസിനെ സമീപിക്കുകയായിരുന്നു. മറ്റൊരു ഗായകൻ പാടാനിരുന്ന ഗാനം പാടാൻ കഴിയില്ല എന്നും അത് അദ്ദേഹത്തെ വേദനിപ്പിക്കും എന്നും പറഞ്ഞ് യേശുദാസ് ഒഴിഞ്ഞുമാറി എങ്കിലും ഉദയഭാനു കൂടി നിർബ്ബന്ധിച്ചപ്പോൾ അദ്ദേഹം ആ പാട്ട് പാടാൻ സമ്മതിക്കുകയായിരുന്നു. കരിയറിന്റെ തുടക്കത്തിൽ യേശുദാസിന് കിട്ടിയ ഏറ്റവും നല്ല പാട്ടുകളിൽ ഒന്ന്. ഉദയഭാനുവിന്റെ നിർഭാഗ്യം മൂലം കൈനഷ്ടം വന്ന് യേശുദാസിൽ എത്തുകയായിരുന്നു. എന്നാൽ ഉദയഭാനുവിന് യേശുദാസിന്റെ വളർച്ചയ്ക്ക് ഒരു നിമിത്തമാകാൻ സാധിച്ചതിൽ സന്തോഷം മാത്രമേ ഉണ്ടായിരുന്നുള്ളൂ. ഉദയഭാനു, തന്റെ സംഗീത ജീവിതത്തിലെ നിർണ്ണായകമായ ഒരു ഘട്ടത്തിൽ വളർച്ചയ്ക്ക് സഹായിച്ച വ്യക്തിത്വമായിരുന്നു എന്ന് സംഭവം വിവരിച്ച് യേശുദാസ് പറയുമ്പോഴാണ് പുറംലോകം ഈ കാര്യം അറിയുന്നത്.

വിവാഹം

പിന്നണി ഗാനരംഗത്ത് ഉദയഭാനു ചുവടുറപ്പിച്ചു വരുന്ന കാലം. റെക്കോർഡിങ്ങിനായി ഇടയ്ക്കിടയ്ക്ക് മദ്രാസിലേക്ക് പോകേണ്ടി വന്നിരുന്നു. ആകാശവാണിയിലെ ജോലിയും റെക്കോഡിങ്ങിനായുള്ള മദ്രാസ് യാത്രയും സിനിമാരംഗത്തെ പുതിയ സൗഹൃദങ്ങളും ആകെ തിരക്കു കൂടി വരികയായിരുന്നു ഉദയഭാനുവിന്. നിർമ്മാതാവും സിനിമാപ്രവർത്തകനുമായ ശോഭന പരമേശ്വരൻ നായരുമായി അടുത്ത സൗഹൃദം ഉണ്ടായിരുന്നു. അതുകൊണ്ട് തന്നെ ശോഭനാ പരമേശ്വരൻ നായർക്ക് വേണ്ടി പെണ്ണുകാണാൻ പോയ സംഘത്തിൽ ഉദയഭാനുവും ഉൾപ്പെടും. പെണ്ണിന് ചെറുക്കന്റെ കൂട്ടത്തിൽ വന്ന പാട്ടുകാരൻ ഉദയഭാനുവിനെ മതി വരനായി എന്ന് തറപ്പിച്ച് പറഞ്ഞു. ഭാനുവിന് 21 വയസ്സായിരുന്നു അന്ന് പ്രായം. പെണ്ണിന്റെ അച്ഛൻ കപ്പന ഗോവിന്ദമേനോൻ ആകെ വിഷമത്തിലായി. സ്വന്തം മകളുടെ ഇഷ്ടത്തിന് അദ്ദേഹം എതിര് നിന്നില്ല. അങ്ങനെ മാനസിക തയ്യാറെടുപ്പൊന്നും ഇല്ലാതെ ഉദയഭാനു വിവാഹിതനായി. ഗുരുവായൂർ അമ്പലത്തിൽ വെച്ചായിരുന്നു വിവാഹം. വിജയലക്ഷ്മി എന്നായിരുന്നു വധുവിന്റെ പേര്. അവർ നന്നായി പാടുമായിരുന്നു.

ആകാശവാണിയിലെ ജോലി പാട്ടുകാരൻ എന്ന രീതിയിലുള്ള വളർച്ചയ്ക്ക് വിലങ്ങുതടിയാണെന്ന് ഭാനുവിന് തോന്നി. എന്തിനും ഏതിനും സർക്കാരിന്റെ അനുമതി വാങ്ങണം. അതിനു പുറമെ സർക്കാർ ഇറക്കുന്ന ഓരോ ഉത്തരവും അനുസരിക്കാനുള്ള ബാദ്ധ്യതയും സർക്കാർ ഉദ്യോഗസ്ഥന്മാർക്ക് ഉണ്ട്. ഇത്തരത്തിലുള്ള ഉത്തരവ് ലംഘിക്കപ്പെട്ടാൽ വിശദീകരണവും അതിനുള്ള മറുപടിയും ഉൾപ്പെടെ അച്ചടക്കനടപടികൾ വരെ നേരിടേണ്ടി വന്ന നിരവധി സന്ദർഭങ്ങളും ഉണ്ടായിട്ടുണ്ട്. സ്വാതന്ത്ര്യം ഏറെ ഇഷ്ടപ്പെടുന്ന ഉദയഭാനു സർക്കാർ ജോലി സ്വതന്ത്ര

സംഗീത പ്രവർത്തനത്തിന് പലപ്പോഴും തടസ്സമാകുന്നു എന്ന് തിരിച്ചറിഞ്ഞു. പ്രശസ്ത സംഗീത സംവിധായകൻ കെ രാഘവൻ മാസ്റ്റർ പോലും പേരു മാറ്റി രഘുനാഥ് എന്ന പേരിൽ പല പാട്ടുകളും സംവിധാനം ചെയ്തിട്ടുണ്ട്. ആ കാലത്ത് പാട്ടുപാടാനുള്ള അവസരങ്ങൾ വരുമ്പോൾ അത് ഒഴിവാക്കാൻ ഉദയഭാനുവിന്റെ മനസ്സ് സമ്മതിച്ചില്ല. അതുകൊണ്ട് ആകാശവാണിയിലെ ജോലി രാജിവെക്കാൻ അദ്ദേഹം തീരുമാനിച്ചു. ആകാശവാണിയിലെ ജോലി പോയപ്പോഴേക്കും സ്ഥിര വരുമാനം ഇല്ലാത്തതിന്റെ ബുദ്ധിമുട്ട് കുറേശ്ശെ അറിഞ്ഞു തുടങ്ങി. ഈ സമയമായപ്പോഴേക്കും ഉദയഭാനു അച്ഛൻ ആയി കഴിഞ്ഞിരുന്നു. ഒരു തീവണ്ടിയാത്രയ്ക്കിടയിൽ പരിചയപ്പെട്ട അന്നചൗധരി എന്ന സ്ത്രീ ഉദയഭാനുവിനെ ഊട്ടിയിലേക്ക് ക്ഷണിച്ചു. സംഗീത അദ്ധ്യാപകനായിട്ടായിരുന്നു ക്ഷണം.

സഞ്ചാരികളുടെ സ്വപ്ന ഭൂമിയായ ഊട്ടിയിലേക്ക് ഉദയഭാനുവും കുടുംബവും ചേക്കേറുന്നത് പുതിയ ജീവിതക്രമത്തിലും അന്തരീക്ഷത്തിലുമാണ്. കോടമഞ്ഞു പുതച്ച മലഞ്ചെരിവുകളും വിസ്തൃതമായ പുൽമേടുകളും നിറഞ്ഞ ഊട്ടിയിലെ പ്രശസ്തമായ ലൗഡേലിലെ ലോറൻസ് സ്കൂളിൽ സംഗീത അദ്ധ്യാപകനായി ഉദയഭാനു ജോലിയിൽ പ്രവേശിച്ചു. അദ്ധ്യാപക ജോലിയിൽനിന്നുള്ള വരുമാനവും പാട്ട് പാടി കിട്ടുന്ന വരുമാനവും ഉണ്ടായതു കൊണ്ട് ജീവിതം വലിയ അല്ലലില്ലാതെ മുന്നോട്ടു പോയി. സിനിമാ പിന്നണിഗായകർക്ക് അംഗീകാരവും പ്രശസ്തിയും വേണ്ടുവോളം കിട്ടിയിരുന്നു എങ്കിലും വലിയ പ്രതിഫലം ഉണ്ടായിരുന്നില്ല അന്നത്തെ കാലത്ത്.

അതിമനോഹരമായ ബ്രിട്ടീഷ് മോഡൽ കെട്ടിടത്തിലായിരുന്നു ഊട്ടിയിലെ അന്നത്തെ താമസം. എന്നും ഗെറ്റ് ടുഗദറും സുഹൃദ് സന്ദർശനവും തമാശയും പാട്ടും ആയി കഴിഞ്ഞകാലം. മകൻ രാജീവന്റെ കൊച്ചുകൊച്ചു കുസൃതികളും അവരുടെ ജീവിതത്തിന് ഈ കാലയളവിൽ ഏറെ പ്രകാശവും സന്തോഷവും നല്കി. കർക്കശക്കാരനായിരുന്ന അദ്ധ്യാപകനായിരുന്നില്ല ഉദയഭാനു. കുട്ടികളുമായി നല്ല സൗഹൃദം സ്ഥാപിച്ച് വളരെ ഇന്ററാക്ടീവായി സംഗീതം പഠിപ്പിച്ച അദ്ധ്യാപകനായിരുന്നു അദ്ദേഹം. തിരുവനന്തപുരത്ത് ആർ കെ വി മോട്ടോഴ്സിന്റെ ഉടമസ്ഥനായ ഗോപകുമാർ, പെൻപോൾ പോളിമേഴ്സിന്റെ എം ഡി ബാലഗോപാൽ തുടങ്ങിയവർ ഉദയഭാനുവിന്റെ വിദ്യാർത്ഥികൾ ആയിരുന്നു. മകൻ രാജീവ് മധുരയിൽ പോയപ്പോൾ താമസിച്ച ഹോട്ടലിന്റെ മാനേജർ ഉദയഭാനുവിന്റെ ഊട്ടിയിലെ വിദ്യാർത്ഥിയായിരുന്നു. He was a loving teacher എന്ന ഹോട്ടൽ മാനേജരുടെ കമന്റ് വലിയ ഒരു അംഗീകാരമായി രാജീവ് കാണുന്നു. ഊട്ടിയിലെ ജീവിതം ഏറെ ഉല്ലാസപ്രദവും ഉദയഭാനു ആഗ്രഹിക്കുന്ന രീതിയിൽ ഉള്ളതുമായിരുന്നു. അവിടുത്തെ പ്രധാന വിനോദം ഫ്ളവർഷോ ആണ്. ഒരിക്കൽ കുടുംബ സമേതം ഫ്ളവർഷോ കാണാൻ പോയ ഉദയഭാനുവിന്റെ കൈയിൽനിന്നും മകൻ തിരക്കിൽ നഷ്ടപ്പെട്ടതും ഏറെ നേരത്തെ തിരിച്ചിലിനു ശേഷം കണ്ടുകിട്ടിയതും ഉദയഭാനു തന്നെ പറഞ്ഞിട്ടുണ്ട്. സമാനമായ സംഭവം സിംഗപ്പൂരിൽവെച്ച് ഉദയഭാനുവിന് സംഭവിച്ചിട്ടുണ്ടെന്നുള്ളതും യാദൃച്ഛികം മാത്രം.

ഭാനുവിന്റെ അനാരോഗ്യം പ്രത്യേകിച്ചും ആസ്ത്മാ അദ്ദേഹത്തെ ഊട്ടിയിൽ തുടരാൻ അനുവദിച്ചില്ല. 18–ാം വയസ്സു മുതൽ ആസ്ത്മയ്ക്ക് ചികിത്സ തേടിയിരുന്ന ആളായിരുന്നു ഉദയഭാനു. കോർട്ടിസാൻ ഇൻഹെയിൽ ചെയ്താണ് പലപ്പോഴും ആസ്ത്മയെ നിയന്ത്രിച്ചിരുന്നത്. ഈ ഇൻഹെയിലർ ശരീരത്തിന്റെ ഭാഗം പോലെ കൊണ്ടുനടന്നിരുന്നു അദ്ദേഹം. ഇവിടെ ആസ്ത്മ ഒരു വില്ലനായി എത്തിയതും ഇന്റർനാഷണൽ സ്കൂളിലെ കർശനമായ ചിട്ടകളും ഉദയഭാനുവിനെ അസ്വസ്ഥനാക്കി. അദ്ധ്യാപകരും വിദ്യാർത്ഥികളും കോട്ടും സ്യൂട്ടും ധരിക്കണം എന്ന വ്യവസ്ഥ പൂർണ്ണമായും പാലിക്കാൻ ബുദ്ധിമുട്ടായി. അയഞ്ഞ വസ്ത്രങ്ങൾ ഇഷ്ടപ്പെട്ടിരുന്ന അദ്ദേഹത്തിന് ഡ്രസ് കോഡ് പാലിക്കുക എന്നത് ഏറെ ആയാസകരമായിരുന്നു. രണ്ടരവർഷത്തിൽ കൂടുതൽ ഊട്ടിയിൽ സംഗീത അദ്ധ്യാപകനായി സേവനം അനുഷ്ഠിച്ച ഉദയഭാനു സകുടുംബം മദ്രാസിലേക്ക് ചേക്കേറി. വളരെ ചുരുങ്ങിയ കാലം മാത്രം അദ്ധ്യാപകനായി ജോലി ചെയ്ത ലൗഡേലിലെ ലോറൻസ് സ്കൂളിൽ ഈ സംഗീതാദ്ധ്യാപകന്റെ പ്രതിമ വിദ്യാർത്ഥികളും മാനേജ്മെന്റും സ്ഥാപിക്കണമെങ്കിൽ അദ്ദേഹം അവരിൽ ഉണ്ടാക്കിയ സ്വാധീനം എത്രമേൽ വലുതാണ് എന്ന് നമുക്ക് ഊഹിക്കാവുന്നതേയുള്ളൂ.

മദ്രാസിലേക്ക്

സിനിമാരംഗത്ത് അവസരങ്ങൾ കൂടിവരുന്നത് കൊണ്ടാണ് ഊട്ടിയിൽനിന്നും ഉദയഭാനു മദ്രാസിലേക്ക് പോയത്. ആ കാലഘട്ടം നിലനില്പിന് വേണ്ടിയുള്ള പോരാട്ടത്തിന്റെ കാലഘട്ടവും ആയിരുന്നു. ഊട്ടിയിലെ അദ്ധ്യാപകജോലി ഉപേക്ഷിച്ചതോടെ സ്ഥിരവരുമാനം നിലച്ചു. നല്ല ജീവിത നിലവാരമാണ് ഊട്ടിയിൽ അദ്ദേഹം പുലർത്തിയത്. ആ ചുറ്റുപാടും സാഹചര്യവും മെച്ചപ്പെട്ടതായിരുന്നു. അല്ലൽ ഇല്ലാത്ത ആ നാളുകളിൽനിന്നും വറുതിയുടെയും കഷ്ടപ്പാടിന്റെയും ദുരിതത്തിന്റെയും നടുവിലേക്കാണ് ഉദയഭാനു പോയത്. മദ്രാസിൽ അദ്ദേഹത്തിന് ബന്ധുക്കളും സുഹൃത്തുക്കളും ഒരുപാട് ഉണ്ടായിരുന്നു. അതുകൊണ്ടുമാത്രം കാര്യം ഇല്ലായിരുന്നു. സിനിമയിൽ അവസരങ്ങൾ കിട്ടിയാൽ മാത്രമേ

വരുമാനം ഉണ്ടാകൂ എന്നതായിരുന്നു യാഥാർത്ഥ്യം. ഇത് തിരിച്ചറിയാതെയല്ല അദ്ദേഹം മദ്രാസിലേക്ക് പോയത്. ആ വിഷമങ്ങളും കഷ്ടപ്പാടുകളും സഹിക്കാൻ കുടുംബവും കൂടെ നിന്നു. നുങ്കംപക്കത്തായിരുന്നു താമസം. അടുത്ത സുഹൃത്തുക്കളും ബന്ധുക്കളും അയൽപക്കക്കാരായി ഉണ്ടായിരുന്നു. മകനെ അവിടെ സ്കൂളിൽ ചേർത്തു.

മലയാളസിനിമാലോകത്ത് പിന്നണി ഗായകർ അധികവും മലയാളികൾ ആയിരുന്നില്ല എന്നത് ഉദയഭാനുവിന് അവസരം തുറന്നു കൊടുത്തു. അദ്ദേഹത്തിന്റെ ശബ്ദത്തിന്റെ കരുത്തും ലാളിത്യവും, ആസ്വാദകർ ഉദയഭാനുവിനെ രണ്ട് കൈയും നീട്ടി സ്വീകരിച്ചു. ഗാനരചനാ രംഗത്ത് ഉണ്ടായ പുതിയ തരംഗവും സംഗീത സംവിധാനരംഗത്ത് ഉണ്ടായ ഉണർവ്വും മലയാള പിന്നണി ഗാനശാഖയ്ക്ക് പുതിയ ഊർജ്ജം നല്കി. ഈ ഊർജ്ജം ആവാഹിച്ചുകൊണ്ട് ഉദയഭാനു മദിരാശിയിൽ തുടർന്നു. ഏകദേശം അറുപതിൽ പരം സിനിമാഗാനങ്ങൾ ആ കാലഘട്ടത്തിൽ അദ്ദേഹം പാടി.

സംഗീത സംവിധായകന്റെ മേലങ്കി അണിഞ്ഞതും ഈ സമയത്തു തന്നെ. ഒ എൻ വി കുറുപ്പ് ഗാനരചന നിർവ്വഹിച്ച് ഉദയഭാനു സംഗീതം നല്കി യേശുദാസ് ആലപിച്ച "കിളിചിലച്ചു" എന്ന ഗാനം *തപസ്യ* എന്ന ചിത്രത്തിലേതാണ്. മലയാളിയുടെ നാവിൻ തുമ്പിൽ ഈ ഗാനം ഇന്നുമുണ്ട്.

സിനിമാ ലോകത്തിന്റെ കള്ളത്തരങ്ങൾ അറിയാതെ ഒരുപാട് പ്രശ്നങ്ങളിൽ ഉദയഭാനു ചെന്നുപെട്ടിട്ടുണ്ട്. പലതരത്തിലുള്ള ചൂഷണങ്ങൾക്കും അദ്ദേഹം വിധേയനായി. മൂന്നു നാലു ചിത്രങ്ങൾ റിലീസ് ചെയ്യാതെ മുടങ്ങിപ്പോയി. തന്റെ പ്രതിഭയും അദ്ധ്വാനവും പാഴായിപ്പോയ ഘട്ടത്തിലും സ്വതഃസിദ്ധമായ ചിരിയോടെ അദ്ദേഹം അതിനെയെല്ലാം നേരിട്ടു. എം സി മണിമല എന്ന നിർമ്മാതാവ് തന്റെ പുതിയ ചിത്രത്തിന്റെ സംഗീതം സംവിധാനം ചെയ്യാൻ ഉദയഭാനുവിനെ സമീപിച്ചു. തുടക്കം മുതൽ ചിത്രത്തിന് സാമ്പത്തിക പ്രതിസന്ധി ആയിരുന്നു. റെക്കോർഡിങ് തീയതി നിശ്ചയിച്ചു. സ്റ്റുഡിയോയും ഓർക്കസ്ട്രായും മറ്റ് സംവിധാനങ്ങളും ഉദയഭാനു ഏർപ്പെടുത്തി. റെക്കോർഡിങ് നടന്നു. നിർമ്മാതാവ് മുങ്ങുകയും ചെയ്തു. സ്റ്റുഡിയോയും മറ്റും ബുക്ക് ചെയ്തത് ഉദയഭാനു ആയതിനാൽ സ്റ്റുഡിയോ നടത്തിപ്പുകാർ ഉദയഭാനുവിനെ സമ്മർദ്ദത്തിലാക്കി. മറ്റ് നിർവ്വാഹമില്ലാതെ ഭാര്യയുടെ സഹോദരൻ വഴി വട്ടിപ്പലിശക്കാരന്റെ കൈയിൽനിന്നും പണം കടം വാങ്ങി സ്റ്റുഡിയോക്കും ഓർക്കസ്ട്രക്കും കൊടുത്തു. നിർമ്മാതാവ് തിരിഞ്ഞു നോക്കാത്തതുകൊണ്ട് മുഴുവൻ ഉത്തരവാദിത്വവും ഉദയഭാനു തന്നെ ഏറ്റെടുക്കേണ്ടതായി വന്നു. അന്നത്തെ കാലത്തെ ഏതാണ്ട് ഒരു ലക്ഷത്തോളം രൂപയാണ് ഉദയഭാനു വട്ടിപ്പലിശക്കാരൻ സായിനാഥറാവുവിൽനിന്നും വാങ്ങി നിർമ്മാതാവിനുവേണ്ടി കൊടുത്തു തീർത്തത്. പിന്നീട് വളരെ വർഷങ്ങൾ എടുത്തു പലിശയും മുതലും കൊടുത്തു തീർക്കാൻ. സായി

നാഥറാവുവിന് കാര്യങ്ങൾ അറിയാവുന്നതുകൊണ്ട് അദ്ദേഹം മുതൽ അടച്ചു തീർന്നപ്പോൾ ഭാനുവിനോട് തുടർന്ന് പണം അടയ്ക്കേണ്ടതില്ല എന്ന് പറഞ്ഞു.

നിർമ്മാതാക്കളെ സമീപിച്ചും സിനിമാചർച്ചകളിൽ പങ്കെടുത്തും ഗാനങ്ങൾ കമ്പോസ് ചെയ്തും പാടിയും ഉദയഭാനു മദ്രാസിൽ കഴിച്ചു കൂട്ടിയ കാലമത്രയും ഒന്നു ഞെരുങ്ങി തന്നെയായിരുന്നു ജീവിച്ചത്. അദ്ദേഹം ആരോടും ഒന്നിനോടും പരാതിപ്പെട്ടില്ല. അവസരങ്ങൾ തട്ടി എടുത്തവരും അവഗണിച്ചവരും അപമാനിച്ചവരും എല്ലാം ഈ സുഹൃദ് സംഘത്തിൽ ഉണ്ടായിരുന്നു. ഇരുകൈയും നീട്ടി അവരെയെല്ലാം നിറ പുഞ്ചിരിയോടെ സ്നേഹത്തോടെ ഉദയഭാനു സ്വീകരിച്ചു.

മദ്രാസ് ജീവിതത്തിന്റെ ബാലൻസ്ഷീറ്റിൽ ആകെ ഉള്ളത് ഒരു ലക്ഷത്തിൽ അധികം രൂപയുടെ കടവും 60 സിനിമാഗാനങ്ങളുമാണ്.

തിരുവനന്തപുരത്തേക്ക്

വാർത്താവിതരണ രംഗത്ത് പല പുതിയ മുന്നേറ്റങ്ങളും മാറ്റങ്ങളും രാജ്യത്ത് ഉടനീളം സംഭവിക്കുന്ന കാലം.

തിരുവിതാംകൂർ രാജകുടുംബത്തിന്റെ താല്പര്യപ്രകാരം ആരംഭിച്ച റേഡിയോ ട്രാവൻകൂർ ആൾ ഇന്ത്യ റേഡിയോയുടെ ഭാഗമായത് ഈ കാലത്താണ്. ആകാശവാണി തിരുവനന്തപുരം നിലയം ദിവാന്റെ ഔദ്യോഗിക വസതിയായ ഭക്തിവിലാസത്തിലേക്ക് ആധുനിക സജ്ജീകരണങ്ങളോടെ മാറ്റി സ്ഥാപിച്ചു പുതിയ ജനകീയ പരിപാടികൾ ഉൾപ്പെടുത്തി പ്രചാരണം വർദ്ധിപ്പിക്കുവാൻ വേണ്ട ശ്രമങ്ങൾ ഈ കാലത്ത് നടക്കുകയും ചെയ്തു. അന്നത്തെ സ്റ്റേഷൻ ഡയറക്ടർ ആയിരുന്ന ജി പി ശക്തിധരൻ നായർ ജി പി എസ് നായർ എന്ന ചുരുക്കപ്പേരിൽ അറിയപ്പെട്ടിരുന്നു. അദ്ദേഹത്തിന്റെ നേതൃത്വത്തിൽ ആയിരുന്നു പല പരിഷ്കരണ പദ്ധതികളും ആകാശവാണിയിൽ നടന്നത്. അത്തരത്തിൽ നടത്തപ്പെട്ട ഒരു പരിപാടിയായിരുന്നു ക്ഷണിക്കപ്പെട്ട സദസ്സ്. ഈ പരിപാടി അവതരിപ്പിക്കുന്നതിനായി ഉദയഭാനുവിനെ ഗായകനും സംഗീതസംവിധായകനും എന്ന നിലയിൽ ക്ഷണിച്ചു. തിരുവനന്തപുരത്തേക്കുള്ള ഉദയഭാനുവിന്റെ യാത്രയും ഈ ആകാശവാണി പരിപാടിയും പല പ്രമുഖ വ്യക്തികളുമായുള്ള സൗഹൃദം പുതുക്കാനുള്ള അവസരമായി. പരിപാടിക്ക് ശേഷം ജി പി എസ് നായർ ഉദയഭാനുവിനെ തിരുവനന്തപുരം നിലയത്തിലേക്ക് ഉദ്യോഗസ്ഥനായി ക്ഷണിച്ചു. പെട്ടെന്ന് മറുപടി പറയാൻ പറ്റില്ലയെന്നും ഒരാഴ്ചത്തെ സാവകാശം വേണമെന്നും ഉദയഭാനു അറിയിച്ചു. ആകാശവാണി ഒരുപാട് മാറ്റങ്ങൾക്ക് വിധേയമായിക്കൊണ്ടിരിക്കുന്ന കാലഘട്ടമായിരുന്നു അത്. പല പുതിയ പരിപാടികളും ഉൾപ്പെടുത്തി ജനകീയവല്ക്കരണത്തിന്റെ പാതയിലേക്ക് മാറുകയായിരുന്നു

ആകാശവാണി. ഈ മാറ്റങ്ങൾ സസൂക്ഷ്മം നിരീക്ഷിച്ച ഉദയഭാനു ഒരാഴ്ചത്തെ ആലോചനയ്ക്ക് ശേഷം സമ്മതംമൂളി. കോഴിക്കോട് നിലയത്തെപ്പോലെ തന്നെ തിരുവനന്തപുരത്തും സാഹിത്യസാംസ്കാരിക രംഗത്തെ പല പ്രമുഖരും ജോലി നോക്കിയിരുന്നു. മഹാകവി ജി ശങ്കരക്കുറുപ്പ്, കേശവദേവ്, സി ജെ തോമസ് തുടങ്ങി പല പ്രമുഖ സാഹിത്യകാരന്മാരും ആകാശവാണിയിൽ ആദ്യകാലത്ത് സേവനം അനുഷ്ഠിച്ചവരാണ്. പ്രക്ഷേപണമന്ത്രാലയത്തിൽ മാറി മാറി വരുന്ന മന്ത്രിമാരുടെ ഭാവനയ്ക്കും നിർബ്ബന്ധത്തിനും അനുസരിച്ച് ജോലി ചെയ്യേണ്ടുന്ന അവസ്ഥ അന്നുമുണ്ട്. എങ്കിലും കേരളത്തിൽ തിരുവനന്തപുരത്ത് വന്ന് താമസിക്കാൻ ഉദയഭാനുവിനും കുടുംബത്തിനും താല്പര്യം ഉണ്ടായിരുന്നു. മാത്രവുമല്ല ശമ്പളത്തിൽ ഗണ്യമായ വർദ്ധനവും ഉണ്ടായിട്ടുണ്ട്. ഈ കാലയളവിൽ മദ്രാസിൽ അനുഭവിച്ച സാമ്പത്തിക ഞെരുക്കത്തിന് ഒരു പരിഹാരം ആവുമെങ്കിൽ ആകട്ടെ എന്ന് ഉദയഭാനു തീർച്ചപ്പെടുത്തി. ദിവസങ്ങൾക്കകം ഉദയഭാനു തിരുവനന്തപുരം ആകാശവാണി നിലയത്തിൽ സ്റ്റാഫ് ആർട്ടിസ്റ്റായി ജോലിയിൽ പ്രവേശിച്ചു. അനൗൺസറായിട്ടായിരുന്നു തുടക്കം. കെ പത്മനാഭൻ നായർ ആയിരുന്നു നിലയത്തിന്റെ സംഗീത വിഭാഗം പ്രൊഡ്യൂസർ. പത്മനാഭൻനായരെയും അദ്ദേഹത്തിന്റെ ഭാര്യയും ഗായികയുമായ ശാന്താ പി നായരെയും ഉദയഭാനുവിന് നേരത്തെ തന്നെ പരിചയം ഉണ്ടായിരുന്നു. ഈയിടയ്ക്ക് ജി പി എസ് നായർ വിരമിച്ചു. തുടർന്ന് ജോസഫ് വെണ്ണിയൂർ ചുമതലയേറ്റു. അദ്ദേഹവുമായും ഉദയഭാനുവിന് സൗഹൃദം ഉണ്ടായിരുന്നു. ഉദയഭാനു ശിഷ്ടകാലം ജീവിച്ചതും സാംസ്കാരിക പ്രവർത്തനം നടത്തിയതും തിരുവനന്തപുരത്തായിരുന്നു. സംഭവബഹുലമായിരുന്നു അദ്ദേഹത്തിന്റെ തിരുവനന്തപുരത്തെ ജീവിതം.

തിരുവനന്തപുരത്ത് വഴുതക്കാട് ആകാശവാണിക്ക് അടുത്ത് വാടകവീട്ടിലായിരുന്നു ആദ്യം താമസിച്ചത്. തുടർന്ന് ജഗതിയിലേക്ക് മാറി. ആകാശവാണിയിലെ വാർത്താവിഭാഗത്തിന്റെ ചുമതലക്കാരനായ പ്രതാപവർമ്മ ഉദയഭാനുവിന്റെ അയൽവാസി ആയിരുന്നു. പ്രതാപവർമ്മയും ഉദയഭാനുവും സഹപ്രവർത്തകർ എന്നതിലുപരി ഉറ്റസുഹൃത്തുക്കൾ കൂടി ആയിരുന്നു. പരന്നവായനക്കാരായ വർമ്മയ്ക്കും ഉദയഭാനുവിനും പൊതുവായി ഒട്ടനവധി വിഷയങ്ങൾ ഉണ്ടായിരുന്നു ചർച്ച ചെയ്യാൻ. അതുകൊണ്ടുതന്നെ അവരുടെ സൗഹൃദവും സംഭാഷണവും വ്യത്യസ്തമായ ഒരു മാനം കൈവരിച്ചു. തുടർന്ന് കണ്ണേറ്റുമുക്ക്, ഡി പി ഐ, കവടിയാർ, പേരൂർക്കട തുടങ്ങി അവസാനകാലത്ത് മ്യൂസിയം ജങ്ഷനിലെ ഫ്ളാറ്റ് എന്നിവിടങ്ങളിലെല്ലാം ഉദയഭാനു മാറിമാറി താമസിച്ചു. ഒരിക്കലും സ്ഥലം വാങ്ങണമെന്നോ വീട് വയ്ക്കണമെന്നോ തോന്നിയില്ല. ധനവും സ്വത്തും ആർജ്ജിക്കുന്നതിൽ തല്പരനായിരുന്നില്ല അദ്ദേഹം. അവസാനകാലത്ത് താമസിച്ചിരുന്ന മ്യൂസിയത്തിലെ ഫ്ളാറ്റ് മകൻ രാജീവ് വാങ്ങിയതായിരുന്നു. വീട് വയ്ക്കുന്നത് ഗൗരവമായി എടു

ത്തിരുന്നു എങ്കിൽ അദ്ദേഹത്തിന് വളരെ നിഷ്പ്രയാസം സാധിക്കുമായിരുന്നു. സ്ഥലം വില്ക്കാനുണ്ട് എന്നു പറഞ്ഞ് ആരെങ്കിലും സമീപിച്ചാൽ അവരെ കളിയാക്കി തിരിച്ചയക്കുന്ന ശീലമായിരുന്നു ഉദയഭാനുവിന്. സ്വന്തം വീട് ഇല്ലാത്തതിലും വാടകവീടുകൾ മാറിമാറി പോകുന്നതിലുള്ള ബുദ്ധിമുട്ടിലും ഭാര്യ വിജയലക്ഷ്മിക്ക് വലിയ പ്രതിഷേധവും അമർഷവും ഉണ്ടായിരുന്നു. അവർ അത് പ്രകടിപ്പിക്കാറുമുണ്ടായിരുന്നു.

ഇന്നത്തെ അത്രയും തിരക്കില്ലായിരുന്നു പഴയ തിരുവനന്തപുരം നഗരത്തിന്. പലരും സായാഹ്ന സവാരിക്കും മറ്റും ആശ്രയിച്ചിരുന്നത് പ്രധാന വീഥിയായ എം ജി റോഡ് തന്നെയായിരുന്നു. ഇതിൽ പല പ്രമുഖരും ഉൾപ്പെടുമായിരുന്നു. ഉദയഭാനുവും സായാഹ്നസവാരിക്ക് തെരഞ്ഞെടുത്തത് പ്രധാന വീഥി തന്നെ. തിരുവനന്തപുരം നിവാസികൾക്ക് പതിവു കാഴ്ചയായിരുന്നു ഉദയഭാനുവിന്റെയും കുടുംബത്തിന്റെയും സായാഹ്ന സവാരി. മുന്നിൽ വളഞ്ഞകാലൻ കുടയും കടുംവർണ്ണത്തിലുള്ള ഉടുപ്പുമിട്ട് ഉദയഭാനുവും തൊട്ടു പിറകിൽ നിശ്ചിത അകലം പാലിച്ച് ഭാര്യ വിജയലക്ഷ്മിയും അതിനു പിറകിൽ മകൻ രാജീവും പാളയം മുതൽ കിഴക്കേകോട്ട വരെയും തിരിച്ചുമായിരുന്നു നടപ്പ്. വൈകുന്നേരം ഏതെങ്കിലും റസ്റ്റോറന്റിൽ കയറി ഭക്ഷണം കഴിച്ചിട്ടാണ് അവർ വീട്ടിലേക്ക് പോകുന്നത്. ഓഫീസ് കഴിഞ്ഞ് വീട്ടിലെത്തിയാൽ കുടുംബത്തെയും കൂട്ടി പുറത്ത് പോവുക അദ്ദേഹത്തിന്റെ ശീലമായിരുന്നു.

തിരുവനന്തപുരം ആകാശവാണിയിൽ അനൗൺസർ എന്ന രീതിയിലും സംഗീത പരിപാടികൾ ചെയ്യുന്നതിലും ഉദയഭാനു പ്രത്യേകം ശ്രദ്ധിച്ചു. നിലയത്തിലെ സഹപ്രവർത്തകരും ഡയറക്ടർ അടക്കമുള്ള ഉന്നത ഉദ്യോഗസ്ഥരും മറ്റെവിടെത്തെയും എന്നപോലെ ഇവിടെയും

ഉദയഭാനുവുമായി നല്ല ബന്ധം പുലർത്തിയിരുന്നു. ആകാശവാണിയിലെ രണ്ട് തലമുറയ്ക്ക് ഒപ്പം ജോലി ചെയ്യാനുള്ള ഭാഗ്യവും അദ്ദേഹത്തിനു സിദ്ധിച്ചു. ആത്മ മിത്രങ്ങളുടെയും സുഹൃത്തുക്കളുടെയും പേര് പറയുക എന്നത് സാഹസികതയാകും എന്നത് കൊണ്ട് തന്നെ അതിന് മുതിരുന്നില്ല. തിരുവനന്തപുരം നിലയത്തിലെ സേവനകാലത്ത് പല നല്ല പരിപാടികൾ ഒറ്റയ്ക്ക് അവതരിപ്പിക്കാനും മികവുറ്റ പല പരിപാടികളുടെ ഭാഗമാകാനും ഉദയഭാനുവിന് സാധിച്ചു. പ്രസിദ്ധ സംഗീത സംവിധായകരായ എം ജി രാധാകൃഷ്ണനും പെരുമ്പാവൂർ ജി രവീന്ദ്രനാഥും അദ്ദേഹത്തിന്റെ സഹപ്രവർത്തകരും ഒപ്പം നല്ല സുഹൃത്തുക്കളും ആയിരുന്നു. ലളിതസംഗീതം ചിട്ടപ്പെടുത്തി അവതരിപ്പിക്കുക, സംഘഗാനം സംഘടിപ്പിക്കുക, സംഗീതപാഠങ്ങൾ അവതരിപ്പിക്കുക തുടങ്ങി നിരവധി ജോലികൾക്ക് പുറമെ 'ഇൻവൈറ്റഡ് ഓഡിയൻസ്' പരിപാടിയുടെ റിഹേഴ്സൽ ജോലികളും ഉണ്ട് മ്യൂസിക് വിഭാഗത്തിന്. അന്ന് ആകാശവാണിയിൽ സംഗീതപാഠം ഏറെ ശ്രദ്ധ പിടിച്ചു പറ്റിയ പരിപാടിയായിരുന്നു. പ്രശസ്തരായ പല പ്രമുഖരുടെ ഗാനങ്ങളും സംഗീത പരിപാടിയിലൂടെ ശ്രോതാക്കളിൽ എത്തിക്കാൻ ആകാശവാണി സംഗീത വിഭാഗത്തിന് കഴിഞ്ഞു ചിത്ര അടക്കം ഇന്നത്തെ തലമുറയിലെ പല നല്ല പാട്ടുകാരെയും കണ്ടെത്തിയതും ഉദയഭാനു അടങ്ങുന്ന സംഗീത വിഭാഗം തന്നെ. കെ ജയകുമാർ രചന നിർവ്വഹിച്ച് ഉദയഭാനു ചിട്ടപ്പെടുത്തിയ *ചിങ്ങപ്പൊയ്ക* എന്ന സംഗീത ശില്പം ദേശീയ പുരസ്കാരത്തിന് അർഹമായി. ലളിതസംഗീത ശാഖയെ സാംസ്കാരിക ഭൂപടത്തിൽ അടയാളപ്പെടുത്താൻ ആകാശവാണി ചെയ്ത സംഭാവന ചരിത്രത്തിന്റെ ഭാഗമാണ്. ഉദയഭാനുവിന്റെ സംഗീത ജീവിതത്തിൽ അദ്ദേഹത്തിന് ആത്മാഭിമാനത്തോടുകൂടിത്തന്നെ ഓർക്കാവുന്ന ഏടുകളാണ് ആകാശവാണിയിൽ അദ്ദേഹം സംവിധാനം ചെയ്ത ലളിത ഗാനങ്ങൾ. മലയാളികളുടെ ഓർമ്മയിൽ അന്നും ഇന്നും എന്നും പച്ചപിടിച്ചു നില്ക്കുന്ന ഇത്തരം ഗാനങ്ങൾ നിരവധിയാണ്. "എന്നിട്ടും വന്നിലല്ലോ," "മലയാള കവിതേ," "സ്നേഹമെന്നമുത്ത്" എന്നീ ഗാനങ്ങൾ മലയാള ലളിതഗാന സംഗീത ശാഖയ്ക്ക് മുതൽക്കൂട്ടാണ്. ലളിതഗാനസംഗീതസംവിധായകൻ എന്ന പദവി നല്കി എങ്കിലും അദ്ദേഹത്തിന് അന്തർദ്ദേശീയ പുരസ്കാരം കിട്ടിയത് ഫോക് ഗായകൻ ആയിട്ടായിരുന്നു. 1986 ലെ ഏഷ്യാ പസഫിക് ബ്രോഡ്കാസ്റ്റിങ് യൂണിയന്റെ അവാർഡിന് അർഹമായ ഗാനം ആലപിച്ചത് ഉദയഭാനു ആയിരുന്നു. കാവാലം നാരായണപ്പണിക്കർ രചന നിർവ്വഹിച്ച "മുകിലേ മണിമുകിലേ" എന്ന ഗാനത്തിനാണ് അവാർഡ് ലഭിച്ചത്. ഈ ഗാനത്തിന്റെ സംഗീത സംവിധാനം നിർവ്വഹിച്ചത് പെരുമ്പാവൂർ ജി രവീന്ദ്രനാഥ് ആണ്. പ്രസിദ്ധ പുല്ലാങ്കുഴൽ വിദഗ്ദ്ധൻ കെ എസ് ഗോപാലകൃഷ്ണൻ, ഗിറ്റാറിസ്റ്റ് എസ് എ സ്വാമി, തബലിസ്റ്റ് നടരാജൻ എന്നിവരായിരുന്നു പിന്നണി വാദ്യക്കാർ. അവാർഡ് വാങ്ങാൻ ഈ അഞ്ചംഗ സംഘം സിംഗപ്പൂരിലേക്ക് പോയി.

സിംഗപ്പൂരിലേക്ക് വീണ്ടും

എട്ടാം വയസ്സിൽ അമ്മയുടെ വേർപാടായിരുന്നു ഉദയഭാനുവിന്റെ ജീവിതത്തിലെ ഏറ്റവും വലിയ നഷ്ടം. വർഷങ്ങൾ പലത് കഴിഞ്ഞുപോയെങ്കിലും ഉദയഭാനുവിന്റെ മനസ്സിന്റെ നീറ്റൽ മാറിയിരുന്നില്ല. താൻ കുട്ടിക്കാലം കഴിച്ചുകൂട്ടിയ സിംഗപ്പൂരിലേക്ക് ഏഷ്യാ പസഫിക് ബ്രോഡ് കാസ്റ്റ് യൂണിയന്റെ അവാർഡ് വാങ്ങാൻ പോകണം എന്നറിഞ്ഞ നിമിഷം മുതൽ വല്ലാത്തൊരു മാനസിക അവസ്ഥയിലായിരുന്നു ഉദയഭാനു. നാല്പതു വർഷങ്ങൾക്ക് ശേഷം വീണ്ടും ആ മണ്ണിലേക്ക്. യുദ്ധത്തിന്റെ വറുതിയുടെ, ഭീതിയുടെ, നഷ്ടത്തിന്റെ ആ മണ്ണിലേക്ക് വീണ്ടും. ഏഷ്യയിലെ ഏറ്റവും മികച്ച ഫോക്ഗായകനായി തെരഞ്ഞെടുക്കപ്പെട്ടതിനുള്ള അവാർഡ് വാങ്ങുക എന്നത് കരിയറിലെ ഒരു വലിയ കുതിച്ചുചാട്ടം തന്നെ എന്നതിൽ സംശയമില്ല. എങ്കിലും എന്തോ ഒരു അസ്വസ്ഥത അദ്ദേഹത്തെ അലട്ടിയതായി അടുത്ത സുഹൃത്തുക്കളോട് അദ്ദേഹം പറഞ്ഞു. സിംഗപ്പൂരിൽ യോർക്ക് ഹോട്ടലിലായിരുന്നു താമസം. അന്ന് സിംഗപ്പൂർ ഹൈക്കമ്മീഷണർ ആയിരുന്ന കിടങ്ങൂർ ഗോപാലകൃഷ്ണപിള്ള കേരളത്തിൽ നിന്നുവന്ന ഗായകസംഘത്തിന്റെ കാര്യത്തിൽ പ്രത്യേകം താല്പര്യം എടുത്തതുകൊണ്ട് ഒന്നിനും ഒരു കുറവും ഉണ്ടായില്ല.

കുട്ടിക്കാലത്ത് നടന്ന വഴികളിലൂടെ ഉദയഭാനു ഒരിക്കൽക്കൂടി നടന്നു. വർഷങ്ങൾ കഴിഞ്ഞിട്ടും അദ്ദേഹം വഴികളൊന്നും മറന്നില്ല. നടന്നുനടന്ന് അദ്ദേഹം കിൻപാ റോഡിലെ 37-ാം നമ്പർ വീടിനു മുന്നിലെത്തി. വീടിന്റെ വാതിൽ അടഞ്ഞുകിടക്കുകയായിരുന്നു. ഉദയഭാനു ആ വീട്ടിലേക്ക് നോക്കി കുറെ നേരം നിന്നു. ഒരു അപരിചിതൻ വീടിന്റെ മുന്നിൽ വന്നുനിന്ന് വീട്ടിലേക്ക് തന്നെ നോക്കി നില്ക്കുന്നത് ശ്രദ്ധയിൽപ്പെട്ടിട്ടാകണം വീട്ടുടമസ്ഥൻ കതക് തുറന്ന് പുറത്തിറങ്ങി കാര്യം തിരക്കി. മറുപടി പറയാൻ ഉദയഭാനു ഒന്നുവിക്കി. “ഞാൻ ബാല്യകാലം

ചെലവഴിച്ചത് ഇവിടെയാണ്. എനിക്ക് എന്റെ അമ്മയെ നഷ്ടപ്പെട്ടത് ഇവിടെയാണ്." ഉദയഭാനുവിന്റെ ശബ്ദം ഇടറിയപ്പോൾ വീട്ടുടമസ്ഥൻ ഭാനുവിന്റെ കൈയിൽ ഒന്നുപിടിച്ചു. "അകത്തേക്ക് വരൂ" വീട്ടിനകത്ത് കയറിയ ഉദയഭാനു കുറെ നേരം സ്വപ്നത്തിനും യാഥാർത്ഥ്യത്തിനും ഇടയിലുള്ള നൂല്പാലത്തിൽ കൂടി സഞ്ചരിച്ചു. അദ്ദേഹം എല്ലാം തിരിച്ചറിയുകയായിരുന്നു. എന്നെ അനാഥനാക്കിയ വീട്, മാതൃത്വം എനിക്ക് നിഷേധിക്കപ്പെട്ടത് ഇവിടെ വച്ചായിരുന്നു. വിധിയെയും കർമ്മബന്ധത്തെയും ആ നിമിഷം ഉദയഭാനു പഴിച്ചിട്ടുണ്ടാവാം. പക്ഷേ, വിധിയോട് ഉദയഭാനു കലഹിച്ചില്ല. പരിഭവിച്ചുമില്ല. നെഞ്ചിൽ ഒരുവലിയ കല്ല് കയറ്റിവച്ച ഭാരത്തോടെ അല്പസമയത്തിനുശേഷം അദ്ദേഹം ആ വീട് വിട്ടിറങ്ങി. ക്ലിന്റ് റോഡിലെ ബുദ്ധപ്രതിമയും കടന്ന് റൂമിലേക്ക് നടക്കുമ്പോൾ ഉദയഭാനു തിരിച്ചറിയുകയായിരുന്നു, സിംഗപ്പൂർ തനിക്ക് വേദനിപ്പിക്കുന്ന ഒരോർമ്മയാണെന്ന്.

പിറ്റേ ദിവസം വർണ്ണാഭമായ അവാർഡ് ദാനച്ചടങ്ങ് ഏഷ്യയിലെ ഏറ്റവും മികച്ച ഫോക് ഗായകനുള്ള അവാർഡ് ഏറ്റുവാങ്ങി ഉദയഭാനു മതിമറന്ന് പാടി. "മുകിലേ മണിമുകിലേ" അമ്മയുടെ സാന്നിദ്ധ്യവും സാമീപ്യവും ഉദയഭാനുവിന് അനുഭവപ്പെട്ടു. ആ രാവിൽ, ആ കാറ്റിൽ, സ്നേഹത്തിന്റെ ചെപ്പുകുടം അവന് കൈമോശം വന്ന ആ മണ്ണിൽ, ആ അന്തരീക്ഷത്തിൽ അവൻ പാടി നിറച്ചു.

ആകാശവാണി ഔദ്യോഗിക ജീവിതകാലത്ത് നിരവധി ദേശീയ അന്തർദ്ദേശീയ പുരസ്കാരങ്ങൾ ഉദയഭാനുവിന് ലഭിച്ചു. ടോപ്ഗ്രേഡ് മ്യൂസിക് കംപോസർ, ക്രിയേറ്റീവ് മ്യൂസിക്കിനുള്ള ദേശീയ അവാർഡ് (ഡോ. എ പി ജെ അബ്ദുൾ കലാമിൽനിന്ന് എറ്റുവാങ്ങി) അങ്ങനെ നീളുന്നു ആ പട്ടിക. നിരവധി ഗാനങ്ങൾ ശ്രോതാക്കളിൽ എത്തിക്കാൻ ഉദയഭാനുവിന് ആയി. ഒപ്പം പുതിയ തലമുറയിലെ പാട്ടുകാരെ കണ്ടെത്തി ഗാനരംഗത്തേക്ക് കൊണ്ടുവരാനും ഉദയഭാനു എന്നും ശ്രമിച്ചിരുന്നു. 28 വർഷത്തെ ആകാശവാണിയിലെ സേവനകാലം വൈവിദ്ധ്യപൂർണ്ണമാകാൻ ഉദയഭാനുവിന്റെ സ്ഥിരോത്സാഹംകൊണ്ട് സാധിച്ചു. ഉദയഭാനു കണ്ടെത്തിയ പ്രതിഭകൾ, ഇടപഴകിയ പ്രഗത്ഭർ, അവരെല്ലാം ഉദയഭാനുവിനെ ഒരുവിധത്തിൽ അല്ലെങ്കിൽ മറ്റൊരു വിധത്തിൽ സ്വാധീനിച്ചു. അതുപോലെ ഉദയഭാനു അവരെയും.

ചിത്ര, ബീന, അരുന്ധതി, ഭാവനാരാധാകൃഷ്ണൻ, വേണുഗോപാൽ, ശ്രീറാം, എം ജി ശ്രീകുമാർ തുടങ്ങി ഇന്ന് അറിയപ്പെടുന്ന പല ഗായകരെയും കണ്ടെത്തുന്നതിലും അവരുടെ സംഗീതജീവിതത്തിൽ ഓർമ്മിക്കപ്പെടാവുന്ന സംഭാവനകൾ നല്കുന്നതിലും കാരണക്കാരൻ ആവുകയും ചെയ്തു. ഇങ്ങനെയുള്ള പല ബന്ധങ്ങളും അവസാനനാൾവരെ തുടരുകയും ചെയ്തു. അത്തരത്തിലുള്ള ഒരു ബന്ധമാണ് ഗായകനായ രാധാകൃഷ്ണനുമായി ഉള്ളത്. രാധാകൃഷ്ണൻ ഗായകൻ ആകുന്നതിൽ കെ പി ഉദയഭാനു എന്ന സംഗീതജ്ഞന്റെ പ്രേരണയും പ്രോത്സാഹ

നവും വേണ്ടുവോളം ഉണ്ടായിരുന്നു എന്ന് രാധാകൃഷ്ണൻ തുറന്ന് സമ്മതിക്കുന്നു. തിരുവനന്തപുരത്ത് വെച്ച് നടന്ന ഇന്റർ കോളേജിയറ്റ് മത്സരത്തിൽ ജഡ്ജും മത്സരാർത്ഥിയുമായി തുടങ്ങുന്നതാണ് ഇവരുടെ ബന്ധം. രാധാകൃഷ്ണൻ മത്സരത്തിനായി പാടാൻ തെരഞ്ഞെടുത്തത് ഉദയഭാനുവിന്റെ "പ്രിയമുള്ളവളേ" എന്ന പാട്ടായിരുന്നു. പക്ഷേ, അന്ന് രാധാകൃഷ്ണന് സമ്മാനം നേടാൻ കഴിഞ്ഞില്ല. ഫലപ്രഖ്യാപനം വന്നുകഴിഞ്ഞതിനുശേഷം ഉദയഭാനു രാധാകൃഷ്ണനെ വിളിച്ച് പറഞ്ഞു. "നന്നായി പാടി. മത്സരത്തിൽ എല്ലാവർക്കും വിജയിക്കാൻ പറ്റില്ലല്ലോ? പാട്ട് വിടരുത്. ആൾ ഇന്ത്യ റേഡിയോയിൽ ഓഡിഷന് കൊടുക്കണം" എന്നും ഉദയഭാനു നിർദ്ദേശിച്ചു. "കോഴിക്കോട് നിലയത്തിൽ കൊടുത്തിട്ടുണ്ട്" എന്ന് രാധാകൃഷ്ണൻ പറഞ്ഞപ്പോൾ കോഴിക്കോട് നിന്നും കാർഡ് തിരുവനന്തപുരത്തേക്ക് മാറ്റാൻ ഉദയഭാനു നിർദ്ദേശിച്ചു. തിരുവനന്തപുരത്ത് ഓഡിഷൻ നടത്തി ആകാശവാണിയിൽ പാടാൻ ഉള്ള അവസരം ഒരുക്കിക്കൊടുത്തത് ഉദയഭാനു ആയിരുന്നു. പിന്നീട് കോറൽ ഗ്രൂപ്പിലും ബിഹൈ ആർട്ടിസ്റ്റായി ഉയരുന്നതിനും നിമിത്തമായത് ഉദയഭാനു തന്നെ. രാധാകൃഷ്ണൻ ഒരു ഉദാഹരണം മാത്രമാണ്. പത്ത് പെൺകുട്ടികളും പത്ത് ആൺകുട്ടികളും അടങ്ങുന്ന കോറൽ ഗ്രൂപ്പിനെ റിഹേഴ്സൽ നടത്തി ഡൽഹിയിൽ കൊണ്ടുപോയി പാടിക്കാനുള്ള ഉത്തരവാദിത്തം ഭാനുവിനായിരുന്നു. കോറൽ ഗ്രൂപ്പുമായി വിവിധ യാത്രകൾ അദ്ദേഹം നടത്തിയിട്ടുണ്ട്.

ആകാശവാണിയിലെ സേവനകാലത്ത് അദ്ദേഹം ചിട്ടപ്പെടുത്തിയ ഗാനങ്ങൾ നിരവധിയാണ്. ലളിതഗാന ശാഖയ്ക്ക് വേറിട്ടൊരു തലവും ആത്മാവും നല്കാൻ ഉദയഭാനുവിന് കഴിഞ്ഞു. അദ്ദേഹം കവിതയിലെ സൗന്ദര്യവും കാവ്യാത്മകതയും ചോർന്നു പോകാതെ പ്രേക്ഷകരുടെ മനസ്സിൽ എത്തിച്ചു. ഒപ്പം നിരവധി നന്മയുടെ കൂട്ടായ്മകളിൽ പങ്കാളിയാകാനും അതുവഴി സാമൂഹിക നന്മയ്ക്കും മനുഷ്യ പുരോഗതിക്കും ഉതകുന്ന പല സൃഷ്ടികളും നേരിട്ടും കൂട്ടായും ചെയ്യാനും ഉദയഭാനുവിന് കഴിഞ്ഞു. തന്റെ ഔദ്യോഗിക ജീവിതത്തിലെ 28 വർഷം അദ്ദേഹം സേവനം ചെയ്തത് തിരുവനന്തപുരം ആകാശവാണി നിലയത്തിലാണ്. അതുകൊണ്ട് തന്നെ തിരുവനന്തപുരം ആസ്ഥാനമാക്കിക്കൊണ്ടായിരുന്നു അദ്ദേഹത്തിന്റെ എല്ലാ പ്രവർത്തനങ്ങളും.

വീണ്ടും ആകാശവാണിയിൽനിന്ന് പുറത്തേക്ക്

ആകാശവാണി വിടാൻ കാരണമായത് കെ കരുണാകരൻ മുഖ്യമന്ത്രിയായി അധികാരമേറ്റപ്പോൾ കെ പി ഉദയഭാനുവിനെ പബ്ലിക് റിലേഷൻസ് ഓഫീസർ ആയി ക്ഷണിച്ചു. സർവ്വീസ് ബാക്കി ഉണ്ടായിരുന്നിട്ടും മുഖ്യമന്ത്രി കെ കരുണാകരൻ വിചാരിച്ചാൽ ഡെപ്യൂട്ടേഷൻ തരപ്പെടുത്താൻ സാധിക്കുമായിരുന്നെങ്കിലും അത്തരം നൂലാമാലകളിൽ കുടുങ്ങാൻ അദ്ദേഹം ആഗ്രഹിക്കാത്തതുകൊണ്ട് ആകാശവാണിയിൽനിന്നും വോളന്ററി റിട്ടയർമെന്റ് വാങ്ങി. കരുണാകരന് കെ പി കേശവമേനോനോട് ആരാധനയും ബഹുമാനവും ഉള്ളതുകൊണ്ട് ഉദയഭാനുവിനോട് പ്രത്യേക വാത്സല്യം ഉണ്ടായിരുന്നു. അതുകൊണ്ട് തന്നെയാണ് കരുണാകരൻ ആവശ്യപ്പെട്ടപ്പോൾ മറ്റൊന്നും നോക്കാതെ ഉദയഭാനു ജോലി ഉപേക്ഷിച്ച് കൂടെ പോയത്. കരുണാകരന് ആവശ്യമായ പല പബ്ലിസിറ്റി മെറ്റീരിയലും തയ്യാറാക്കിക്കൊടുത്തിരുന്നത് ഉദയഭാനുവായിരുന്നു. പബ്ലിക് റിലേഷൻസ് ഓഫീസറായി ചുമതല ഏറ്റതിനുശേഷം അദ്ദേഹവുമായി കൂടുതൽ അടുത്തു എങ്കിലും ഭരണകാര്യങ്ങളിൽ ഒന്നും ഉദയഭാനു ഇടപെടില്ലായിരുന്നു. നിരവധി യാത്രകൾ ഇവർ ഒരുമിച്ച് നടത്തിയിട്ടുണ്ട്. ചില രസകരമായ സംഭവങ്ങൾ ഇത്തരം സന്ദർഭങ്ങളിൽ ഉണ്ടായിട്ടുമുണ്ട്. കരുണാകരന് ഒപ്പം ചില ഇടങ്ങളിൽ പോകുമ്പോൾ എ ഐ സി സിയിൽനിന്നും വന്ന നേതാവാണ് എന്ന് കരുതി ചിലർ കഷ്ടപ്പെട്ട് ഹിന്ദി പറയാൻ ശ്രമിച്ചതും സ്ഥാനമോഹികളായ ചില പ്രാദേശിക നേതാക്കൾ വേദിയിൽ ഇരിപ്പിടം ഒരുക്കി ഇരുത്തിയതും ആയ നിരവധി സംഭവങ്ങൾ അദ്ദേഹത്തിന്റെ ജീവിതത്തിൽ ഉണ്ടായിട്ടുണ്ട്. കരുണാകരൻ കാലാവധി പൂർത്തിയാകാതെ ഐ എസ് ആർ ഒ ചാരക്കേ

സിനെത്തുടർന്ന് രാജിവച്ചപ്പോൾ ഉദയഭാനുവിന് മുഖ്യമന്ത്രിയുടെ പി ആർ ഒ ജോലി നഷ്ടമായി. തുടർന്ന് കേരളടൂറിസം ഡെവലപ്മെന്റ് കോർപ്പറേഷന്റെ പി ആർ ഒ ആയി നിയമിതനായി. ഉദയഭാനുവിന് അമ്മാവൻ വഴിക്ക് അന്നത്തെ ദേശീയ-പ്രാദേശിക നേതാക്കളുമായി വളരെ അടുത്ത ബന്ധം ഉണ്ടായിരുന്നു. എങ്കിലും പ്രത്യക്ഷ രാഷ്ട്രീയം അദ്ദേഹത്തിന് ഉണ്ടായിരുന്നില്ല. മാനവികതയുടെയും സാഹോദര്യത്തിന്റെയും സ്നേഹത്തിന്റെയും പാരസ്പര്യത്തിന്റെയും സംഗീതത്തിന്റെയും രാഷ്ട്രീയമായിരുന്നു ഉദയഭാനുവിന്റേത്. കരുണാകരനുമായി ഉണ്ടായിരുന്നത് വ്യക്തിബന്ധങ്ങളിൽ തുടങ്ങി പ്രൊഫഷണൽ തലത്തിലേക്ക് മാറിയ ബന്ധമായിരുന്നു എന്ന് ഉദയഭാനു തന്നെ പറഞ്ഞിട്ടുണ്ട്.

മറ്റ് മേഖലകൾ

വിഖ്യാത ചലച്ചിത്രകാരൻ സന്തോഷ് ശിവന്റെ രണ്ട് ഡോക്യുമെന്ററി ചിത്രങ്ങൾക്ക് ഉദയഭാനു സംഗീതം നല്കി *Myth of the tree*, *The Sarpent mother* എന്നിവയാണ് ആ ചിത്രങ്ങൾ. മണ്ണാറശാല നാഗർക്ഷേത്രത്തെക്കുറിച്ച് നിർമ്മിച്ച *Sarpent mother* എന്ന ഡോക്യുമെന്ററി നിരവധി ദേശീയ അന്തർദ്ദേശീയ ഫെസ്റ്റിവലുകളിൽ പ്രദർശിപ്പിച്ച ചിത്രമാണ്. ഈ ചിത്രത്തിന്റെ സംഗീത സംവിധാനത്തിന് ദേശീയ പുരസ്കാരം ഉദയഭാനുവിന് ലഭിച്ചു. നമ്മുടെ നാടൻശീലുകളുടെ സൗന്ദര്യവും സാദ്ധ്യതകളും പരമാവധി പ്രയോജനപ്പെടുത്തി അദ്ദേഹം ഒരുക്കിയ പശ്ചാത്തലസംഗീതം വേറിട്ടൊരു അനുഭവമായിരുന്നു പ്രേക്ഷകർക്ക്.

മനുഷ്യജീവിതവുമായി നേരിട്ട് സംവദിക്കുന്ന കലാരൂപമായ നാടകത്തിനു വേണ്ടിയും ഉദയഭാനു സംഗീതം ചെയ്തു. "എന്റെ ഗുരു, സ്വന്തം അനുഭവങ്ങൾ തന്നെയാണ്. അല്ലാതെ നാടകത്തിൽ എനിക്ക് മറ്റൊരു ഗുരുവോ വഴികാട്ടിയോ ഇല്ല. അതുപോലെ സ്പോൺസർമാരെയും എനിക്ക് ആവശ്യമില്ല. ഞാൻ ജനങ്ങളുടെ നാടകം എഴുതുന്നു. അത് അവർ സ്വീകരിക്കുന്നു." എന്നു പറഞ്ഞ കെ ടി മുഹമ്മദ് എന്ന ജനകീയ നാടക പ്രവർത്തകൻ. നാടകസംബന്ധിയായ രചന, സംവിധാനം, അഭിനയം തുടങ്ങി എല്ലാ മേഖലകളിലും വ്യക്തിമുദ്ര പതിപ്പിച്ച കെ ടി യുമായുള്ള ഉദയഭാനുവിന്റെ ബന്ധം ആരംഭിക്കുന്നത് കോഴിക്കോട് വെച്ചാണ്. ആ സൗഹൃദം വ്യക്തിപരമായി തുടങ്ങി പ്രൊഫഷണലിസത്തിലേക്ക് വളർന്നു. അങ്ങനെയാണ് കെ ടി മുഹമ്മദിന്റെ *മേഘസന്ദേശം* എന്ന നാടകത്തിന്റെ സംഗീതസംവിധായകനായി ഉദയഭാനു എത്തുന്നത്. ഊഷ്മളമായ വരവേല്പാണ് സാംസ്കാരിക കേരളം *മേഘസന്ദേശ*ത്തിനു നല്കിയത്. സംസ്ഥാന സർക്കാരിന്റെ ആ വർഷത്തെ നാടകസംഗീത സംവിധാനത്തിനുള്ള അവാർഡിന് *മേഘസന്ദേശം* അർഹമായി. ഒപ്പം വിവിധ വിഭാഗങ്ങൾക്ക് നിരവധി പുരസ്കാരങ്ങളും ഈ നാടകത്തിന് ലഭിച്ചു.

ഓൾഡ് ഈസ് ഗോൾഡ്

'ഓൾഡ് ഈസ് ഗോൾഡ്' എന്ന ആശയം വളരെ അവിചാരിതമായി ഉടലെടുത്ത ഒന്നാണ്. 1985 ലെ സംസ്ഥാന ചലച്ചിത്ര അവാർഡ് ദാനച്ചടങ്ങ് എറണാകുളം ജി സി ഡി എ ആഡിറ്റോറിയത്തിൽ വച്ച് നടത്താൻ സംസ്ഥാന സർക്കാർ തീരുമാനിച്ചിരുന്നു. അവാർഡ് ദാനച്ചടങ്ങിനോടനുബന്ധിച്ച് ചലച്ചിത്ര പരിഷത്തിന്റെ കലാപരിപാടിയാണ് അവതരിപ്പിക്കാൻ തീരുമാനിച്ചിരുന്നത്. ചടങ്ങിന് ഏതാനും ദിവസങ്ങൾക്ക് മുമ്പ് ചലച്ചിത്ര പരിഷത്ത് പരിപാടിയിൽനിന്നും പിന്മാറി. ഈ സാഹചര്യത്തിൽ അന്നത്തെ പബ്ലിക് റിലേഷൻസ് ഡയറക്ടർ ആയിരുന്ന തോട്ടം രാജശേഖരൻ ഉദയഭാനുവിനെ സമീപിക്കുകയും നല്ല ഒരു കലാപരിപാടി നടത്തണമെന്ന് ആവശ്യപ്പെടുകയും ചെയ്തു. ഈ സാഹചര്യത്തിൽ പൊങ്ങിവന്ന ആശയമാണ് 'ഓൾഡ് ഈസ് ഗോൾഡ്'. പഴയ തലമുറയിലെ പാട്ടുകൾ അവ പാടിയ ഗായകരെക്കൊണ്ടുതന്നെ വേദിയിൽ പാടിപ്പിക്കുക എന്നതായിരുന്നു 'ഓൾഡ് ഈസ് ഗോൾഡ്' എന്ന പരിപാടി. കമുകറ, യേശുദാസ്, ജയചന്ദ്രൻ, ആന്റോ, ബ്രഹ്മാനന്ദൻ, സീറോ ബാബു, ജാനകി, ലീല, സുശീല, വാണിജയറാം, ജോർജ്ജ് തുടങ്ങിയ ഗായകർ അവർ ആദ്യ നാളുകളിൽ പാടിയ ചലച്ചിത്ര ഗാനങ്ങൾ വേദിയിൽ അവതരിപ്പിക്കുക എന്ന ആശയമാണ് ഉദയഭാനു മുന്നോട്ടുവെച്ചത്. തോട്ടം രാജശേഖരന് ഈ ആശയം ഇഷ്ടമായി. പരിപാടിയുടെ അവതാരകനായി പ്രശസ്ത ഗാനരചയിതാവ് പി ഭാസ്കരൻ മാഷ് കൂടി എത്തിയപ്പോൾ പരിപാടിക്ക് പുതിയ മാനം കൈവന്നു. ജി സി ഡി എ സ്റ്റേഡിയത്തിലെ പരിപാടി ആസ്വാദകർ നെഞ്ചിലേറ്റി. പാടിപ്പതിഞ്ഞ ഗാനങ്ങൾ മലയാളിക്ക് ഗൃഹാതുരത്വം ഉണ്ടാക്കുന്നു എന്ന തിരിച്ചറിവ് ഉദയഭാനുവിനും സംഘത്തിനും വല്ലാത്തൊരു ആവേശം നല്കി. പുതിയ തലമുറ പരിപാടി ഏറ്റെടുത്തു എന്നത് തുടർന്നും പരിപാടിയുമായി മുന്നോട്ട് പോകാനുള്ള പ്രചോദനമായി. ഉദയഭാനു പിന്നീട് നിരവധി വേദികളിൽ 'ഓൾഡ് ഈസ് ഗോൾഡ്' അവതരിപ്പിച്ചു. പി ഭാസ്കരൻ മാസ്റ്റർക്ക് പകരം സ്പോട്ട് സുരേഷ് അവതാരകനായി. പറ്റാവുന്നത്ര പഴയകാല പാട്ടുകാരെത്തന്നെ ഉദയഭാനു വേദിയിൽ എത്തിച്ചു. പലരും വഴിയിൽ യാത്ര പറഞ്ഞു പിരിഞ്ഞു പോയപ്പോൾ പുതിയ തലമുറയിലെ ഗായകരെ ആ സ്ഥാനത്തേക്ക് അദ്ദേഹം കൊണ്ടുവന്നു. ഉദയഭാനു തീർത്തും കിടപ്പാകുന്നതു വരെ ഇന്ത്യക്ക് അകത്തും പുറത്തും എണ്ണൂറിൽക്കൂടുതൽ വേദികളിൽ ഓൾഡ് ഈസ് ഗോൾഡ് അവതരിപ്പിച്ചു. ഈ പരിപാടികളിൽ എല്ലാം പ്രധാന സംഘാടകനായും അനൗൺസറായും ഉദയഭാനുവിന്റെ സന്തത സഹചാരിയായ സുരേഷ് ഉണ്ടായിരുന്നു.

ഉദയഭാനുവിനെ മദ്യപാനിയായി ചിത്രീകരിക്കുന്ന ഒരു വലിയ വിഭാഗം ഉണ്ട്. ഒരു കുപ്പി മദ്യം വാങ്ങിക്കൊടുത്താൽ ആകാശവാണിയിൽ പരിപാടിയും ഓഡീഷനും ശരിയാവും എന്നുവരെ ഇക്കൂട്ടർ പറഞ്ഞു

പ്രചരിപ്പിച്ചിരുന്നു. ഇത് അദ്ദേഹത്തെ സ്നേഹിക്കുന്ന അടുപ്പമുള്ളവർക്ക് വലിയ വേദന ഉണ്ടാക്കിയ കാര്യമാണ്. യാത്രയിലോ അതുപോലെ മറ്റ് അവസരങ്ങളിലോ ഈ വിഷയം അദ്ദേഹത്തോട് സൂചിപ്പിക്കുകയാണെങ്കിൽ അദ്ദേഹം പറയുന്ന മറുപടി, "അത് എന്റെ വേഷം കണ്ട് അവർ തെറ്റിദ്ധരിച്ച് പറയുന്നതാണ്. സത്യം എനിക്കും നിങ്ങൾക്കും അറിയാമല്ലോ?" ഇത്തരത്തിലുള്ള അപവാദ പ്രചരണങ്ങൾ ഒന്നും അദ്ദേഹം കാര്യമായി എടുക്കാറില്ല. അദ്ദേഹത്തിന്റെ ലഹരി ജീവിതം ആയിരുന്നു. അതും വർണ്ണാഭമായ ജീവിതം. ആരവങ്ങൾ അദ്ദേഹത്തിന് എന്നും ഹരമായിരുന്നു. സംഗീതം ജീവിതത്തിൽ ഒരു ഘടകം മാത്രമായിരുന്നു അദ്ദേഹത്തിനെന്ന് പലപ്പോഴും തോന്നിപ്പോകും.

ഉദയഭാനു യാത്രയെ ഏറെ ഇഷ്ടപ്പെട്ടിരുന്നു. സ്വദേശത്തായാലും വിദേശത്തായാലും യാത്ര ഒരു അനുഭവമാക്കാൻ അദ്ദേഹം ശ്രദ്ധിച്ചിരുന്നു.

ഏത് ജീവിത സാഹചര്യവുമായും താദാത്മ്യം പ്രാപിക്കാനുള്ള കഴിവ് അദ്ദേഹത്തിനുണ്ടായിരുന്നു. വിദേശത്ത് പോയാൽ എല്ലാ ഭക്ഷണവും അദ്ദേഹം പരീക്ഷിക്കും. പാശ്ചാത്യരീതിയിലുള്ള ഒരു പാർട്ടിയിലാണെങ്കിൽ ആ രീതികളുമായി ഇഴുകിച്ചേരാൻ ഒട്ടും താമസം വേണ്ട. ബാല്യകാലത്തെ സിംഗപ്പൂർ ജീവിതവും തുടർന്നുള്ള ഊട്ടി ജീവിതവും അദ്ദേഹത്തെ അത്തരത്തിൽ രൂപപ്പെടുത്തിയിരുന്നു. യാത്രയ്ക്കിടയിൽ ഇന്ന ഭക്ഷണം തന്നെ വേണം എന്ന് ഒരിക്കലും ശാഠ്യം പിടിക്കാറില്ല. Style of eating അദ്ദേഹത്തിന് നന്നായി അറിയാം. പക്ഷേ, അതിന് അദ്ദേഹം നില്ക്കാറില്ല. വിവിധ രാജ്യങ്ങളിലെ ഭക്ഷണത്തെക്കുറിച്ചും ഭക്ഷണരീതികളെക്കുറിച്ചും നല്ല ജ്ഞാനം ഉണ്ടായിരുന്നു. വിപണിയിൽ ഇറങ്ങുന്ന എല്ലാ ഉല്പന്നങ്ങളെക്കുറിച്ചും പഠിക്കുക എന്നത്

അദ്ദേഹത്തിന്റെ പ്രത്യേകതയായിരുന്നു. സ്ത്രീകൾ ഉപയോഗിക്കുന്ന നെയിൽപോളിഷ്, ലിപ്സ്റ്റിക് എന്നിവയെക്കുറിച്ചുപോലും വേണമെങ്കിൽ ഉദയഭാനു മണിക്കൂറുകളോളം സംസാരിക്കും. ഓരോ ബ്രാന്റിനെക്കുറിച്ചും മനസ്സിലാക്കി വിപണിയിലെ പുതിയ ചലനങ്ങളും സ്പന്ദനങ്ങളും അദ്ദേഹം സസൂക്ഷ്മം നിരീക്ഷിച്ച് പഠനം നടത്തിയിരുന്നു. നമുക്ക് വാങ്ങാൻ പറ്റിയില്ല എങ്കിലും ഇതിനെക്കുറിച്ച് ഒക്കെ മനസ്സിലാക്കിയിരിക്കണം എന്നുള്ളതായിരുന്നു അദ്ദേഹത്തിന്റെ പക്ഷം.

ഒരിക്കൽ ഗായകസംഘത്തോടൊപ്പം ദോഹയിൽ എത്തിയപ്പോൾ പ്രഭാതസവാരിക്ക് പോയ ഉദയഭാനു പതിവ് സമയം കഴിഞ്ഞിട്ടും തിരിച്ചെത്തിയില്ല. കൂടെ ഉണ്ടായിരുന്നവർ പരിഭ്രമിച്ചു. കുറെ കഴിഞ്ഞ് തിരിച്ചുവന്ന ഉദയഭാനുവിനോട് ചോദിച്ചപ്പോൾ അദ്ദേഹം പറഞ്ഞത് “ഞാൻ നടന്നു പോയപ്പോൾ ഒരിടത്ത് ബെൻസ്കാറിന്റെ എക്സിബിഷൻ നടക്കുകയായിരുന്നു. അവിടെക്കയറി, കാറിനെക്കുറിച്ചുള്ള വിശദമായ വിവരങ്ങൾ അവർ എനിക്ക് പറഞ്ഞുതന്നു. കുറെ ബ്രോഷറുകൾ അദ്ദേഹം ശേഖരിച്ചിരുന്നു. ഇംഗ്ലീഷ് ഭാഷയിലുള്ള സ്വാധീനവും അദ്ദേഹത്തിന്റെ രൂപവും കൊണ്ട് എവിടെ ചെന്നാലും ഹാർദ്ദമായിത്തന്നെ എല്ലാവരും സ്വീകരിക്കുമായിരുന്നു. വളരെ നന്നായി വായിക്കുമായിരുന്ന ഉദയഭാനു തനിക്ക് ചുറ്റും നടക്കുന്ന എല്ലാ കാര്യങ്ങളെക്കുറിച്ചും തികച്ചും ബോധവനായിരുന്നു. രാഷ്ട്രീയം, സിനിമ, സാംസ്കാരികം എന്നിങ്ങനെ എല്ലാ വിഷയങ്ങളും അദ്ദേഹം അപ്ഡേറ്റ് ചെയ്യുമായിരുന്നു. ഉദയഭാനു ആരെയും കുറ്റപ്പെടുത്തുകയോ നിരാശപ്പെടുത്തുകയോ ചെയ്യാറില്ല. പറ്റുന്ന രീതിയിൽ എല്ലാം പ്രോത്സാഹിപ്പിക്കുകയാണ് പതിവ്. എങ്കിലും ചിലപ്പോൾ ചിലരെക്കുറിച്ച് ഒരു വരിയിൽ ചില നെഗറ്റീവ് കമന്റുകൾ പറയുമായിരുന്നു. ‘എന്താ ഇയാൾ പാടുന്നത്’ എന്ന് വളരെ അടുപ്പമുള്ളവരോട് മാത്രം പറയും.

‘ഓൾഡ് ഈസ് ഗോൾഡ്’ അതിന്റെ ജൈത്രയാത്ര ഇന്ത്യയിലും പുറത്തും നടത്തുന്നകാലം. മധുരിക്കുന്നതും കയ്പേറിയതുമായി പല അനുഭവങ്ങൾ ഉദയഭാനുവിന് ഉണ്ടായിട്ടുണ്ട്. ചിലയിടങ്ങളിൽ സാമ്പത്തികമായി വളരെ നഷ്ടം വന്ന സന്ദർഭങ്ങളിലും അദ്ദേഹം പരിപാടി നടത്തിയിരുന്നു. വലിയ സാമ്പത്തിക നേട്ടം ഉണ്ടാക്കുക എന്ന ഉദ്ദേശം ഒരിക്കലും ഉണ്ടായിട്ടില്ല. ഗായക സംഘത്തോട് ഒപ്പമുള്ള യാത്ര, ആൾക്കൂട്ടം തുടങ്ങിയവയായിരുന്നു ഉദയഭാനുവിനെ നയിച്ചിരുന്ന വികാരം.

ആയിടയ്ക്ക് തുഞ്ചൻപ്പറമ്പിൽ ‘ഓൾഡ് ഈസ് ഗോൾഡി’ന്റേതായി പരിപാടി നടന്നു. പറഞ്ഞിരുന്ന പ്രതിഫലം വളരെ കുറവായിരുന്നു. എന്നിട്ടും സുഹൃത്ത് എം ടി വാസുദേവൻനായരെപ്പോലുള്ള പ്രഗത്ഭമതികൾക്കു മുന്നിൽ പരിപാടി അവതരിപ്പിക്കാനുള്ള അവസരം ഉണ്ടാകുന്നതിൽ അദ്ദേഹത്തിന് വലിയ സന്തോഷം ആയിരുന്നു. സംഘാടകരെ സംബന്ധിച്ചിടത്തോളം ഗാനമേളയ്ക്ക് ഉള്ള വേദി അല്ലാഞ്ഞിട്ടും ഉദയ

ഭാനുവിന് പരിപാടി കൊടുക്കുകയാണ് ചെയ്തത്. ഇത്തരത്തിൽ പരിപാടി കൊടുക്കുമ്പോൾ പഴയ പാട്ടുകാരുടെ സംഗമം തുഞ്ചൻപറമ്പിൽ ഉണ്ടാകട്ടെ എന്ന് സംഘാടകർ വിചാരിച്ചു. പരിപാടികഴിഞ്ഞ് പ്രതിഫലത്തുക പറഞ്ഞ് ഉറപ്പിച്ചതിലും വളരെ കുറവാണ് കൊടുത്തത്. ഉദയഭാനു ഒരു നീരസവും കാട്ടിയില്ല. പണം വാങ്ങുമ്പോൾ അദ്ദേഹത്തിന്റെ കൈവിറച്ചു എന്നത് സത്യം. കാരണം ഈ തുക ആർക്കും വീതിച്ചു കൊടുക്കാൻ കഴിയില്ല എന്നു മാത്രമല്ല, ചെലവിനുള്ള പണം വേറെ കണ്ടെത്തേണ്ട അവസ്ഥയുമായിരുന്നു. കൂടെ ഉണ്ടായിരുന്നവർ പ്രതിഷേധിച്ച് ഉദയഭാനുവിനോട് സംസാരിച്ചു എങ്കിലും അക്ഷോഭ്യനായി അദ്ദേഹം പ്രശ്നത്തെ നേരിട്ടു.

നിരവധി ഉത്സവപ്പറമ്പുകളിലും കലാസാംസ്കാരിക സമിതികളുടെ വേദികളിലും ഉദയഭാനുവിന്റെ നേതൃത്വത്തിൽ പരിപാടികൾ അവതരിപ്പിച്ചിട്ടുണ്ട്. ഇടത് അനുഭാവമുള്ള സംഘടനകൾ ഉദയഭാനുവിന് നിരവധി അവസരങ്ങൾ നല്കി. കാര്യമായ പ്രതിഫലം വാങ്ങാതെ ത്യജിച്ചും സഹിച്ചും തന്നെയാണ് ഉദയഭാനു പരിപാടി അവതരിപ്പിച്ചത്. ഉദയഭാനുവിന് മാത്രമേ ഇങ്ങനെ പരിപാടി നടത്താനാകുവെന്ന് എല്ലാവരും സമ്മതിക്കുകയും ചെയ്യും. തുഞ്ചൻപറമ്പിനു ശേഷം പിറ്റേ ദിവസം ആലപ്പുഴയിൽ ആയിരുന്നു പരിപാടി. വളരെ കഷ്ടപ്പെട്ട് ട്രെയിനിലായിരുന്നു ആലപ്പുഴയിലേക്ക് പോയത്.

കരിവെള്ളൂർ മുരളിക്ക് ഉദയഭാനുവിനോട് വല്ലാത്തൊരു അടുപ്പം ഉണ്ടായിരുന്നു. അതുകൊണ്ട് നിരവധി പരിപാടികൾ ലഭിച്ചിരുന്നു. കൂടുതലും മലബാറിലായിരുന്നു മുരളി വേദി ഒരുക്കിക്കൊടുത്തിരുന്നത്. ട്രെയിൻ യാത്രകളിൽ ഉദയഭാനു സെക്കന്റ് ക്ലാസിൽ മറ്റ് കലാകാരന്മാർക്ക് ഒപ്പം തന്നെയാണ് യാത്രചെയ്യാറ്. മുതിർന്ന ഗായകനായ കമുകറയും ഒരു ഉപാധികളും ഇല്ലാതെ ഉദയഭാനുവിന് ഒപ്പം നില്ക്കുമായിരുന്നു. ട്രെയിനിൽ അല്ലാത്തപ്പോൾ ടെമ്പോ ട്രാവലറിൽ ആയിരുന്നു സംഘം യാത്ര ചെയ്തിരുന്നത്. വഴിയിൽ തട്ടുകടയിൽനിന്ന് ഭക്ഷണം കഴിച്ചും തമാശകൾ പറഞ്ഞ് പൊട്ടിച്ചിരിച്ചും അവരിൽ ഒരാളായി ഉദയഭാനു കൂടെ ഉണ്ടാവും. സംഘത്തിലെ വി ഐ പി ഗായിക ലീല ആണെന്ന് ഉദയഭാനു പറയുമായിരുന്നു. അവർ നിബന്ധനകൾ വയ്ക്കുമായിരുന്നു. ട്രെയിനിൽ എ സി ടിക്കറ്റ്, ഭക്ഷണം തുടങ്ങിയ എല്ലാ നിബന്ധനകളും ഒരു സാധാരണ സംഘാടകനെപ്പോലെ നിന്ന് ഉദയഭാനു ചെയ്തുകൊടുക്കുമായിരുന്നു. അതിൽ ഒരു പ്രതിഷേധവും കാണിച്ചിരുന്നുമില്ല. ലീല അത് അർഹിക്കുന്നു എന്ന് സ്വകാര്യ സംഭാഷണങ്ങളിൽ അദ്ദേഹം പറയുമായിരുന്നു. ലീല കൂടെ ഉണ്ട് എങ്കിൽ അവർ വെജിറ്റേറിയൻ ആയതുകൊണ്ട് വെജിറ്റേറിയൻ ഭക്ഷണശാല തേടിപ്പിടിച്ച് അവർക്ക് ഭക്ഷണം ഒരുക്കുമായിരുന്നു. ഇത്തരം ഘട്ടങ്ങളിൽ ഉദയഭാനു നോൺവെജിറ്റേറിയൻ ഭക്ഷണം ഒഴിവാക്കുകയും ചെയ്യും. കലാകാര

ന്മാർക്ക് അർഹിക്കുന്ന പരിഗണന നല്കാൻ അദ്ദേഹം ശ്രദ്ധിച്ചിരുന്നു.

നിരന്തര യാത്രകളാണ് ഈ കാലഘട്ടത്തിൽ ഉദയഭാനുവിനും സംഘത്തിനും ഉണ്ടായിരുന്നത്. കൈനഷ്ടം ആണെങ്കിലും പരിപാടികൾ ഒന്നും അദ്ദേഹം വിടാറില്ല. ഒരിക്കൽ ഡൽഹിയിൽ വച്ച് നടന്ന പരിപാടിക്ക് പോകുന്നതിനായി സെക്കന്റ് ക്ലാസ് ടിക്കറ്റ് എടുത്തു. ഉദയഭാനുവും യാത്ര സെക്കന്റ് ക്ലാസിലാണ്. പ്രതിഫലതുക കുറവായതുകൊണ്ടാണ് സെക്കന്റ് ക്ലാസ് ടിക്കറ്റ് എടുത്തത്. സെക്കന്റ് ക്ലാസിൽ യാത്ര ചെയ്യുന്നതിന് ചിലർക്ക് മുറുമുറുപ്പ് ഉണ്ടായിരുന്നു. അവർ അത് ഉദയഭാനുവിനോട് പ്രകടിപ്പിക്കുകയും ചെയ്തു. ഈ പ്രതിഷേധങ്ങൾ എല്ലാം കേട്ടറിഞ്ഞതല്ലാതെ പ്രതികരിച്ചില്ല. കാലം ഇത്തരത്തിൽ പെരുമാറിയവരെ തിരുത്തി എന്നുവേണം പറയാൻ. പിന്നീട് പരിപാടികൾ കുറഞ്ഞപ്പോൾ ഇക്കൂട്ടർക്ക് ഉണ്ടായ വീണ്ടുവിചാരവും കുറ്റബോധവും പശ്ചാത്താപത്തിന് വഴിമാറി. പലരും ഇത് നേരിട്ട് അദ്ദേഹത്തോട് സമ്മതിക്കുകയും ചെയ്തു. അവസരങ്ങൾ കുറഞ്ഞ് വീട്ടിൽ ഇരിക്കേണ്ടി വന്നപ്പോഴാണ് അവർക്ക് വീണ്ടുവിചാരം ഉണ്ടായത് എന്നുമാത്രം. ഉദയഭാനു അപ്പോഴും തന്റെ നിസ്സംഗതവെടിയാതെ നിന്നു. ഒരിക്കൽപ്പോലും അദ്ദേഹം അവരോട് നീരസം പ്രകടിപ്പിച്ചിട്ടില്ല.

തൃശൂർ തേക്കിൻകാട് മൈതാനം. കമ്യൂണിസ്റ്റ് പാർട്ടി ഓഫ് ഇന്ത്യ മാർക്സിസ്റ്റിന്റെ സംസ്ഥാന സമ്മേളനം. പൂഴി വാരിയിട്ടാൽ നിലത്ത് വീഴാത്തത്രയ്ക്ക് ജനം. തൃശൂർ ചെങ്കടലായി മാറിയിരിക്കുന്നു. പൊതു സമ്മേളനത്തിന് മുന്നോടിയായുള്ള സാംസ്കാരിക പരിപാടിക്ക് ഉദയഭാനുവാണ് നേതൃത്വം നല്കിയത്. കമുകറ പുരുഷോത്തമൻ, കെ പി എ സി സുലോചന, ആമച്ചൽ രവി, സി ഒ ആന്റോ, എം എസ് നസീം, കല്ലറ ഗോപൻ തുടങ്ങി പ്രഗത്ഭ ഗായകരുടെ നിരതന്നെ ഉണ്ട്. വേദിയിൽ സഖാക്കൾ അണിനിരന്നു. സമ്മേളനം തുടങ്ങുന്നതിനുമുമ്പ്, വിപ്ലവഗാനങ്ങൾ പാടണം എന്ന് കരിവെള്ളൂർ മുരളി ആവശ്യപ്പെട്ടു. ഉദയഭാനു സമ്മതിച്ചു. “ബലികുടീരങ്ങളെ” എന്ന സംഘഗാനത്തോടുകൂടി തുടങ്ങി. സഖാക്കളുടെ ആവേശം തിരതല്ലി. ഏത് പാട്ടുകാരനും ഒരു പാട്ട് പാടണം എന്നു തോന്നുന്ന വേദി. രണ്ടാമതായി “ഈ മണ്ണിൽ വീണ നിന്റെ...” മണ്ണിൽ ഈ നല്ല മണ്ണിൽ” തുടങ്ങിയ പാട്ടുകൾ കത്തിക്കയറിയപ്പോൾ അണികളുടെ ആവേശം അണപൊട്ടി. ഇതെല്ലാം കണ്ടുകൊണ്ടിരുന്നപ്പോൾ കമുകറ ഉദയഭാനുവിനോട് പറഞ്ഞു: “എനിക്കും ഒരുപാട്ട് പാടണം.” ‘ഈശ്വരചിന്തയും ആത്മവിദ്യാലയവും’ പാടുന്ന പാട്ടുകാരന് പാടാൻ പറ്റിയ ഏത് പാട്ട്. ഉദയഭാനു ഒരു നിമിഷം ആലോചിച്ചു. “വില്ലും ശരവും കൈകളിലേന്തിയ” എന്നു തുടങ്ങുന്ന ഗാനം പാടൂ. ഉദയഭാനുവിന്റെ നിർദ്ദേശം വന്നു. ദേവരാജൻ സംഗീതം നല്കിയ ആ പാട്ടിന് ഒരു വിപ്ലവഗാനത്തിന്റെ മൂഡ് ഉണ്ടായിരുന്നു. അത് സാധാരണ ഗാനമേളകളിൽ അവതരിപ്പിക്കുന്നതല്ല. ആ പാട്ട് വേദി സഹർഷം സ്വീകരിച്ചു. പാട്ട്

കഴിഞ്ഞ ഉടൻ സഖാക്കൾ വിളിച്ചു പറഞ്ഞു, "സഖാവ് കമുകറ പുരുഷോത്തമൻ കീ ജെയ്" ഇത് കമുകറയെ വല്ലാതെ വികാരാധീനനാക്കി. അദ്ദേഹം ഉദയഭാനുവിനോട് പറഞ്ഞു: "കമ്യൂണിസ്റ്റുകാർ ഡീസന്റാണ്." കമുകറയുടെ പാട്ടു കഴിഞ്ഞ ഉടനെതന്നെ സഖാവ് ഇ കെ നായനാർ വേദിയിലെത്തി ഗാനമേള താല്ക്കാലികമായി നിർത്തിവെച്ച് സമ്മേളന നടപടികൾ തുടങ്ങി. അതുകൊണ്ട് ആദ്യത്തെ സെഷനിൽ ഉദയഭാനു പാടിയില്ല. ഗായകസംഘം വിശ്രമത്തിനായി അടുത്ത ലോഡ്ജ് മുറിയിലേക്ക് പോകുകയും സമ്മേളനം കഴിഞ്ഞ് വീണ്ടും ഗാനമേള ആരംഭിക്കുകയും ചെയ്തു. ഇത്തരത്തിൽ ഇടത് മുന്നണിയുടെയും സി പി ഐ (എം)ന്റെയും നിരവധി പരിപാടികളിൽ ഉദയഭാനുവും സംഘവും ഗായകരായി എത്തിയിട്ടുണ്ട്. സംഘാടകരുടെ ആവശ്യം എന്താണോ അതനുസരിച്ചുള്ള ഗാനങ്ങൾ നല്കാൻ ഉദയഭാനു ശ്രദ്ധിച്ചിരുന്നു. പരിപാടിയുടെ വിജയത്തിനുവേണ്ടി മാത്രമേ അദ്ദേഹം നിലകൊള്ളൂ. അതിന് ഒരു കോട്ടവും വരാൻ ഇടയാക്കില്ല. എല്ലാം ലാഘവബുദ്ധിയോടെ കാണുന്ന ഉദയഭാനു സംഗീതവും സംഗീതപരിപാടികളും വളരെ ഗൗരവത്തോടെതന്നെയാണ് കണ്ടിരുന്നത്. അദ്ദേഹം മനസ്സിൽ ഉദ്ദേശിക്കുന്ന രീതിയിൽ പരിപാടികൾ നന്നാക്കാൻ വേണ്ടതെല്ലാം ചെയ്യുമായിരുന്നു. എന്തെല്ലാം പരിമിതികൾ ഉണ്ടായിരുന്നാലും പരിപാടിയുടെ കാര്യത്തിൽ ഒരു അനുരഞ്ജനത്തിനും തയ്യാറാകുമായിരുന്നില്ല ഉദയഭാനു.

ഫോർട്ട് കൊച്ചിയിലെ പരിപാടി. മദ്യം ഒഴുകുന്ന സ്ഥലം എങ്കിലും സംഗീതത്തെ വളരെ ഗൗരവത്തോടെ കാണുന്നവരായിരുന്നു അവിടുത്തുകാർ. ഗായകസംഘത്തിൽ ആന്റോയും ഉണ്ട്. ബന്ധുക്കളും സുഹൃത്തുക്കളുമായി ഒട്ടനവധി പേരുള്ള സ്ഥലം ആയതുകൊണ്ടുതന്നെ പരിപാടിസ്ഥലത്ത് എത്തിയ ഉടൻതന്നെ ആന്റോ അപ്രത്യക്ഷനായി. ആരോ കൊണ്ടുപോയി നന്നായി സൽക്കരിച്ചു. അങ്ങനെ വേദിയിൽ കയറാൻ കഴിഞ്ഞില്ല എന്നു മാത്രമല്ല പരിപാടി നടക്കുന്ന സ്കൂളിന്റെ ചവിട്ടുപടിയിൽ ഒരു ബോധവുമില്ലാതെ കിടക്കുകയും ചെയ്തു. പലരും ഉദയഭാനുവിനോട് പരാതി പറഞ്ഞു. "കള്ള് കണ്ടുപിടിച്ചവരാണ് ഞങ്ങ, ഞങ്ങ പോലും ഇത് ചെയ്യില്ല." ഉദയഭാനു ഒന്നും പ്രതികരിച്ചില്ല. സംഘം താമസസ്ഥലത്തേക്ക് പോകുമ്പോൾ ആന്റോയെ കൂടെ കൂട്ടാൻ ശ്രമിച്ചെങ്കിലും സാധിച്ചില്ല. ആന്റോയെ എഴുന്നേല്പിക്കാൻ നടത്തിയ ശ്രമങ്ങൾ എല്ലാം വിഫലം ആവുകയായിരുന്നു. മറ്റു പോംവഴികൾ ഇല്ലാതെ സംഘം അദ്ദേഹത്തെ അവിടെ ഉപേക്ഷിച്ച് പോവുകയാണുണ്ടായത്. ഉദയഭാനുവിന് ഈ സംഭവം വളരെ വിഷമം ഉണ്ടാക്കി. ഉദയഭാനു സുരേഷിനെ വിളിച്ച് പ്രതിഫലത്തുക കൊടുത്തിട്ട് പറഞ്ഞു, "എനിക്ക് ആന്റോയെ കാണണ്ട സുരേഷ് തന്നെ പൈസ കൊടുത്താൽ മതി." റൂമിലെത്തിയ സുരേഷിന്റെ കൈയിൽനിന്നും പണം ആന്റോ വാങ്ങിയില്ല. "ഭാനുച്ചേട്ടൻ തന്നാലെ വാങ്ങൂ, ഇല്ലെങ്കിൽ ഭാനുച്ചേട്ടന് എന്നോട് പിണക്കമാണ് എന്നാ

ണർത്ഥം." സുരേഷ് ആന്റോയോട് പറഞ്ഞു "താങ്കൾ വന്ന് ഭാനു ചേട്ടനോട് സോറി പറഞ്ഞ് കാശു വാങ്ങൂ." സുരേഷ് ആന്റോയെയും കൂട്ടി ഉദയഭാനുവിന്റെ മുറിയിൽ എത്തി. "ആശാനെ എന്നോട് ക്ഷമിക്കണേ.... ഒരു പറ്റ് പറ്റിപ്പോയി" എന്നു പറഞ്ഞുകൊണ്ടാണ് ആന്റോ മുറിയിലേക്ക് കയറിയത്. "എന്തുപണിയാണ് ആന്റോ നിങ്ങളീ കാണിക്കുന്നത്" എന്നു പറഞ്ഞു ഒരുപാട് ഉപദേശിച്ചു. കഴിഞ്ഞ ദിവസത്തെ പ്രതിഫലത്തുക കൈയിൽ വെച്ചുകൊടുത്തു. കണ്ണു നിറഞ്ഞാണ് ആന്റോ മുറിയിൽനിന്ന് പുറത്തിറങ്ങിയത്. ആന്റോ എന്ന ഗായകന്റെ എല്ലാ ദൗർബല്യങ്ങളും നന്നായി അറിയാവുന്ന ആളായിരുന്നു ഉദയഭാനു. അതുകൊണ്ടുതന്നെ അദ്ദേഹത്തിന്റെ എല്ലാ ബലഹീനതകളോടും കൂടി അദ്ദേഹത്തെ സ്നേഹിക്കുകയും കഴിവുകളെ അംഗീകരിക്കുകയും ചെയ്തിരുന്നു. പരിപാടിസ്ഥലത്തും യാത്രകളിലും ആന്റോ പ്രശ്നങ്ങൾ ഉണ്ടാക്കുക പതിവാണ്. എങ്കിലും അദ്ദേഹത്തെ മാറ്റിനിർത്തുകയോ ഒഴിവാക്കുകയോ ചെയ്തിരുന്നില്ല.

മുരളീധരൻ എന്ന സംഘാടകൻ വഴി ഡൽഹിയിൽ 'ഓൾഡ് ഈസ് ഗോൾഡിന്' ഒരു വേദി കിട്ടി. നോയിഡയിൽ ആയിരുന്നു പരിപാടി ശ്രീ ടി എൻ ശേഷൻ മുഖ്യ തിരഞ്ഞെടുപ്പ് കമ്മീഷണർ ആയി സേവനം അനുഷ്ഠിച്ചുവന്നകാലം. അദ്ദേഹം പരിപാടി കാണാൻ ഉണ്ടാകുമെന്ന് സംഘാടകനായ മുരളി ഉദയഭാനുവിനോട് നേരത്തെ പറഞ്ഞിരുന്നു. ശേഷന്റെ സാന്നിദ്ധ്യം ഉണ്ടാകും എന്നുള്ളതുകൊണ്ട് നല്ല സെക്യൂരിറ്റി ആയിരുന്നു ഹാളിലും പരിസരത്തും. ഹാളിലേക്ക് വരുന്ന ഓരോ വ്യക്തിയെയും ദേഹ പരിശോധന കഴിഞ്ഞ് മാത്രമേ അകത്ത് പ്രവേശിപ്പിച്ചിരുന്നുള്ളൂ. 'നാദബ്രഹ്മ' ആയിരുന്നു ഓർക്കസ്ട്ര. അവർ നേരത്തെ തന്നെ സെക്യൂരിറ്റി പരിശോധന കഴിഞ്ഞ് വേദിയിൽ എത്തി മറ്റ് ക്രമീകരണങ്ങൾ ആരംഭിച്ചു. ഗായകരും ഓരോരുത്തരായി എത്തിക്കൊണ്ടിരുന്നു. ആന്റോയെ സെക്യൂരിറ്റിക്കാർ കയറ്റിവിടാതെ പ്രധാന കവാടത്തിൽ തടഞ്ഞു. അദ്ദേഹത്തിന്റെ അരയിൽനിന്നും മദ്യകുപ്പി കണ്ടെത്തിയതായിരുന്നു കാരണം. ഉദയഭാനു സംഭവം അറിഞ്ഞ് പരിഭവിച്ച് അങ്ങോട്ട് പോയില്ല. പാട്ട് പാടാൻ സമയമായപ്പോൾ സുരേഷ് ആന്റോയെ അന്വേഷിച്ചു നടക്കുകയായിരുന്നു. അപ്പോഴാണ് ബാത്ത്റൂമിൽനിന്നും എ കെ 47 പിടിച്ച രണ്ട് സെക്യൂരിറ്റി ഗാർഡിനോടൊപ്പം ആന്റോ വരുന്നത് സുരേഷ് കണ്ടത്. "എന്തുപറ്റി" എന്ന് സുരേഷ് ചോദിച്ചപ്പോൾ, കുപ്പി സെക്യൂരിറ്റി കണ്ടുപിടിച്ചു. രണ്ടെണ്ണം അടിക്കാതെ സ്റ്റേജിൽ കയറാൻ പറ്റില്ല. കുപ്പി ഇവന്മാർക്ക് കൊടുത്തില്ല. കുളിമുറിയിൽ കൊണ്ടുവെച്ചു. അതുകൊണ്ട് മൂത്രമൊഴിക്കാൻ പോലും പൊലീസ് കാവലാണ്. എന്നു പറഞ്ഞ് സ്വതസ്സിദ്ധമായ ശൈലിയിൽ ആന്റോ ചിരിച്ചു.

ഇന്നലെ ട്രെയിൻ യാത്രയിലും രാത്രിയിലെ ഭക്ഷണ സമയത്തും ആന്റോ മദ്യപിച്ചിരുന്നില്ല. പിന്നെ ഈ കുപ്പി എവിടെനിന്ന് സംഘടിപ്പിച്ചു

എന്ന് ആലോചിച്ച് സുരേഷ് ഒരു നിമിഷം അന്തംവിട്ടുനിന്നു. "വാ ചേട്ടാ സമയം ആയി." എന്നുപറഞ്ഞ് സ്റ്റേജിലേക്ക് കൂട്ടിക്കൊണ്ടുപോയി. "മധുരിക്കും ഓർമ്മകളിൽ" തുടങ്ങി "പാപ്പി അപ്പച്ച" എന്നീ ഗാനങ്ങൾ ആന്റോ ആ വേദിയിൽ പാടി. അദ്ദേഹത്തിന്റെ ആ ആലാപന സൗകുമാര്യത്തിനു മുമ്പിൽ എല്ലാം മറന്ന് ഉദയഭാനുവും ആസ്വാദകരും ലയിച്ചിരുന്നു. ഉദയഭാനുവുമായി നല്ല ആത്മബന്ധം പുലർത്തിയിരുന്ന ആന്റോയെ ഉദയഭാനുവിന് ഇഷ്ടമായിരുന്നു. അദ്ദേഹത്തിന്റെ ബുദ്ധിമുട്ടുകൾ ഉദയഭാനു മനസ്സിലാക്കിയിരുന്നു. ഒരു പാട് മധുരിക്കുന്ന ഓർമ്മകൾ ബാക്കിയാക്കി മധുരിക്കാത്ത ഓർമ്മയുടെ ലോകത്തേക്ക് ആന്റോ യാത്രയായി. ആന്റോയുടെ വേർപാട് ഉദയഭാനുവിന് വ്യക്തിപരമായ നഷ്ടം തന്നെയായിരുന്നു.

ഒരു കാലഘട്ടത്തിന്റെ പാട്ടുകൾ വേദിയിൽ അവതരിപ്പിക്കുമ്പോൾ ഉണ്ടാകാവുന്ന സ്വീകാര്യതയെക്കുറിച്ച് വലിയ സംശയങ്ങൾ ഒന്നും ഉദയഭാനുവിനും സംഘത്തിനും ഉണ്ടായിരുന്നില്ല. കേരളത്തിലെ ഉത്സവപ്പറമ്പുകളിലെയും മറ്റ് വേദികളിലെയും അനുഭവം അതായിരുന്നു. എന്നാൽ ഡൽഹിയിലേതുപോലെ ഉള്ള വേദിയിൽ ഒരു ഡിഗ്നിഫൈഡ് ക്ലാസിന്റെ ഇടയിൽ സ്വീകാര്യത ഉണ്ടായി എന്നതും പ്രവാസി മലയാളികൾക്കിടയിൽ അംഗീകാരം നേടാൻ കഴിഞ്ഞതും പ്രത്യേകം എടുത്തുപറയേണ്ട നേട്ടം തന്നെയാണ്. ഉദയഭാനുവിനെപ്പോലുള്ള ഗായകർക്ക് അവരുടെ ശബ്ദത്തിന് ഒരു ഇടർച്ചപോലും ഇല്ലാതെ ശ്രുതിസ്ഥാനം തെറ്റാതെ യൗവനകാലത്ത് എങ്ങനെ പാടിയോ അതിൽനിന്ന് ഒരുപടി മുകളിൽ പാടാൻ കഴിയുന്നു എന്നതും അന്നത്തെ അതേ റിക്കോർഡ് പിച്ചിൽ ആയാസം കൂടാതെ പാടാൻ സാധിക്കുന്നതും ഈ മഹാഗായകന്മാരുടെ മികവ് ഒന്നുകൊണ്ടുമാത്രമാണ്. ഈ കഴിവ് എല്ലാവരെയും അത്ഭുതപ്പെടുത്തുന്നതുമാണ്. സംഘത്തിൽ ഉണ്ടായിരുന്ന യുവ ഗായകർക്ക് മുതിർന്ന ഈ ഗായകർക്കൊപ്പം പാടുമ്പോൾ അവരുടെ താരമൂല്യം വർദ്ധിക്കുന്നു എന്നതും പ്രത്യേകം ശ്രദ്ധേയമാണ്. അവതാരകർ പറയുന്ന വസ്തുതകൾ സാധൂകരിക്കുന്ന കലാകാരന്മാരാണ് വേദിയിൽ എന്നുള്ളതും പരിപാടിക്ക് കൂടുതൽ ആധികാരികതയും വിശ്വാസ്യതയും നല്കുന്നു. അല്ലാതെ ഒരു കാര്യം പറഞ്ഞിട്ട് അതിന്റെ ഡ്യൂപ്ലിക്കേറ്റ് ആയിരുന്നില്ല ഓൾഡ് ഈസ് ഗോൾഡ് അരങ്ങത്ത് അവതരിപ്പിച്ചിരുന്നത്. അതുകൊണ്ടുതന്നെ പരിപാടിയുടെ പരിപാവനതയും കരുത്തും വലുതാണ്. അറുപതുകളിലും എഴുപതുകളിലും എത്തി നില്ക്കുന്ന ഈ ഗായകന്മാർ എല്ലാം ശാരീരികമായി അല്പം ക്ഷീണിച്ചിട്ടുണ്ട് എന്നല്ലാതെ സംഗീതശുദ്ധിക്ക് ഒരു കുറവും വന്നിട്ടില്ല. ഇവർ പ്രത്യേക ഗണത്തിൽ പെടുത്താവുന്ന ഗായകർ തന്നെ ആയിരുന്നു എന്നതിൽ സംശയമില്ല.

ഡൽഹി നോയിഡയിലെ പരിപാടിയുടെ അടുത്തദിവസം എം എ ബേബി നേതൃത്വം നല്കുന്ന "ജനസംസ്കൃതി" എന്ന സംഘടനയുടെ പരിപാടി ആയിരുന്നു. ജനസംസ്കൃതി സാധാരണ ഗാനമേള സംഘടി

പ്പിക്കാറില്ല. ഇന്ത്യൻ ക്ലാസിക്കൽ സംഗീതത്തിന് വേണ്ടി മാത്രമുള്ള വേദിയാണ് ജനസംസ്കൃതിയുടേത്. എന്നിട്ടും എം എ ബേബി മുൻകൈ എടുത്ത് സ്വരലയയുമായി ചേർന്ന് ബാബുരാജ് നൈറ്റ് സംഘടിപ്പിക്കുകയായിരുന്നു. ഇത് കാലഘട്ടത്തിന്റെ തുടിപ്പുകളായിരുന്ന മലയാളികളായ ഡൽഹി നിവാസികൾക്ക് ഗൃഹാതുരത്വവും ഒപ്പം വിസ്മയവും ഉണർത്തി. ഇത്രയും അംഗീകാരവും ജനപിന്തുണയും ഉള്ള സംഘടനകളുടെ നേതൃത്വത്തിൽ ഓൾഡ് ഈസ് ഗോൾഡിന്റെ പരിപാടികൾ അവതരിപ്പിക്കുമ്പോൾ ഈ ഗായകസംഘം അംഗീകരിക്കപ്പെടുകയാണ് ചെയ്തത്.

ഡൽഹിയിലെ പരിപാടികൾ കഴിഞ്ഞ് ഉദയഭാനു വളരെ സന്തോഷവാൻ ആയിരുന്നു. വിശ്രമസമയങ്ങളിൽ എല്ലാം സരോജിനിനഗർ മാർക്കറ്റിലും പാലികബസാറിലും ഖാൻ മാർക്കറ്റിലും കറങ്ങുക എന്നത് അദ്ദേഹത്തിന്റെ പതിവായിരുന്നു. അതുപോലെ തന്നെ ഡൽഹിയിൽ എത്തിയാൽ ഒരു പത്താൻ സ്യൂട്ട് വാങ്ങുക എന്ന പതിവും അദ്ദേഹത്തിനുണ്ട്. കൂടെ പോകുന്നവർക്കും അദ്ദേഹം പലതും വാങ്ങിക്കൊടുക്കും. എവിടെ പോയാലും കുറേ സാധനങ്ങൾ വാങ്ങിക്കൂട്ടുക എന്നത് ഒരു ശീലമായിരുന്നു. വാങ്ങുന്ന സാധനങ്ങൾ നാട്ടിലേക്ക് കൊണ്ടുവരാൻ ഒരു ബാഗും വാങ്ങും. ചിലപ്പോൾ നാട്ടിൽവന്ന് ആ ബാഗ് മാസങ്ങളോളം തുറക്കാതെ വച്ച സംഭവങ്ങളും ഉണ്ടായിട്ടുണ്ട്. ഷോപ്പിങ്ങിൽ വളരെയധികം ഭ്രമം ഉദയഭാനു കാണിച്ചിരുന്നു. മണിക്കൂറുകൾ ചിലവഴിച്ച് കടകൾ തോറും കയറിയിറങ്ങി കണ്ണിൽ കാണുന്നതെല്ലാം വാങ്ങിക്കൂട്ടും. സുഹൃത്തുക്കൾക്ക്, മകന്, മകന്റെ ഭാര്യക്ക്, ചെറുമകന് ഇതായിരുന്നു അദ്ദേഹത്തിന്റെ പതിവ്. ചെറുമകൻ പിറന്നതോടുകൂടി അവന് സാധനങ്ങൾ വാങ്ങുക എന്നതായി പ്രധാന അജണ്ട. ഉണ്ണിക്കുട്ടൻ (ചെറുമകൻ) കൊച്ചായിരുന്നപ്പോൾ കളിപ്പാട്ടങ്ങളും ഉടുപ്പുകളുമായിരുന്നു വാങ്ങിയിരുന്നെങ്കിൽ അവൻ മുതിർന്നപ്പോൾ ടെന്നിസ് ബോളുകളും വിലകൂടിയ ബാറ്റുകളും വാങ്ങുന്നതിലായി ഉദയഭാനുവിന് കമ്പം. ടെന്നീസ് താരങ്ങൾ കൈയിൽ അണിയുന്ന ബാന്റ്, ടീഷർട്ട്, ഷോട്ട്സ്, ക്യാൻവാസ് എന്നിങ്ങനെ നീളുന്നു ആ പട്ടിക. ചെറുമകൻ വളർന്ന് കമ്പ്യൂട്ടർ ഉപയോഗിക്കാറായപ്പോൾ അതും താൻതന്നെ വാങ്ങി അവന് കൊടുക്കണം എന്ന നിർബ്ബന്ധം ഉദയഭാനുവിന് ഉണ്ടായിരുന്നു. സ്നേഹനിധിയായ മുത്തച്ഛന്റെ മനസ്സ് അദ്ദേഹത്തിന്റെ പല പ്രവൃത്തികളിലും നമുക്ക് വായിച്ചെടുക്കാൻ കഴിയും.

2000 ൽ സുരേഷ് ഒരു പരിപാടിക്കായി ദുബായിൽ പോയപ്പോൾ സുരേഷിന്റെ കുട്ടികളുടെ ഫോട്ടോ വെച്ച് കലണ്ടർ പ്രിന്റ് ചെയ്തിരുന്നു. കേരളത്തിൽ അന്ന് ഇതിന് അത്ര പ്രചാരം ഉണ്ടായിരുന്നില്ല. സുരേഷ് പ്രിന്റ് ചെയ്ത കലണ്ടർ ഉദയഭാനു കാണാനിടയായി. അടുത്തവർഷം സുരേഷും ഉദയഭാനുവും ദുബായിൽ പോയപ്പോൾ അവിടെ ചെന്നിറ

ങ്ങിയ ഉടനെ സുരേഷിനോട് ഉദയഭാനു ആവശ്യപ്പെട്ടത് കുട്ടികളുടെ ഫോട്ടോ പ്രിന്റ് ചെയ്ത കലണ്ടർ എവിടെ ലഭിക്കും എന്നായിരുന്നു. റോസ് സ്റ്റുഡിയോയിലെ മുസ്തഫയെ വിളിച്ച് സുരേഷ് കലണ്ടറിന് ഏർപ്പാടാക്കി. ഉണ്ണിക്കുട്ടന്റെ പടം വച്ച കലണ്ടർ കൈയിൽ കിട്ടിയപ്പോൾ ലോകം കീഴടക്കിയ ഭാവമായിരുന്നു അദ്ദേഹത്തിന്. അത്രമേൽ വാത്സല്യമായിരുന്നു ചെറുമകനോട്. ചെറുമകനെ ടെന്നീസ് ക്ലബ്ബിൽ കളിക്കാൻ കൊണ്ടുപോകുന്നതും കൂട്ടിക്കൊണ്ടു വരുന്നതും താൻ തന്നെയാകണം എന്ന് അദ്ദേഹത്തിന് നിർബ്ബന്ധം ഉണ്ടായിരുന്നു. അവിടേക്ക് പോകാൻ ഉദയഭാനുവിന് ഒരു കൂട്ടും ഉണ്ടായിരുന്നു. പിന്നണിഗായകനും തന്റെ സന്തത സഹചാരിയുമായിരുന്ന രാധാകൃഷ്ണൻ ആയിരുന്നു അത്. അവിടെ ലഭിക്കുന്ന സ്പാനിഷ് ഓംലറ്റ് ഉദയഭാനുവിന് വലിയ ഇഷ്ടമായിരുന്നു.

കോറൽ ഗ്രൂപ്പിനൊപ്പം ഡൽഹിയിൽ

പന്ത്രണ്ട് ആൺകുട്ടികളും പത്ത് പെൺകുട്ടികളും അടങ്ങുന്ന കോറൽ ഗ്രൂപ്പുമായി 1998 ൽ ഉദയഭാനു ഡൽഹിയിൽ പരിപാടി അവതരിപ്പിക്കാൻപോയി. ഈ സമയത്ത് മുഖ്യമന്ത്രിയായിരുന്ന ഇ കെ നായനാർ കേരള ഹൗസിൽ ഉണ്ടായിരുന്നു. ഉദയഭാനു നായനാരെ കണ്ടു. കുശലാന്വേഷണത്തിന് ശേഷം കൂടെ 22 കുട്ടികൾ പാടാൻ വന്നിട്ടുണ്ട് എന്നും അവർക്ക് താമസിക്കാൻ ഇടം ലഭിച്ചാൽ വളരെ ആശ്വാസമാകുമെന്നും പറഞ്ഞു. കുട്ടികൾക്ക് പകുതി നിരക്കിൽ മുറി അനുവദിക്കാൻ നായനാർ അപ്പോൾത്തന്നെ നിർദ്ദേശം നല്കി. സാമ്പത്തികമായ ക്ലേശം അനുഭവിക്കുന്ന ആ കോറൽ ഗ്രൂപ്പിന് ഇത് വലിയ അനുഗ്രഹമായി.

ടോപ്പ് റാങ്കിങ് കമ്പോസർ

സർക്കാർ, കലാകാരന്മാർക്ക് ഗ്രേഡ് അനുസരിച്ചാണ് അവരുടെ പ്രതിഫലത്തുക നിശ്ചയിക്കുന്നത്. ഉദയഭാനു വളരെ നേരത്തെ തന്നെ ടോപ്പ് റാങ്കിങ് കമ്പോസറായി നിശ്ചയിക്കപ്പെട്ട വ്യക്തിയാണ്. പ്രമുഖ രായ ടോപ്പ് റാങ്കിങ് കലാകാരന്മാരുടെ റിക്കോർഡിങ് നടത്തുന്ന ദൂര ദർശനിലെ വിഭാഗമാണ് സി പി സി. ഇന്ത്യയിലെ വിവിധ ഭാഷകളിൽ ഗാനങ്ങൾ ഉദയഭാനു കമ്പോസ് ചെയ്തത് ദേശീയ ശൃംഖലയ്ക്ക് വേണ്ടി റിക്കോർഡ് ചെയ്യുന്നതിനാണ് കോറൽ ഗ്രൂപ്പുമായി ഡൽഹിയിൽ എത്തി യത്. മലയാളത്തിന് പുറമെ മറ്റു ഭാഷകളിലെ ഡിക്ഷൻ (പദപ്രയോഗം) കറക്ട് ചെയ്യാൻ ഉദയഭാനു എടുക്കുന്ന പ്രയത്നം വളരെ വലുതാണ്. പഞ്ചാബി ഗാനമാണ് കമ്പോസ് ചെയ്യുന്നത് എങ്കിൽ പഞ്ചാബി അറിയാ വുന്ന, സംഗീതത്തിൽ താല്പര്യമുള്ള ഒരു വ്യക്തിയെ തേടിപ്പിടിച്ച് അദ്ദേ ഹത്തെ സ്റ്റുഡിയോയിൽ കൊണ്ടുവന്ന് ഓരോ വരിയും പാടി കേൾപ്പിച്ച് കറക്റ്റ് ചെയ്യുന്നരീതിയാണ് അദ്ദേഹം സ്വീകരിച്ചിരുന്നത്. പാടുന്നത് മല യാളിക്കുട്ടികൾ ആയതുകൊണ്ട് തന്നെ ഡിക്ഷൻ കറക്ടാവണമെന്ന നിർബ്bന്ധം അദ്ദേഹത്തിന് ഉണ്ടായിരുന്നു. ഇല്ലെങ്കിൽ പാട്ടിന്റെ അവസ്ഥ തന്നെ മാറിപ്പോകും എന്ന് അദ്ദേഹത്തിന് നന്നായി അറിയാമായിരുന്നു. ഇത്തരത്തിൽ ഗൃഹപാഠം ചെയ്ത് റെക്കോഡിങ്ങിന് പോയതുകൊണ്ട് ഡൽഹി ദൂരദർശൻ ഉദ്യോഗസ്ഥർ തന്നെ അത്ഭുതപ്പെട്ടിട്ടുണ്ട്. ഇത്രയും കറക്ടായി ഡിക്ഷൻ എങ്ങനെ ഫോളോ ചെയ്യുന്നു എന്ന് അവർ ഉദയ ഭാനുവിനോട് ചോദിച്ചിട്ടുമുണ്ട്. റീ റെക്കോർഡ് ചെയ്തിട്ടാണ് ഡൽഹി ദൂരദർശൻ ഷൂട്ട് ചെയ്തിരുന്നത്. ഷൂട്ടിങ്ങിനിടയിൽ ഒരിടത്തുപോലും റീടേക്ക് ആവശ്യമായി വന്നതേയില്ല. അത്രയ്ക്ക് ഗംഭീരമായിട്ടാണ് ഉദയഭാനു അത് പ്ലാൻ ചെയ്തതും നടപ്പാക്കിയതും. സി പി സി യിലെ

അദ്ദേഹത്തിന്റെ പ്രകടനം അത്രയ്ക്ക് കൃത്യതയാർന്നതായിരുന്നു. തീർത്തും പ്രൊഫഷണലായിത്തന്നെ ഉദയഭാനു അവിടെ പെരുമാറി. ഈ സമയത്തെല്ലാം ഇരുപത്തിയഞ്ചോളം വരുന്ന സംഘം കേരള ഹൗസിലാണ് താമസിച്ചത്. തിരിച്ച് നാട്ടിലേക്കുള്ള മടക്കയാത്രയിൽ ട്രെയിനിൽ കഴിക്കാനുള്ള ഭക്ഷണം കേരളഹൗസ് ജീവനക്കാർ പൊതിഞ്ഞ് കെട്ടി കൊടുത്തു എന്നതും ശ്രദ്ധേയമാണ്. ഉദയഭാനുവിന്റെ അവരോടുള്ള ഇടപെടൽ ഒന്നുകൊണ്ടുമാത്രമാണിത്. പെൺകുട്ടികളും ആൺകുട്ടികളും അടങ്ങുന്ന സംഘം ഒരുതരത്തിലുള്ള അസ്വാരസ്യങ്ങളും ഇല്ലാതെ സി പി സി യിലെ ഷൂട്ടിങ്ങും റെക്കോഡിങ്ങും പൂർത്തിയാക്കിയാണ് നാട്ടിൽ തിരിച്ചെത്തിയത്. ഈ സംഘത്തിൽ ഉദയഭാനുവിന്റെ സഹായിയായി സുരേഷും ഉണ്ടായിരുന്നു.

ഡൽഹിയിലെ പരിപാടികൾക്കിടയിൽ ഒരു പെൺകുട്ടി പരിപാടികളുടെ വിശദാംശങ്ങൾക്കായി സുരേഷിനെ വിളിച്ച് നിരന്തരം സംസാരിക്കുമായിരുന്നു. സുരേഷ് സംസാരമദ്ധ്യേ പെൺകുട്ടിയോട് തന്റെ വ്യക്തിപരമായ കാര്യങ്ങളും വെളിപ്പെടുത്തിയിരുന്നു. വിവാഹിതനാണെന്നും രണ്ട് കുട്ടികളുടെ അച്ഛനാണെന്നും മറ്റും. ഇത് കേട്ടുനിന്ന ഉദയഭാനുവിന്റെ കമന്റ് ഇങ്ങനെയായിരുന്നു: "മണ്ടാ നീയല്ലാതെ വേറെ ആരെങ്കിലും ഇതെല്ലാം പറയുമോ? എന്നെ ആണെങ്കിൽ ആരും വിളിക്കുന്നുമില്ല." എപ്പോഴും നർമ്മത്തോടെ കാര്യങ്ങൾ കാണാൻ കഴിഞ്ഞിരുന്ന അദ്ദേഹത്തിന് പ്രായക്കുറവുള്ളവരോട് ഇടപഴകുമ്പോൾ അവരുടെ പ്രായത്തിലേക്ക് ഇറങ്ങിച്ചെല്ലാനും ഉന്നത വ്യക്തിത്വങ്ങളോടാണെങ്കിൽ അവർക്കൊപ്പം ഉയരാനും സാധിച്ചിരുന്നു. ഏത് തമാശ വേണമെങ്കിലും അദ്ദേഹത്തോട് പറയാമായിരുന്നു. പറഞ്ഞാൽ അതിന്റെ യഥാർത്ഥ അർത്ഥത്തിൽ ഉൾക്കൊള്ളുകയും ആസ്വദിക്കുകയും ചെയ്യുമായിരുന്നു. മനസ്സുകൊണ്ട് അദ്ദേഹത്തിന് പ്രായം എന്നും പതിനേഴായിരുന്നു.

ഒരു വെളുപ്പാൻ കാലത്ത് പരിപാടിക്ക് പോകുന്നവഴിക്ക് ഷൊർണ്ണൂർ റെയിൽവേ സ്റ്റേഷനിൽ ഉദയഭാനുവും സംഘവും എത്തി. എതിരെ വന്ന ആൾ പരിചയഭാവത്തിൽ ചിരിച്ചുകൊണ്ട് ചോദിച്ചു: "എ എം രാജ അല്ലേ." ഉദയഭാനു നിഷേധിക്കാതെ സങ്കോചവും കൂടാതെ "അതെ" എന്ന് പറഞ്ഞു ഹസ്തദാനം ചെയ്തു. കൂടെ ഉണ്ടായിരുന്നവർ ചോദിച്ചു. "ചേട്ടൻ എന്തിനാണ് അങ്ങനെ ചെയ്തത്." സ്വതഃസിദ്ധമായ രീതിയിൽ മറുപടി വന്നു. "മണ്ടൻ അവന് എ എം രാജയെയും അറിയില്ല. ഉദയഭാനുവിനെയും അറിയില്ല. വേറെ പണിയില്ലേ ഈ വെളുപ്പാൻ കാലത്ത് അവനെ പഠിപ്പിക്കാൻ" എന്നു പറഞ്ഞ് കുലുങ്ങിച്ചിരിച്ചുകൊണ്ട് അദ്ദേഹം പ്ലാറ്റ്ഫോമിലൂടെ നടന്നു. വളരെ സ്പോട്ടീവായാണ് അദ്ദേഹം അതെടുത്തത്. അനുകരണീയമായിരുന്നു ഉദയഭാനുവിന്റെ പെരുമാറ്റവും ഇടപെടലും. ആരുമായും ഒരു വൈരാഗ്യവും വച്ചുപുലർത്താത്ത ആ വ്യക്തിത്വത്തിന് ഉദയസൂര്യന്റെ കാന്തിയും പ്രസരിപ്പും ഉണ്ടായിരുന്നു. ഉദയഭാനു എന്ന തന്റെ പേര് അന്വർത്ഥമാക്കുന്നതായിരുന്നു അദ്ദേഹത്തിന്റെ

ഓരോ ചലനവും പെരുമാറ്റവും ഇടപെടലും. കാല്പനികതയുടെ ലോല ഭാവം അദ്ദേഹം എന്നും കൊണ്ടു നടന്നിരുന്നു. അദ്ദേഹത്തിന്റെ സംഗീതം പോലെ ഒരു കുളിർക്കാറ്റായി നമുക്കിടയിൽ അത് വീശി.

ഏത് കലാകാരന്റെയും സ്വപ്നമാണ് ബോംബെയിലെ ഷൺമുഖ ഹാളിൽ പാടുക എന്നത്. ഉദയഭാനുവിന് ആ ഭാഗ്യം സിദ്ധിച്ചത് വളരെ വൈകിയാണ്. ബോംബെ ആസ്ഥാനമായി പ്രവർത്തിക്കുന്ന രാഗലയ ഗ്രൂപ്പ് ഷൺമുഖ ഹാളിൽ പരിപാടി സംഘടിപ്പിച്ചപ്പോഴാണ് ഉദയഭാനു വിന് ആ ഭാഗ്യം ലഭിച്ചത്. ആ പരിപാടി ലഭിക്കാൻ കാരണക്കാരനായ സുരേഷിന് വേദിയിൽ നന്ദി പ്രകടിപ്പിക്കാൻ ഉദയഭാനു മറന്നില്ല. തനിക്ക് ഒരവസരം തന്നവരെ നന്ദിയോടെ അദ്ദേഹം എന്നും സ്മരിച്ചിരുന്നു. ബോംബെ യാത്ര ഉദയഭാനു ആഘോഷമാക്കി മാറ്റി. പതിവുപോലെ പർച്ചേസും ഭക്ഷണവും സുഹൃദ് സന്ദർശനവുമായി ഓർക്കാവുന്ന യാത്ര കളിൽ ഒന്നായിരുന്നു അത്.

പ്രിയകൂട്ടുകാരൻ കമുകറ

ഉദയഭാനുവിന്റെ സൗഹൃദങ്ങളിൽ അദ്ദേഹത്തിന് പ്രധാനപ്പെട്ടതും വിലപ്പെട്ടതും ആയിരുന്നു കമുകറ പുരുഷോത്തമനുമായുള്ള ബന്ധം. അവർ പരസ്പരം ബഹുമാനിച്ചും അവരവരുടെ ഇടം അവരവർക്കു നല്കിയുമാണ് പ്രവർത്തിച്ചത്. യാത്രയ്ക്കിടയിലും പരിപാടികൾ അവ തരിപ്പിക്കുന്ന അവസരങ്ങളിലും ഇവർ തമ്മിൽ ഒരിക്കൽപ്പോലും നീരസം പ്രകടിപ്പിച്ച് കണ്ടിട്ടില്ല. "ഓൾഡ് ഈസ് ഗോൾഡ്" കേരളത്തിനകത്തും പുറത്തും അതിന്റെ ജൈത്രയാത്ര നടത്തുന്ന കാലം. ആ സീസണിലെ അവസാനത്തെ പരിപാടി തൃശൂർ കുറ്റിമുക്കിലെ കസ്തൂർബ ലൈബ്ര റിയുടെ വാർഷികാഘോഷം ആണ്. ഗായകസംഘം പരിപാടി സ്ഥലത്ത് എത്തുമ്പോൾ അവിടെ ആരും ഇല്ല. അല്പം നിരാശയും മ്ലാനതയും സംഘാംഗങ്ങളുടെ മുഖത്ത് പടർന്നു. കൂട്ടത്തിൽ ആരോ പറഞ്ഞു: "തരാ മെന്ന് പറഞ്ഞിരുന്ന ചക്രം തന്നിരുന്നുവെങ്കിൽ പാട്ടുപോലും പാടാതെ തിരിച്ച് നേരത്തെ അങ്ങ് വീടെത്താമായിരുന്നു." സംഘാടകർ വന്ന് ഗായകസംഘത്തെ താമസത്തിന് ഏർപ്പാട് ചെയ്ത ലോഡ്ജിലേക്ക് കൂട്ടി ക്കൊണ്ട് പോയി. വായനശാലയുടെ നടത്തിപ്പുകാർ ഇടതുപക്ഷ അനു ഭാവമുള്ള സംഘാടകർ ആയിരുന്നു. അവർ കാര്യപരിപാടി ഉദയഭാനു വിനെ ധരിപ്പിച്ചു. ആദ്യം പൊതുസമ്മേളനം അതിനുശേഷം ഗാനമേള. വിശ്രമിച്ച് ഏഴരയോടെ യോഗസ്ഥലത്ത് എത്തിയാൽ മതി എന്ന് സംഘാ ടകർ നിർദ്ദേശിച്ചു. വിശ്രമം കഴിഞ്ഞ് 7.30ന് യോഗസ്ഥലത്ത് എത്തിയ ഉദയഭാനുവും സംഘവും ഒന്ന് അമ്പരന്നു. അത്രയ്ക്ക് ജനം കൂടിയിട്ടു ണ്ടായിരുന്നു അവിടെ. യോഗം തീരുന്നതേ ഉണ്ടായിരുന്നുള്ളൂ. എല്ലാവ രുടെയും കൈയിൽ തെങ്ങിൻപൂക്കുല ഉണ്ടായിരുന്നു. അത് വീശിക്കൊ ണ്ടായിരുന്നു നാട്ടുകാർ ഗായകസംഘത്തെ വരവേറ്റത്. ആൾക്കൂട്ടത്തെ

വകഞ്ഞുമാറ്റി ഉദയഭാനുവും സംഘവും വേദിയിൽ കയറി. അപ്പോഴേക്കും യോഗ നടപടികൾ തീർന്നു. ഒരുക്കങ്ങളെല്ലാം വളരെ പെട്ടെന്ന് പൂർത്തിയായി ഗാനമേളയുടെ അനൗൺസ്മെന്റ് തുടങ്ങി. വേദിയിൽനിന്നും താഴേക്ക് നോക്കുമ്പോൾ വേറൊരു ലോകത്ത് എന്ന് തോന്നിക്കുമാറായിരുന്നു ആൾക്കൂട്ടം. എല്ലാവരുടെയും കൈയിൽ തെങ്ങിൻപൂക്കുല. പോരാത്തതിന് അങ്ങിങ്ങായി വിളക്കും കത്തിച്ച് പിടിച്ചിട്ടുണ്ടായിരുന്നു.

നിറഞ്ഞ ഹർഷാരവത്തോടെയാണ് ഓരോ പാട്ടും അവർ സ്വീകരിച്ചത്. ഒരു ടെമ്പോ ഉള്ള പാട്ട്, പിന്നെ ഒരു മെലഡി എന്ന രീതിയിലാണ് പ്രോഗ്രാം ക്രമീകരിച്ചിരുന്നത്. അവസാനത്തെ പാട്ട് "കിലുകിലുക്കാം.." എന്നു തുടങ്ങുന്ന ഗാനമായിരുന്നു. ആ ഗാനത്തിലെ തെങ്ങിൻ പൂക്കുല പോലെ എന്ന ഭാഗം പാടുമ്പോൾ സദസ്സ് സകല നിയന്ത്രണവും വിട്ട് നൃത്തം വയ്ക്കാൻ തുടങ്ങി. ഗാനമേള നടക്കുമ്പോൾ സാധാരണ ഉദയഭാനു, കമുകറ, പി ലീല തുടങ്ങിയ ഗായകർ ഓർക്കസ്ട്രയ്ക്ക് പിറകിൽ കസേരയിട്ട് ഇരിക്കാറാണ് പതിവ്. "കിലുകിലുക്കാം" എന്ന ഗാനം അന്ന് ആലപിച്ചിരുന്നത് ആന്റോ ആയിരുന്നു. ജനങ്ങളുടെ ആവേശത്തിനൊത്ത് ആന്റോ ഗാനം കൊഴുപ്പിച്ചു ഈ സമയത്ത് ഓർക്കസ്ട്രയ്ക്ക് പിറകിൽ ഇരുന്നിരുന്ന കമുകറ ആന്റോയുടെ അടുത്തുവന്ന് നൃത്തം ചെയ്യാൻ തുടങ്ങി. ഇത് കണ്ട് പിറകിലിരുന്ന ഗായകരെല്ലാം ഒന്നടങ്കം എഴുന്നേറ്റു കമുകറയ്ക്കും ആന്റോയ്ക്കും ഒപ്പം വേദിയിൽ അണിനിരന്നു. പൊതുവെ ഗൗരവക്കാരനായ കമുകറ നൃത്തം ചെയ്യുന്നത് ആദ്യമായാണ് മറ്റ് അംഗങ്ങൾ കാണുന്നത്. കമുകറയുടെ നൃത്തച്ചുവടുകൾ കണ്ട് ഉദയഭാനു കുലുങ്ങിക്കുലുങ്ങി ചിരിച്ചു. കമുകറ ഈ പരിപാടിക്ക് വരുന്നത് തന്നെ വലിയ മനോവിഷമത്തോട് കൂടിയായിരുന്നു. ഗാനമേള കഴിഞ്ഞപ്പോൾ

കമുകറ അല്പം ക്ഷീണിതനായി കണ്ടു. യാത്ര ചെയ്തിരുന്ന ടെമ്പോ ട്രാവലറിന്റെ പുറകിലെ സീറ്റ് സാധാരണയായി സുരേഷോ ആന്റോയോ ആണ് കൈയടക്കാറ്. അന്ന് കമുകറ സുരേഷിനോട് പറഞ്ഞു: "സുരേഷേ എനിക്ക് ഒന്നു കിടക്കണം." സുരേഷ് കമുകറയ്ക്കായി മാറിക്കൊടുത്തു. അദ്ദേഹം അവിടെ കിടക്കുകയും ചെയ്തു. പിറ്റേദിവസം ആറുമണിക്ക് വണ്ടി തിരുവനന്തപുരത്ത് എത്തി. മസ്ക്കറ്റ് ഹോട്ടലിനു സമീപം കമുകറ ഇറങ്ങി. വണ്ടി വരുമ്പോഴേക്കും മകൾ ഗേളി വിളിക്കാനായി കാത്തു നില്പുണ്ടായിരുന്നു. മൂന്നു ദിവസം കഴിഞ്ഞ് കമുകറയുടെ മരണ വാർത്തയാണ് ഉദയഭാനു അറിയുന്നത്. അത് വലിയ ആഘാതമായിരുന്നു അദ്ദേഹത്തിന്. സംഗീതലോകത്തിന് ആകെ വലിയ നഷ്ടവും. കമുകറയുടെ സംഗീതയാത്രയിൽ തുടക്കകാലത്ത് എങ്ങനെ പാടിയോ അതേപോലെ അവസാന നിമിഷം വരെ പാടാൻ അദ്ദേഹത്തിന് സാധിച്ചിരുന്നു. "ഓൾഡ് ഈസ് ഗോൾഡി"ന്റെ പരിപാടികൾ തുടങ്ങുന്നത് കമുകറയുടെ "ഈശ്വ രചിന്ത ഇതൊന്നെ" എന്ന ഗാനത്തോടുകൂടിയാണ്. എൺപതുകളുടെ മദ്ധ്യത്തിൽ ഓൾഡ് ഈസ് ഗോൾഡിന്റെ തുടക്കം മുതൽ ഉദയഭാനുവിനോടൊപ്പം ചേർന്ന് പ്രവർത്തിച്ച ഗായകനായിരുന്നു കമുകറ. ഒരു മുന്നറിയിപ്പോ സൂചനയോ തരാതെ പൂർണ്ണവിരാമമിട്ട് കമുകറ പോയപ്പോൾ "ഓൾഡ് ഈസ് ഗോൾഡ്" ഗായക സംഘത്തിന് ഉണ്ടായ ശൂന്യത പിന്നീട് ഒരിക്കലും നികത്തപ്പെട്ടില്ല. പലപ്പോഴായി മുതിർന്ന ഗായകർ പലരും ഉദയഭാനുവിനെയും സംഗീത ലോകത്തെയും വിട്ട് പോയപ്പോൾ ഉദയഭാനു ഒറ്റപ്പെടുകയായിരുന്നു. അപ്പോഴെല്ലാം അദ്ദേഹം പുതിയ തലമുറയിലെ ഗായകരെ സംഘടിപ്പിച്ച് 'ഓൾഡ് ഈസ് ഗോൾഡ്' മുമ്പോട്ടു കൊണ്ടുപോയി.

ഗാനമേള രംഗത്തെ വെല്ലുവിളി

ദൃശ്യമാധ്യമരംഗത്ത് സംഗീത റിയാലിറ്റി ഷോകൾക്ക് പ്രചാരം വർദ്ധിച്ചതോടുകൂടി ഗാനമേള ബുക്ക് ചെയ്യുന്ന സംഘാടകർക്കും സമിതികൾക്കും അവരുടെ അഭിരുചിയിൽ മാറ്റംവരാൻ തുടങ്ങി. റിയാലിറ്റി ഷോയിലൂടെ പ്രശസ്തരായ ഗായകരെ മതിയായിരുന്നു ഈ കൂട്ടർക്ക്. റിയാലിറ്റി ഷോയിലെ ഗായകർ ഇല്ലെങ്കിൽ ഗാനമേള വേണ്ട എന്നു പറയുന്ന സ്ഥിതി വരെ എത്തി കാര്യങ്ങൾ. ജനപങ്കാളിത്തത്തിന്റെ കാര്യത്തിലും പഴയകാലത്തെ അപേക്ഷിച്ച് ഗണ്യമായ കുറവ് തന്നെ ഉണ്ടായി. ഇത്തരത്തിലുള്ള പ്രതികൂല സാഹചര്യങ്ങളെ പ്രതിരോധത്തിന്റേതായ അവസരങ്ങൾ ഉണ്ടായിരുന്നു. ഒപ്പം ആസ്വാദകരും. പ്രമുഖരായ പല പാട്ടുകാരും ഈ യാഥാർത്ഥ്യം അംഗീകരിക്കുകയും ചെയ്തിട്ടുണ്ട്.

പണം എണ്ണുക എന്നത് ഉദയഭാനുവിന് ഒട്ടും താല്പര്യമുള്ള കാര്യമല്ല. അമ്പലപ്പറമ്പുകളിലും മറ്റും പരിപാടിക്ക് പോയാൽ കിട്ടുന്ന പ്രതിഫലത്തുകയിൽ പത്തുരൂപ നോട്ടായിരിക്കും കൂടുതൽ ഉണ്ടാവുക. ഇത്

എണ്ണിത്തിട്ടപ്പെടുത്തുക എന്നത് വളരെ ശ്രമകരമായ ജോലി തന്നെയാണ്. ഇത്തരം ജോലികൾ അദ്ദേഹം കൂടെ ഉള്ളവരെയാണ് ഏല്പിക്കാറ്.

ആന്റോയുടെയും കമുകറയുടെയും കാലശേഷം പുതുതലമുറയിലെ ഗായകരുമായി 'ഓൾഡ് ഈസ് ഗോൾഡ്' നടത്തുന്ന കാലം പരിപാടിക്കായി തൃശൂരിൽ എത്തി. ടിക്കറ്റ് വച്ച് ആഡിറ്റോറിയത്തിൽ ആയിരുന്നു പരിപാടി. താമസിക്കുന്ന ഗസ്റ്റ് ഹൗസിന്റെ ഹാളിൽ ആഡിറ്റോറിയത്തിലേക്ക് പോകാൻ വാഹനം കാത്ത് എല്ലാവരും നില്ക്കുന്ന സമയത്ത്, ഗസ്റ്റ്ഹൗസ് മാനേജർ സംഘാംഗങ്ങൾക്ക് ഒരു സൂചന നല്കി. “കാശിന്റെ ഇടപാട് ശ്രദ്ധിക്കണം. നടത്തിപ്പുകാരൻ കാശ് ഇടപാടിൽ അത്ര ശരിയല്ല. ഗസ്റ്റ് ഹൗസിൽ കാശ് തരാനുണ്ട്. അതുപോലെ പലർക്കും കാശ് കൊടുക്കാനുണ്ട് എന്നാണ് മനസ്സിലാക്കുന്നത്. അതുകൊണ്ട് മുൻകൂർ പൈസവാങ്ങി പരിപാടി അവതരിപ്പിച്ചാൽ മതി.” സുരേഷും മധുവും സംഘാടകരെ കണ്ട് പണം മുൻകൂർ നല്കണം എന്ന് ആവശ്യപ്പെട്ടു. സംഘാടകർ ഒഴിഞ്ഞുമാറി. എങ്കിലും അവർ വിട്ടില്ല. വേദിയിൽ കയറണമെങ്കിൽ പണം തന്നാൽ മാത്രമേ കയറൂ എന്ന് നിർബ്ബന്ധമായും പറഞ്ഞു. കളക്ഷന്റെ പണം വന്നാൽ ഉടൻ തരാമെന്ന് പറഞ്ഞ് സംഘാടകർ ഒഴിഞ്ഞു മാറിക്കൊണ്ടേയിരുന്നു. സമയം പോയതല്ലാതെ പണം കിട്ടിയില്ല. ഗായകസംഘത്തിന്റെ സമ്മർദ്ദത്തിനു മുമ്പിൽ സംഘാടകർക്ക് മറ്റ് പോംവഴി ഇല്ലാതെയായി. സംഘാടകർ അവരോട് തന്നെ എന്താണ് മാർഗ്ഗം എന്ന് ആരാഞ്ഞു. കൂട്ടത്തിൽ ആരോ ഒരു നിർദ്ദേശം മുന്നോട്ടു വെച്ചു. “ഈടായി വല്ലതും തന്നാൽ പരിപാടി നടത്താം. പണം തരുമ്പോൾ ഈട് തിരിച്ചു തരാം.” സംഘാടകർ സമ്മതിച്ചു. അദ്ദേഹത്തിന്റെ കൂടെ ഉണ്ടായിരുന്ന സ്ത്രീയുടെ സ്വർണ്ണമാലയും വളയും വാങ്ങി മധുവിനെ ഏല്പിച്ചു. സ്വർണ്ണം കൈയിൽ കിട്ടിയപ്പോൾ മധുവിന് ഒരു സംശയം ഇത് വല്ല മുക്കുപണ്ടവും ആണോ? സംശയം ദൂരീകരിച്ചതിന് ശേഷം മതി പരിപാടി എന്ന് അവർ തീരുമാനിച്ചു. കൂട്ടത്തിൽ ഉണ്ടായിരുന്ന ഒരാളുടെ സുഹൃത്ത് തൃശൂരിലെ ജ്വല്ലറി ജീവനക്കാരൻ ആയിരുന്നു. അദ്ദേഹത്തെ വരുത്തി ഈടായി തന്നിരുന്ന വസ്തു സ്വർണ്ണമാണെന്ന് ഉറപ്പുവരുത്തിയശേഷം മാത്രമേ പരിപാടി നടത്തിയുള്ളൂ. ഈ സമയമത്രയും ഉദയഭാനു ഒന്നും മിണ്ടാതെ ഒന്നിലും ഇടപെടാതെ മാറിയിരുന്നു. പരിപാടി തൃശൂരിൽ വച്ചായിരുന്നത് കൊണ്ട് അദ്ദേഹത്തിന്റെ അനുജൻ ചന്ദ്രമോഹനൻ പാട്ടുപാടാനായി എത്തിയിരുന്നു. ഈ സംഭവങ്ങൾ എല്ലാം കണ്ടിട്ട് ചന്ദ്രമോഹനൻ ഉദയഭാനുവിനോട് പറഞ്ഞു: “ഇനി പരിപാടിക്ക് വരുമ്പോൾ തട്ടാനെയും കൂട്ടി വേണം വരാൻ.”

ഉദയഭാനു ഒരിക്കലും പണം മുൻകൂറായി ചോദിക്കുന്ന സ്വഭാവക്കാരനല്ല. ചിലയിടങ്ങളിൽ മുൻകൂറായി പണം കൊടുത്താൽ വാങ്ങുമെന്നു മാത്രം. ഇവിടെ ടിക്കറ്റ് വിറ്റ കാശ് സമയത്തിന് കിട്ടാത്തതാണ് സംഘാടകന് പൈസ തരാൻ കഴിയാതെ പോയത് എന്ന് അദ്ദേഹം വിശദീകരിക്കുന്നുണ്ട്. എങ്കിലും അദ്ദേഹത്തിന്റെ ഉദ്ദേശ്യം പണം കൊടു

ക്കാതെ പരിപാടി ഒപ്പിക്കുക എന്നതായിരുന്നു എന്ന് പെരുമാറ്റത്തിൽനിന്നും മനസ്സിലായതുകൊണ്ടാണ് കൂടെ ഉണ്ടായിരുന്നവർ അത്രയ്ക്ക് കർശനമായ നിലപാട് എടുത്തത്. പരിപാടി കഴിഞ്ഞിട്ട് പണം ലഭിക്കാത്തതുകൊണ്ട് തിരിച്ചു വന്നത് വളരെ ബുദ്ധിമുട്ടിയാണ്. സംഘാംഗങ്ങളുടെ കൈയിലെ ചില്ലറകൾ സ്വരുക്കൂട്ടി ഭക്ഷണം കഴിച്ചാണ് സംഘം മടങ്ങിയത്. കൈയിൽ സ്വർണ്ണമുണ്ട്, പണം ഇല്ല എന്ന വിചിത്രമായ അവസ്ഥയായിരുന്നു. മാസങ്ങൾക്ക് ശേഷമാണ് തൃശൂർ പരിപാടിയുടെ പൈസ കൊടുത്തു തീർത്തത്. കാശ് തന്നതിനുശേഷം സ്വർണ്ണം മടക്കിക്കൊടുത്ത് ഇടപാട് തീർത്തു. ഇത് വേണ്ടായിരുന്നു എന്ന് ഉദയഭാനു പറയുമായിരുന്നു. വഴക്കും വക്കാണവും ഒന്നുമില്ലാതെ പ്രശ്നം തീർന്നപ്പോൾ ഉദയഭാനുവിന് വലിയ ആശ്വാസമായി.

നസീം

മനസ്സുകൊണ്ട് വളരെ അടുപ്പമുള്ള വ്യക്തിയായിരുന്നു ഗായകനായ നസീം. എവിടെയോ വച്ച് ആ ബന്ധത്തിന് ഉലച്ചിൽ വന്നു. ഇത് ഉദയഭാനുവുമായി സഹകരിക്കുന്നവർക്കും അദ്ദേഹം വളർത്തിക്കൊണ്ട് വന്ന കലാകാരന്മാർക്കും വലിയ മാനസിക പ്രയാസം ഉണ്ടാക്കി. നസീം സ്വന്തം നിലയിൽ പിടിക്കുന്ന പരിപാടികളിൽ ഉദയഭാനു സഹകരിക്കുമായിരുന്നു. അദ്ദേഹം ഒരു പാട്ടുകാരനായി ചെന്ന് പാട്ടുപാടുകയും പ്രതിഫലം വാങ്ങുകയും ചെയ്യും. പരിപാടിയുടെ മറ്റ് കാര്യങ്ങളിൽ ഒരിടപെടലും നടത്തുമായിരുന്നില്ല. ഓൾഡ് ഈസ് ഗോൾഡിലെ പല ഗായകരും ഇത്തരത്തിൽ സ്വന്തം പരിപാടികൾ പിടിക്കുമായിരുന്നു. കമുകറ പുരുഷോത്തമൻ പിടിക്കുന്ന പരിപാടിയിൽ എല്ലാവർക്കും പ്രതിഫലം കൊടുത്തശേഷം ബാക്കി വരുന്ന തുക സംഘാംഗങ്ങൾക്ക് തുല്യമായി വീതിക്കുമായിരുന്നു.

നസീം ഉദയഭാനുവിന്റെ കൂടെ ഉണ്ടായിരുന്ന കാലയളവിൽ ഓൾഡ് ഈസ് ഗോൾഡിനുവേണ്ടി പല പരിപാടികളും അദ്ദേഹം വഴിക്കാണ് വന്നത്. നസീമിന് നല്ല വ്യക്തിബന്ധം ഉണ്ടായിരുന്നു. വലിയ തുക പ്രതിഫലം വാങ്ങിയല്ല പല പരിപാടികളും നടത്തിയിരുന്നത്. നസീമുമായുള്ള മാനസിക അകല്ച്ചയ്ക്ക് കാരണം എന്ത് എന്ന് വ്യക്തമല്ല. എങ്കിലും അകല്ച്ച ഉണ്ടായിരുന്നു എന്നത് യാഥാർത്ഥ്യമായിരുന്നു. വളരെ അടുത്തിരുന്നത് കൊണ്ടാവാം ചെറിയ അകല്ച്ച പോലും മറ്റുള്ളവർ ശ്രദ്ധിച്ചതും അവരുമായി സഹകരിക്കുന്നവർക്ക് ക്ഷീണം ഉണ്ടായതും. നസീം പക്ഷാഘാതത്തെതുടർന്ന് കിടപ്പായപ്പോൾ ഉദയഭാനു അദ്ദേഹത്തെ കാണാൻ പോയി. കൂടിക്കാഴ്ചയ്ക്ക് ശേഷം ഉദയഭാനു വല്ലാതെ അസ്വസ്ഥനായിരുന്നു. ശബ്ദം നഷ്ടപ്പെട്ട നസീമിന്റെ അവസ്ഥ ഒരാൾക്കും ഉണ്ടാകരുത് എന്ന് അദ്ദേഹം തിരിച്ചുവരുന്ന വഴിക്ക് കാറിൽ ഇരുന്നു പറഞ്ഞു. ചെറിയ സൗന്ദര്യപിണക്കം നസീമുമായി ഉണ്ടായിരുന്നു എങ്കിലും നസീം ഉദയഭാനുവിന് പ്രിയപ്പെട്ടവൻ ആയിരുന്നു.

കിട്ടുന്ന പ്രതിഫലത്തുക എല്ലാവർക്കും വീതിച്ചുകൊടുക്കുക എന്നതായിരുന്നു ഉദയഭാനുവിന്റെ രീതി. ക്ലാസിക്കൽ എന്നു പറയാവുന്നത് ഉദയഭാനു മുതിർന്ന പാട്ടുകാരോട് പ്രത്യേകിച്ചും കമുകറയെ പോലുള്ള ഗായകരോട് എടുത്ത സമീപനം തന്നെ. സ്റ്റേജിലും അല്ലാതെയും അവരുമായുള്ള ബന്ധം അനുകരണീയം ആയിരുന്നു. ഉദയഭാനുവിന്റെ വ്യക്തി ജീവിതത്തിലും സംഗീത ജീവിതത്തിലും ഇത്തരത്തിൽ നിരവധി വ്യക്തിത്വങ്ങൾ വന്നും പോയും ഇരുന്നു. എങ്കിലും അദ്ദേഹം ഹൃദയത്തോട് ചേർത്തുവച്ച ചില ബന്ധങ്ങൾ ഉണ്ടായിരുന്നു. അവർ എന്നും വിളിക്കുകയും ആശയവിനിമയം നടത്തുകയും ചെയ്തിരുന്നു. ഇത്തരം വ്യക്തിത്വങ്ങൾ എല്ലാം തന്നെ അദ്ദേഹത്തോട് അമിതമായ കരുതൽ കാട്ടിയിട്ടുള്ളവരാണ്. ഉദയഭാനുവിന് അറിയാമായിരുന്നു ആരൊക്കെ തന്റെ കൂടെ ഉണ്ട് എന്നും ആരൊക്കെ കൂടെ നില്ക്കും എന്നും. ഈ സുഹൃത്തുക്കളെ ഒരു ദിവസം കണ്ടില്ല എങ്കിൽ അദ്ദേഹം വിളിച്ച് ചോദിക്കും. അവർ വിളിക്കട്ടെ എന്നു പറഞ്ഞ് മാറിനില്ക്കില്ല. വളരെ കുറച്ചു പേരുമായി മാത്രമായിരുന്നു ഇതുപോലുള്ള ബന്ധം സൂക്ഷിച്ചിരുന്നത്. ശ്രീ എ പ്രഭാകരനുമായുള്ള ബന്ധം ഇത്തരത്തിൽ ഉള്ളതായിരുന്നു. എങ്കിലും ഉദയഭാനുവിന് ഇഷ്ടം ഉദയഭാനുവിനോട് തന്നെയായിരുന്നു. ഇത് അദ്ദേഹത്തിന്റെ ഒരു മാനസിക അവസ്ഥയാണ്. അത് സ്വാർത്ഥതയല്ല, മറിച്ച് സ്വഭാവ വൈശിഷ്ട്യം തന്നെയായിരുന്നു. ആരെയും വേദനിപ്പിക്കുവാനോ അപമാനിക്കുവാനോ കരുതിക്കൂട്ടി കരിവാരിതേക്കാനോ അദ്ദേഹം ശ്രമിക്കാറില്ല.

പണം സമ്പാദിക്കണം, അത് ബാങ്കിൽ സ്ഥിരനിക്ഷേപം ആക്കണമെന്ന് ഒരു ചിന്തയും ഉള്ള വ്യക്തി ആയിരുന്നില്ല ഉദയഭാനു. കിട്ടുന്ന പണം അതുപോലെ ചെലവഴിക്കും. അത് ആർക്കുവേണ്ടി ചെലവാക്കാനും ഒരു മടിയും ഇല്ല. ഒരുവശത്ത് ജീവിതം അതിന്റെ എല്ലാ വർണ്ണാഭയോടും ആസ്വദിക്കുകയും ജീവിക്കുകയും ചെയ്ത കലാകാരൻ. അതോടൊപ്പം മനസ്സിൽ കാലുഷ്യമില്ലാതെ, അനാരോഗ്യകരമായ മത്സരമില്ലാതെ, ജീവിച്ച വ്യക്തി. അതായിരുന്നു ഉദയഭാനു. നൂറുശതമാനം കലാകാരനായ ഒരുവ്യക്തിക്ക് മാത്രമേ ഇത്തരത്തിൽ ചിന്തിക്കാനും പ്രവർത്തിക്കാനും കഴിയൂ. അദ്ദേഹത്തിന് ഒപ്പം നില്ക്കുന്നതോ മുകളിൽ നില്ക്കുന്നതോ ആയ കലാകാരന്മാരെ നമുക്ക് കാണാൻ കഴിയും. പക്ഷേ, അദ്ദേഹത്തിന്റെ മനസ്സിനോടൊപ്പം നില്ക്കുന്ന കലാകാരന്മാരെ കാണാൻ പ്രയാസം തന്നെ.

ഉദയഭാനുവിനോടൊപ്പം നിരന്തരം ഇടപെടുമ്പോൾ ചില കാര്യങ്ങളിൽ അദ്ദേഹത്തോട് കടുത്ത വിയോജിപ്പും ദേഷ്യവും ഇരുപത്തിനാല് മണിക്കൂറും കൂടെ സഹകരിക്കുന്നവർക്ക് തോന്നും. ഇതിന് പ്രധാനകാരണം ചിലരെ വഴിവിട്ട് സഹായിക്കുന്നതും സംരക്ഷിക്കുന്നതും തന്നെ. ഇത്തരത്തിൽ ചില സന്തതസഹചാരികൾ പ്രതികരിച്ച സംഭവവും ഉണ്ടായിട്ടുണ്ട്. അദ്ദേഹത്തിന്റെ ചില സമീപനങ്ങൾ കൂടെ നില്ക്കുന്നവരെ

പ്രകോപിപ്പിക്കുന്നതാണ്. ഇങ്ങനെ പ്രതികരിച്ചവർ പിന്നീട് വിഷമത്തോടെ കുറ്റസമ്മതം നടത്തിയിട്ടുമുണ്ട്. ഒറ്റയ്ക്ക് ഇരുന്ന് അവർ ഉദയഭാനുവിനെ കുറിച്ച് ഓർക്കുകയാണെങ്കിൽ അവരുടെ കണ്ണ് നിറയും. അത്രയ്ക്ക് പാവമായിരുന്നു അദ്ദേഹം എന്ന് അവരെല്ലാം ഒരേ സ്വരത്തിൽ സമ്മതിക്കുകയും ചെയ്യും. കൂടെ നടക്കുന്നവർ ഇപ്രകാരം അഭിപ്രായവ്യത്യാസം പ്രകടിപ്പിച്ചിട്ടുണ്ട് എങ്കിലും ഒരിക്കലും പണത്തിന്റെ കാര്യത്തിൽ ഉദയഭാനുവിനോട് മുഖം കറുപ്പിച്ച് സംസാരിക്കേണ്ടി വന്നിട്ടില്ല. അതിനുള്ള അവസരം അദ്ദേഹം ഉണ്ടാക്കിയിട്ടില്ല. ആത്മബന്ധം ഉണ്ടായിരുന്ന വ്യക്തികൾ റിയാക്ട് ചെയ്യുമ്പോൾ അദ്ദേഹം ഒന്നും തിരിച്ച് പറയാറില്ല. പറയുന്ന കാര്യത്തിൽ കഴമ്പുണ്ട് എന്ന് അദ്ദേഹത്തിന് തന്നെ ബോധ്യമുള്ളതുകൊണ്ടാണിത്. ആരോഗ്യം നഷ്ടപ്പെട്ട സമയത്ത് അദ്ദേഹത്തിന് ആത്മവിശ്വാസം ഒട്ടും ഇല്ലായിരുന്നു. നിസ്സാരകാര്യങ്ങൾക്ക് പോലും വല്ലാതെ വികാരാധീനനാകുമായിരുന്നു.

അദ്ദേഹത്തിന് മാനസികമായി വളരെ അടുപ്പമുണ്ടായിരുന്ന മറ്റൊരു സുഹൃത്തായിരുന്നു റൂബിൻ. ഗൾഫ് മലയാളിയായ ഇദ്ദേഹം ബിസിനസുകാരനും സിനിമാ നിർമ്മാതാവുമാണ്. റൂബിൻ ഉദയഭാനുവിനെ പരിചയപ്പെടുന്നത് അദ്ദേഹം നിർമ്മിച്ച *യക്ഷിയും ഞാനും* എന്ന ചിത്രത്തിന്റെ നിർമ്മാണത്തിന് ശേഷമാണ്. സാമ്പത്തികമായി ഞെരുക്കം നേരിടുന്ന ഘട്ടമായിരുന്നു അത്. ചിത്രം സാമ്പത്തികമായി വിജയിക്കാത്തതുമാത്രമായിരുന്നില്ല പ്രതിസന്ധിക്ക് കാരണം. സിനിമയുടെ പുറകെ ഒന്നരവർഷം നടന്നതുകാരണം തന്റെ ഗൾഫിലെ ബിസിനസുകൾ ശ്രദ്ധിക്കാതെ പോയതും, സിനിമാ നിർമ്മാണം കഴിഞ്ഞ് ഗൾഫിൽ തിരിച്ചെത്തി ബിസിനസ് വീണ്ടും ഉയർത്തിക്കൊണ്ട് വരാൻ കുറച്ച് സമയം ആവശ്യമായി വന്നതും സാമ്പത്തിക ഞെരുക്കത്തിന് ഇടയാക്കി. ഈ കാലഘട്ടത്തിലാണ് ഇവർ പരിചയപ്പെടുന്നത്. റൂബിൻ ഉദയഭാനുവിനോട് പറയുമായിരുന്നു. "ഭാനുച്ചേട്ടനെ നേരത്തെ പരിചയപ്പെട്ടിരുന്നു എങ്കിൽ ഞാൻ ഈ സിനിമ പിടിക്കില്ലായിരുന്നു. താങ്കളെപ്പോലുള്ള യഥാർത്ഥ കലാകാരന്മാർക്ക് ചില അവസരങ്ങൾ ഒരുക്കി സ്വസ്ഥമായി ഇരുന്നേനെ." ഉദയഭാനുവിനെ ഒരു യഥാർത്ഥ കലാകാരനായിട്ടാണ് റൂബിൻ കണ്ടിരുന്നതും ഇടപെട്ടിരുന്നതും. ഉദയഭാനുവിനും സംഘത്തിനും വേണ്ടി റൂബിൻ ഗൾഫിൽ ഒരു പരിപാടി സംഘടിപ്പിച്ചു. പരിപാടി കഴിഞ്ഞിട്ട് റൂബിന്റെ അതിഥിയായി മൂന്നുദിവസം ഉദയഭാനു ഗൾഫിൽ തങ്ങി. ബാംഗ്ലൂരിലെ ഫ്ളാറ്റിലും അതിഥിയായി ഉദയഭാനു താമസിച്ചിട്ടുണ്ട്. റൂബിന് ഹൃദയത്തിൽ തട്ടിയ ആരാധനയും ബഹുമാനവും ആയിരുന്നു ഉദയഭാനുവിനോട്.

വാഹനാപകടങ്ങൾ

'**ഓ**ൾഡ് ഈസ് ഗോൾഡ്' സംഘം മസ്കറ്റിൽ പോയപ്പോൾ ചില സാങ്കേതിക കാരണങ്ങളാൽ ഷെഡ്യൂൾ പ്രകാരമുള്ള പരിപാടികൾ നടക്കാതെ വന്നു. സ്പോൺസർ സംഘാംഗങ്ങളെ മുറിയിൽ ഇരുത്തി മുഷിപ്പിക്കണ്ട എന്നു കരുതി ഒരു യാത്ര ഒരുക്കി. രാവിലെ പോയി വൈകുന്നേരം തിരിച്ചുവരാൻ തരത്തിലായിരുന്നു അത്. ഉദയഭാനുവും സുരേഷും ആ യാത്രയിൽനിന്നും വിട്ടുനിന്നു. അത് സ്പോൺസർക്ക് അത്ര രസിച്ചില്ല. അദ്ദേഹം ഒരു വ്യവസ്ഥ വെച്ചു. "നിങ്ങൾ രണ്ടുപേരും എവിടെയും പോകരുത്. വല്ല കുഴപ്പവും ഉണ്ടായാൽ ഞാൻ സമാധാനം പറയേണ്ടി വരും. ഇത് കേരളമല്ല. നിയമം വളരെ കർശനമാണ്. അതുകൊണ്ട് മുറിയിൽ തന്നെ ഇരിക്കണം" എന്നുപറഞ്ഞ് മറ്റുള്ളവരെയുംകൊണ്ട് യാത്ര പോയി. സ്പോൺസറും സംഘവും യാത്ര തിരിച്ചതിനു തൊട്ട് പിറകെ ചില സുഹൃത്തുക്കൾ വന്ന് ഉദയഭാനുവിനെയും കൂട്ടി പുറത്തേക്ക് പോയി. സുരേഷ് എവിടെയും പോകാതെ റൂമിൽ തന്നെ ഇരുന്നു. ഉദയഭാനുവും സുഹൃത്തുക്കളും പോയ കാർ ഒരു അപകടത്തിൽപ്പെട്ടു. കാർ പൂർണ്ണമായും തകർന്നു. കാറിന്റെ അവസ്ഥ കണ്ടാൽ ആരും രക്ഷപ്പെട്ടിട്ടുണ്ടാവും എന്ന് തോന്നില്ല. പക്ഷേ, ഉദയഭാനു പരിക്കുകൾ ഒന്നും കൂടാതെ അത്ഭുതകരമായി രക്ഷപ്പെട്ടു. കൂട്ടത്തിൽ ഒരാൾക്ക് നിസ്സാരമായ പരിക്കുകൾ ഏറ്റു. അപകടം നടന്ന് നിമിഷങ്ങൾക്കകം പൊലീസ് സ്ഥലത്തെത്തി. ഇടിച്ച കാർ അവിടെനിന്നും മാറ്റി എല്ലാവരെയും ആശുപത്രിയിൽ എത്തിച്ചു. ഉദയഭാനുവിനെ പ്രവേശിപ്പിച്ച ആശുപത്രിയിലെ ജീവനക്കാരിൽ ഭൂരിഭാഗവും മലയാളികൾ ആയിരുന്നു. അവർ ഉദയഭാനുവിനെ തിരിച്ചറിഞ്ഞതോടെ അപകടത്തിന്റെ പരിഭ്രമം എല്ലാം മാറി സൗഹൃദാന്തരീക്ഷം വന്നു. ആശുപത്രി ജീവനക്കാർക്ക് വേണ്ടി പാട്ടു

പാടിയും തമാശ പറഞ്ഞും മുറുകിവലിഞ്ഞ അന്തരീക്ഷത്തെ സൗഹൃദ ത്തിന്റെയും സ്നേഹത്തിന്റെയും തലത്തിലേക്ക് ഉയർത്തിയാണ് അദ്ദേഹം ആശുപത്രി വിട്ടത്. തിരിച്ച് മുറിയിൽ എത്തിയ ഉദയഭാനുവിന് അവിടത്തെ പൊലീസുകാരുടെ കാര്യക്ഷമതയെക്കുറിച്ച് പറയാനേ നേരം ഉണ്ടായിരുന്നുള്ളൂ. സുരേഷിനോട് ഉദയഭാനു ഒരു രഹസ്യം കൂടി പറ ഞ്ഞു. "അപകടകാര്യം ആരും അറിയണ്ട. സ്പോൺസറുടെ വാക്ക് കേൾക്കാതെ പോയി ഉണ്ടായതല്ലെ. അത് രഹസ്യമായിത്തന്നെ ഇരി ക്കട്ടെ."

കാർഗിലിൽ നമ്മുടെ വീര ജവാന്മാർ കൈവരിച്ച ഐതിഹാസിക മായ വിജയം വിളംബരം ചെയ്യുന്നതിനോടൊപ്പം ദേശീയത വളർത്തു ന്നതിനും സർക്കാരിന് കാർഗിൽ ഫണ്ട് സ്വരൂപിക്കുന്നതിനുമായി ദേശ ഭക്തിഗാനങ്ങൾ കോർത്തിണക്കി കാർഗിൽ ഷോ കേരളത്തിലുടനീളം സംഘടിപ്പിക്കാൻ സംസ്ഥാനസർക്കാർ തീരുമാനിച്ചു. ഷോയുടെ ചുമ തല ഉദയഭാനുവിനെയാണ് ഏല്പിച്ചത്. ഓരോ സ്ഥലത്തും ഓരോ പ്രമു ഖരായ ഗായകരും ഉദയഭാനുവിന്റെ നേതൃത്വത്തിൽ ഉള്ള കോറൽ സംഘവും ചേർന്നാണ് പരിപാടി അവതരിപ്പിച്ചത്. തിരുവനന്തപുരത്തു നിന്നും ആരംഭിച്ച യാത്രയിൽ തിരുവനന്തപുരത്തും പാലക്കാട്ടും യേശു ദാസും തൃശൂരിൽ ജയചന്ദ്രനും തുടങ്ങി നിരവധി പ്രമുഖർ കാർഗിൽ ഷോയിൽ പല വേദികളിലും സഹകരിച്ചു. സംഘാംഗങ്ങൾ ടെമ്പോ ട്രാവ ലറിലും ഉദയഭാനു കാറിലുമായിരുന്നു യാത്ര. അവസാനത്തെ പരിപാടി കോഴിക്കോട് വച്ചായിരുന്നു. ഉദയഭാനുവിന്റെ ഡ്രൈവർ നിരന്തരമായ യാത്രകാരണം നന്നേ ക്ഷീണിച്ചിരുന്നു. ഡ്രൈവർ സുരേഷിനോട് പറ ഞ്ഞു. "നല്ല ക്ഷീണമുണ്ട്. കഴിഞ്ഞ കുറച്ചു ദിവസമായി ഉറക്കമേ ഇല്ല. അതുകൊണ്ട് രണ്ട് മണിക്കൂർ എങ്കിലും ഉറങ്ങണം." ഇത് പറഞ്ഞ് ഉറ ങ്ങാൻ പോയി. സംഘത്തിലെ പെൺകുട്ടികൾ എല്ലാം പ്രോഗ്രാം കഴിഞ്ഞ സ്ഥിതിക്ക് ഇപ്പോൾ തന്നെ നാട്ടിലേക്ക് പുറപ്പെടണം എന്നു പറഞ്ഞ് ലോഡ്ജിനു മുന്നിൽ വന്ന് നില്പ് തുടങ്ങി. ഇതു കണ്ട് ഉദയഭാനുവും പോകാനായി ഇറങ്ങി. ഈ സമയത്ത് ഡ്രൈവറെ ആരോ വിളിച്ച് ഉണർത്തി. മറ്റ് മാർഗ്ഗമില്ലാതെ അദ്ദേഹം വണ്ടി എടുത്തു. പതിവുപോലെ ഉദയഭാനു കാറിലും മറ്റുള്ളവർ ടെമ്പോ ട്രാവലറിലുമായി യാത്ര പുറ പ്പെട്ടു. അല്പദൂരം പിന്നിട്ട് കോട്ടയ്ക്കൽ എത്താറായപ്പോൾ ടെമ്പോ ട്രാവ ലറിന് ഒരാൾ റോഡിൽനിന്ന് കൈകാണിച്ചു. ഇത് കണ്ട മധു ചോദിച്ചു. "ആരോ വണ്ടിക്ക് കൈകാണിക്കുന്നു." വണ്ടിയിൽ ഉണ്ടായിരുന്നവർ ഒറ്റ സ്വരത്തിൽ പറഞ്ഞു. "പെൺകുട്ടികളും മറ്റും ഉള്ളതാണ്. വണ്ടി നിർത്തണ്ട. വിട്ട് പൊയ്ക്കോ." വണ്ടി തിരുവനന്തപുരത്ത് എത്തിയപ്പോ ഴാണ് ഇവർ കാര്യങ്ങൾ അറിഞ്ഞത്. വണ്ടിക്ക് കൈകാണിച്ചത് ഉദയഭാ നുവിന്റെ ഡ്രൈവർ ആയിരുന്നു. കോട്ടയ്ക്കലിലെ വളവിൽ വെച്ച് ഉദയ ഭാനു സഞ്ചരിച്ചിരുന്ന കാർ തെന്നുകയും തലകീഴായി മറിയുകയും ചെയ്തു. ഡ്രൈവർക്ക് പരിക്കുകൾ ഒന്നും പറ്റിയില്ല. തലകീഴായി മറിഞ്ഞ

വണ്ടിക്കകത്ത് കുരുങ്ങിക്കിടക്കുന്ന ഉദയഭാനുവിനെ പുറത്തെടുക്കാനും ആശുപത്രിയിൽ എത്തിക്കാനും സഹായം അഭ്യർത്ഥിച്ച് നിരവധി വണ്ടികൾക്ക് ഡ്രൈവർ കൈ കാണിച്ചെങ്കിലും ആരും നിർത്തിയില്ല. കോട്ടയ്ക്കലിന് സമീപമുള്ള ഈ വളവ് അപകടം പിടിച്ചതാണ്. രാത്രികാലങ്ങളിൽ പിടിച്ചുപറിയും മോഷണവും ഈ ഭാഗത്ത് നിത്യസംഭവം ആയതിനാലാണ് വണ്ടികൾ ഒന്നും നിർത്താതെ പോയത്. മണിക്കൂറുകൾക്ക് ശേഷം അതുവഴി വന്ന ഓട്ടോറിക്ഷാഡ്രൈവർ ആണ് മറിഞ്ഞ് കിടന്ന കാറിൽ അകപ്പെട്ട ഉദയഭാനുവിനെ പുറത്തെടുക്കാൻ സഹായിച്ചത്. ഭാഗ്യത്തിന് കാര്യമായ പരിക്കുകൾ ഒന്നും അദ്ദേഹത്തിന് ഉണ്ടായിരുന്നില്ല. പ്രാഥമിക ശുശ്രൂഷകൾ ലഭ്യമാക്കിയതിനുശേഷം ഉദയഭാനുവിനെയും കൊണ്ട് ഓട്ടോഡ്രൈവർ നേരെ അദ്ദേഹത്തിന്റെ വീട്ടിലേക്കാണ് പോയത്. ഉദയഭാനു ആകെ പരിഭ്രമിച്ചിരുന്നു. ഓട്ടോഡ്രൈവർ ആണെങ്കിൽ കടുത്ത ഉദയഭാനു ആരാധകനും. കുടിക്കാൻ വെള്ളം നല്കി ഡ്രൈവർ ഉദയഭാനുവിനെ സല്ക്കരിച്ചു. അപകടം നടക്കുന്ന സമയത്ത് ഉദയഭാനുവിന്റെ കൈയിൽ പണമൊന്നും ഇല്ലായിരുന്നു. സർക്കാർ പരിപാടി ആയതുകൊണ്ട് പ്രതിഫലം ചെക്കായിട്ടാണ് കൊടുക്കുന്നത്. അടുത്ത ദിവസം രാവിലെ തിരുവനന്തപുരത്ത് എത്തും എന്നതിനാൽ കൈയിൽ ഒന്നും കരുതിയിരുന്നില്ല. പരിപാടികൾക്ക് പോകുമ്പോൾ ഒഴിഞ്ഞ കീശയുമായാണ് സഞ്ചാരം. തിരുവനന്തപുരത്തേക്ക് പോകാനുള്ള യാത്രാക്കൂലിയും തലകീഴായി മറിഞ്ഞ കാർ വർക്ക്ഷോപ്പിൽ എത്തിക്കാനുമുള്ള പണവും കൊടുത്തത് ഓട്ടോഡ്രൈവറാണ്. പിറ്റേദിവസം ഉദയഭാനു ട്രെയിൻ മാർഗ്ഗം തിരുവനന്തപുരത്ത് എത്തി. മൊബൈൽ ഒന്നും ഇല്ലാത്ത കാലമായതുകൊണ്ട് സംഘത്തിലെ പലരും കാര്യം അറിയുന്നത് രണ്ട് ദിവസം കഴിഞ്ഞാണ്. തിരുവനന്തപുരത്ത് വന്നിട്ട് ഓട്ടോ ഡ്രൈവറുടെ പണം അയച്ചുകൊടുക്കുകയാണ് ഉദയഭാനു ആദ്യം ചെയ്തത്. ആ രാത്രിയിൽ തന്നെ സഹായിച്ച ആട്ടോഡ്രൈവറുടെ മഹാമനസ്കതയെക്കുറിച്ച് അദ്ദേഹം എല്ലാവരോടും പറയുമായിരുന്നു. പിന്നീട് അതുവഴി ഉള്ള യാത്രകളിൽ എല്ലാം ഉദയഭാനു ആ ഓട്ടോഡ്രൈവറെ കാണുമായിരുന്നു. അവസാന നാൾവരെ അവർ തമ്മിൽ ടെലിഫോണിൽ ബന്ധം പുലർത്തുകയും ചെയ്തിരുന്നു.

പരിപാടി സംബന്ധിച്ച കാര്യങ്ങൾ ആലോചിച്ച് ഉറച്ചതിൽനിന്നും അദ്ദേഹം ചിലപ്പോൾ പിന്മാറും. ചില കോണുകളിൽനിന്നും ഉണ്ടാകുന്ന സമ്മർദ്ദത്തിന് വഴങ്ങിയാണ് അങ്ങനെ ചെയ്യുന്നത്. ആദ്യം ആരോടാണോ ചർച്ച ചെയ്തത് പിന്നീട് അവരിൽനിന്നും കാര്യങ്ങൾ മറച്ചുവയ്ക്കും. ഇത്തരത്തിൽ ഒരുപാട് സംഭവങ്ങൾ ഉണ്ടായിട്ടുണ്ട് അദ്ദേഹത്തിന്റെ പരിപാടികളിലും യാത്രകളിലും. ആരോടും 'നോ' പറയാൻ കഴിയാത്തതുകൊണ്ടാണ് ഇത്തരത്തിൽ സംഭവിക്കുന്നത് എന്ന് അദ്ദേഹത്തെ അടുത്തറിയാവുന്നവർക്ക് അറിയാം. ഓൾഡ് ഈസ് ഗോൾഡ് നന്നായി പരിപാടി അവതരിപ്പിച്ചുകൊണ്ടിരുന്ന കാലത്ത് സംഘത്തിലെ

മുതിർന്ന ഗായകർ സ്വന്തം നിലയ്ക്ക് പരിപാടികൾ പിടിക്കുന്ന പതിവുണ്ട്. (ഇത് നേരത്തെ സൂചിപ്പിച്ചിരുന്നതാണ്.) ഇപ്രകാരം പരിപാടികൾ ചെയ്യുന്നത് ശരിയല്ല എന്ന അഭിപ്രായം സംഘാംഗങ്ങളുടെ ഇടയിൽ പൊതുവെ ഉണ്ട്. ഇങ്ങനെ ചെയ്യുന്നവരോട് മറ്റ് ഗായകർ സഹകരിക്കണ്ട എന്നതാണ് പൊതുവിൽ ഉള്ള ധാരണ. ഇതനുസരിച്ചാണ് എല്ലാവരും പ്രവർത്തിച്ചിരുന്നത്. ഓൾഡ് ഈസ് ഗോൾഡിന് വേദികൾ കുറഞ്ഞ് വരുന്ന സമയത്ത് കെ പി എ സി സുലോചന സ്വന്തം നിലയിൽ ഒരു ഗാനമേള ഏറ്റുപാടാൻ ഉദയഭാനുവിനെ ക്ഷണിക്കുകയും ചെയ്തു. ഉദയഭാനുവിന് പരിപാടികൾ കുറവായിരുന്നതു കൊണ്ട് ഏതെങ്കിലും തരത്തിൽ എൻഗേജ് ചെയ്യുക എന്ന ഉദ്ദേശ്യത്തോടെ അദ്ദേഹം വരാമെന്ന് സമ്മതിച്ചു. തലേ ദിവസം ഉദയഭാനു പല സുഹൃത്തുക്കളോടും ചോദിച്ചു. നമുക്ക് നാളെ സുലോചയുടെ ഗാനമേളയ്ക്ക് പോയാലോ? കാറുണ്ട്. കേട്ടവരെല്ലാം സൂത്രത്തിൽ ഒഴിഞ്ഞുമാറി. കാറിൽ ഉദയഭാനു തനിച്ചാണ് പോയത്. കൊട്ടിയത്തിന് അടുത്ത് വച്ച് കാർ ഒരു ട്രാൻസ്പോർട്ട് ബസുമായി കൂട്ടിയിടിച്ചു. ഉദയഭാനുവിന്റെ കൈ ഒടിഞ്ഞു. ക്രിസ്ത്യൻ മിഷൻ ആശുപത്രിക്ക് സമീപം വെച്ചായിരുന്നു അപകടം. അതുകൊണ്ട് ആ ആശുപത്രിയിൽത്തന്നെ പ്രവേശിപ്പിച്ചു. കൈയിൽ പൊട്ടലുണ്ട് എന്ന് മനസ്സിലാക്കിയതിനെ തുടർന്ന് പ്ലാസ്റ്റർ ഇടുകയും മറ്റ് പ്രാഥമിക ശുശ്രൂഷകൾ നല്കി അഡ്മിറ്റ് ചെയ്യുകയും ചെയ്തു. വിവരം അറിഞ്ഞ് ഭാര്യ വിജയലക്ഷ്മിയും മറ്റ് അടുത്ത ബന്ധുക്കളും ആശുപത്രിയിൽ എത്തി. അപ്പോഴേക്കും അദ്ദേഹം അവിടുത്തെ ജീവനക്കാരുമായി നല്ല ബന്ധം സ്ഥാപിച്ച് കഴിഞ്ഞിരുന്നു. കുടുംബാംഗങ്ങൾ ആശുപത്രിയിൽ എത്തുമ്പോൾ കാണുന്ന കാഴ്ച ഗായകനെ ആരാധകർ വളഞ്ഞിരിക്കുന്നതാണ്. ആശുപത്രിയിൽ എത്തിയ ഉടനെ തന്നെ ഭാര്യ അദ്ദേഹത്തെ തിരുവനന്തപുരത്തേക്ക് കൊണ്ടുപോകണമെന്ന് നിർബ്ബന്ധിച്ചു. തുടർന്ന് തിരുവനന്തപുരത്തെ ഒരു സ്വകാര്യ ആശുപത്രിയിലേക്ക് മാറ്റി. വിജയലക്ഷ്മിക്ക് പരിചയം ഉള്ള ഡോക്ടർ അവിടെ ഉണ്ടായിരുന്നു. അവിടെ വച്ച് ഒടിഞ്ഞ കൈ കെട്ടിവച്ചപ്പോൾ ഏതോ ഒരു പ്രത്യേക രീതിയിൽ കെട്ടിയത് കാരണം വിരലുകൾക്ക് ഇടയിലുള്ള അകലം വർദ്ധിക്കുകയും കൈപ്പത്തിയുടെ രൂപം തന്നെ മാറുകയും വിരലിന്റെ ചലനശേഷി നഷ്ടപ്പെടുകയും ചെയ്തു. ഈ സമയത്ത് കാറിൽ ഇടിച്ച ബസിന്റെ ഡ്രൈവർക്ക് എതിരെ കേസ് നടന്നുവരികയായിരുന്നു. ഉദയഭാനുവിന്റെ വിരലുകൾ ചേർത്തുവയ്ക്കാനും സ്വതന്ത്രമായി ചലിപ്പിക്കാനും കഴിയാതെ വരികയും ചെയ്ത സാഹചര്യത്തെക്കുറിച്ച് ആരെങ്കിലും ചോദിച്ചാൽ വളരെ ലാഘവത്തോടുകൂടി പ്രതികരിക്കുമായിരുന്നു അദ്ദേഹം. "അത് കെട്ടിവച്ചപ്പോൾ പറ്റിയതാണ്." പ്രശ്നത്തിന്റെ ഗൗരവം അദ്ദേഹത്തിന് നന്നായി അറിയാമായിരുന്നു. ഒരു സംഗീത സംവിധായകനെ സംബന്ധിച്ചിടത്തോളം ഗാനങ്ങൾ ചിട്ടപ്പെടുത്താൻ. വിരലുകൾ കൂടിയേ തീരൂ. അനായാസേന സ്വതന്ത്രമായി ചലിക്കുന്ന വിരലുകൾകൊണ്ട് ഹാർമ്മോണിയം വായിച്ചാണ്

പാട്ടുകൾ ചിട്ടപ്പെടുത്തുന്നത്. പലരും ഇത് ചൂണ്ടിക്കാട്ടിയപ്പോൾ പ്രതികരണം തണുപ്പൻ രീതിയിലായിരുന്നു. ആശുപത്രിക്കെതിരെ കേസ് കൊടുക്കാമെന്നും ലക്ഷങ്ങൾ നഷ്ടപരിഹാരം വാങ്ങാമെന്നും ഒരു സംഗീത സംവിധായകന്റെ നിലനില്പ് തന്നെ അദ്ദേഹത്തിന്റെ വിരലുകളാണെന്നും പലരും പറഞ്ഞിട്ടും ഉദയഭാനു അതൊന്നും ചെവിക്കൊണ്ടില്ല. ആശുപത്രിക്ക് എതിരെ കേസ് കൊടുക്കാൻ അദ്ദേഹം തയ്യാറായില്ല. തനിക്ക് വ്യക്തിപരമായി എന്ത് നഷ്ടമുണ്ടായാലും താൻ എത്ര മാത്രം ക്ലേശിച്ചാലും മറ്റൊരാളെ ബുദ്ധിമുട്ടിക്കാനോ നഷ്ടപ്പെടുത്താനോ ഉദയഭാനു തയ്യാറാകുമായിരുന്നില്ല. ആ നീണ്ട വിരലുകൾ ഹാർമോണിയത്തിന് മുകളിലൂടെ പിന്നീട് ഒരിക്കലും ചലിച്ചില്ല. തുടർന്ന് സ്വന്തം കാര്യങ്ങൾക്ക് പോലും വലിയ ബുദ്ധിമുട്ടായിരുന്നു അദ്ദേഹത്തിന്. ബലമായി ഒന്നും പിടിക്കാൻ പറ്റാത്ത അവസ്ഥ ഉണ്ടായിരുന്നു. “യേശുദാസ് സംഗീത പുരസ്കാരം” വാങ്ങിയ അവസരത്തിൽ പിടിക്കാൻ കഴിയാത്തതുകാരണം സ്റ്റേജിൽവച്ചുതന്നെ പുരസ്കാരം താഴെ വീണ സംഭവം വരെ ഉണ്ടായി. സംഘാടകർ പിന്നീട് മൊമെന്റോ കാറിൽ എത്തിച്ചുകൊടുക്കുകയായിരുന്നു. ഈ സമയത്തെല്ലാം ബസ് ഡ്രൈവർക്കെതിരെ കേസ് നടക്കുകയായിരുന്നു. കൗശലക്കാരനായ ബസ് ഡ്രൈവർ ഉദയഭാനുവിന്റെ പിറകെ നടന്ന് ശല്യം ചെയ്യാൻ തുടങ്ങി. “എങ്ങനെയെങ്കിലും എന്നെ രക്ഷിക്കണം. ശിക്ഷിച്ചാൽ എന്റെ ജോലി പോകും. ഭാര്യയും കുട്ടികളും പട്ടിണികിടക്കും.” ഉദയഭാനുവിനെ കേസിൽനിന്നും പിന്തിരിപ്പിക്കാൻ സമ്മർദ്ദതന്ത്രങ്ങൾ അദ്ദേഹം പയറ്റിക്കൊണ്ടേയിരുന്നു. കേസ് ഉദയഭാനു കൃത്യമായി നടത്തിയില്ല. നല്ല തുക നഷ്ടപരിഹാരം ലഭിക്കുമായിരുന്നിട്ടും ഡ്രൈവറുടെ അവസ്ഥ ഓർത്ത് കേസിൽനിന്നും പിന്മാറുകയാണ് ഉണ്ടായത്.

ഓൾഡ് ഈസ് ഗോൾഡും ചില നൂലാമാലകളും

ഓൾഡ് ഈസ് ഗോൾഡ് എന്ന ശീർഷകം (title) അദ്ദേഹം രജിസ്റ്റർ ചെയ്തിരുന്നു. രജിസ്ട്രേഷൻ സംബന്ധിച്ച എല്ലാ സാങ്കേതികത്വവും പൂർത്തീകരിക്കുകയും ചെയ്തിരുന്നു. ഈ ടൈറ്റിൽ അദ്ദേഹത്തിന് മാത്രം അവകാശപ്പെട്ടതാണ്. ഉദയഭാനുവിന്റെ അവസാന നാളിൽ ഓൾഡ് ഈസ് ഗോൾഡ് എന്ന ടൈറ്റിൽ വാങ്ങി എന്നുപറഞ്ഞ് ചിലർ അവകാശവാദവുമായി വന്നുവെങ്കിലും ഉദയഭാനു അത് നിഷേധിക്കുകയാണ് ഉണ്ടായത്. ഇപ്പോൾ ഓൾഡ് ഈസ് ഗോൾഡിന്റെ പകർപ്പ് അവകാശം ഉദയഭാനു ഫൗണ്ടേഷനിൽ നിക്ഷിപ്തമാണ്. ഈ ടൈറ്റിൽ സ്വന്തമാക്കണമെന്ന് പലരും മോഹിച്ചിരുന്നു. കാരണം ഇതിന്റെ കച്ചവട സാദ്ധ്യതതന്നെ. ഉദയഭാനു പരിപാടികൾ ചെയ്യാതെ വന്നപ്പോൾ ഇത് നടത്തിക്കൊണ്ട് പോകാം എന്നും പറഞ്ഞ് പലരും മുന്നോട്ട് വന്നു എങ്കിലും പിന്നീട് പിന്മാറുകയാണ് ഉണ്ടായത്. ഓൾഡ് ഈസ്

ഗോൾഡിന്റെ കരുത്ത് പഴയകാല ഗായകരായ കമുകറ, രാജ, ലീല, ഉദയഭാനു തുടങ്ങിയവർ പാടിയ പാട്ടുകൾ അവർ തന്നെ വേദിയിൽ അവതരിപ്പിക്കുമ്പോൾ മാത്രമായിരുന്നു. ഈ തിരിച്ചറിവാകാം പലരെയും ഈ ഉദ്യമത്തിൽനിന്നും പിന്തിരിപ്പിച്ചത്. ഒരു കാലഘട്ടത്തെ പുനരാവിഷ്കരിച്ച് എൺപത്തിയഞ്ച് മുതൽ തൊണ്ണൂറ്റി അഞ്ച് വരെ വളരെ വിജയകരമായി തന്നെ ഉദയഭാനു ഓൾഡ് ഈസ് ഗോൾഡ് നടത്തിക്കൊണ്ടുപോയി.

ഉത്സവപ്പറമ്പുകളിൽ പ്രത്യേകിച്ചും ക്ഷേത്രവുമായി ബന്ധപ്പെട്ട പരിപാടികൾക്ക് പോകുമ്പോൾ മിക്കസ്ഥലങ്ങളിലും ഊണ് ആയിരിക്കും ഭക്ഷണമായി സംഘാടകർ ഒരുക്കുന്നത്. ഉദയഭാനുവിന് രാത്രിയിൽ ഊണ് പതിവുള്ളതല്ല. എങ്കിലും സംഘാടകർ കൊടുക്കുന്ന ഭക്ഷണം അദ്ദേഹം താല്പര്യപൂർവ്വം കഴിക്കും. കൂട്ടത്തിലുള്ള ചിലർ ചെലവ് ചുരുക്കുന്നതിന്റെ ഭാഗമാണ് ഇത് എന്നു പറഞ്ഞ് കളിയാക്കുമെങ്കിലും സംയമനത്തോടെ അദ്ദേഹം അവരോട് പറയും. "നമ്മൾ ഇത് കഴിച്ചില്ലായെങ്കിൽ സംഘാടകരെ അവഹേളിക്കുന്നതിന് തുല്യമാണ്."

ബിസ്മില്ലാഖാനുമായുള്ള ബന്ധം

ഇന്ത്യയുടെ അഭിമാനമായ ബിസ്മില്ലാഖാനെ ഉദയഭാനുവിന് നേരത്തെ അറിയാമായിരുന്നു. തിരുവനന്തപുരത്ത് വന്നപ്പോൾ സൗഹൃദം പുതുക്കുന്നതിനായി ഉദയഭാനു അദ്ദേഹത്തെ കാണാൻ പോയി. സംസ്ഥാനസർക്കാരിന്റെ അതിഥിയായി അദ്ദേഹം താമസിച്ചിരുന്നത് കോവളം സമുദ്ര ഹോട്ടലിൽ ആയിരുന്നു. സന്തത സഹചാരിയായ സുരേഷുമായിട്ടാണ് ഉദയഭാനു പോയത്. ബിസ്മില്ലാഖാനുമായി ദീർഘനേരം ചെലവഴിച്ച ഉദയഭാനു തിരിച്ച് വരുന്ന വഴിക്ക് സുരേഷിനോട് പറഞ്ഞു. 'നമുക്ക് ഒന്ന് ചാലയിൽ പോകണം." കാറിൽ നേരെ ചാലയിൽ പോയ ഉദയഭാനു പല കടകളിൽ കയറി ഇറങ്ങി. ഉദ്ദേശിച്ച സാധനം കിട്ടാതെ നിരാശനായി ഉദയഭാനു മടങ്ങി. തുടർന്ന് ആര്യശാലയ്ക്ക് അടുത്തുള്ള പുകയില മൊത്ത വ്യാപാരക്കടയിൽ ചെന്ന് മുന്തിയ

ഇനം പുകയില മനോഹരമായി പൊതിഞ്ഞുവാങ്ങി. സംസാരമദ്ധ്യേ ബിസ്മില്ലാഖാൻ പുകയില ഉപയോഗിക്കുന്ന വ്യക്തിയാണ് എന്ന്

ഉദയഭാനു മനസ്സിലാക്കിയിരുന്നു. പിറ്റേദിവസം തിരിച്ചുപോകുന്ന ബിസ്മില്ലാഖാന് എയർപോർട്ടിൽ പുകയില നേരിട്ട് എത്തിച്ചുകൊടുത്തു ഉദയഭാനു. തന്റെ സ്നേഹം ഇത്തരത്തിൽ പ്രകടിപ്പിക്കുന്ന സ്വഭാവം ഉദയഭാനുവിന് ഉണ്ട്. ബിസ്മില്ലാഖാനല്ല മറിച്ച് ഒരു സാധാരണക്കാരനായാലും അദ്ദേഹം ഇതുതന്നെ ചെയ്യുമായിരുന്നു.

ഗാനഗന്ധർവ്വനുമായുള്ള ബന്ധം

ഗാനഗന്ധർവ്വൻ യേശുദാസ് ഉദയഭാനുവിനെ ഓർക്കുന്നതും അടയാളപ്പെടുത്തുന്നതും ശാന്തമായി ഒഴുകുന്ന ഒരു മെലഡി പോലെയാണ്. 'പ്രശാന്തസുന്ദരമായ മെലഡി' എന്ന ശീർഷകത്തിൽ യേശുദാസ് എഴുതിയ ലേഖനത്തിൽ ഉദയഭാനുവിനെ രേഖപ്പെടുത്തുന്നത് ഇങ്ങനെയാണ്. "ആരോടും വിദ്വേഷമോ പരിഭവമോ ഇല്ലാത്ത വ്യക്തിത്വം." അദ്ദേഹം തുടർന്ന് എഴുതുന്നു. "ഉദയഭാനു എന്ന ഗായകനെയും വ്യക്തിയെയും എനിക്ക് ഒരിക്കലും മറക്കാനാവില്ല. എന്റെ സംഗീത ജീവിതത്തിലെ നിർണ്ണായകമായ പലഘട്ടങ്ങളിലും സാക്ഷിയായി അദ്ദേഹം ഉണ്ടായിരുന്നു. 1961 ൽ എന്റെ ആദ്യ ചലച്ചിത്രമായ *കാല്പാടുക*ളുടെ റെക്കോർഡിങ്

വേളയിലാണ് ഉദയഭാനുവിനെ ആദ്യമായി കാണുന്നത്. മലയാളത്തിലെ അക്കാലത്തെ ഏറ്റവും പ്രശസ്തനായ പിന്നണിഗായകരിൽ ഒരാളായി രുന്നു ഉദയഭാനു എങ്കിലും അതിന്റെ തലക്കനമൊന്നും സംസാരത്തിലും പെരുമാറ്റത്തിലും ഉണ്ടായിരുന്നില്ല. മാത്രവുമല്ല പ്രോത്സാഹനജനകമാ യിരുന്നു അദ്ദേഹത്തിന്റെ പെരുമാറ്റം എന്നും യേശുദാസ് ഓർക്കുന്നു. ആ ചിത്രത്തിലെ "ജാതിഭേദം മതദ്വേഷം" എന്ന ശ്ലോകം ആലപിച്ചു കൊണ്ടാണ് യേശുദാസ് പിന്നണിഗാനരംഗത്ത് തുടക്കം കുറിക്കുന്നത്. അതേ ചിത്രത്തിലെ തന്നെ 'കരുണാസാഗരമേ' എന്ന സംഘഗാനം ഉദ യഭാനു, ശാന്ത പി നായർ എന്നീ ഗായകർക്കൊപ്പം യേശുദാസ് പാടി. ആ ബന്ധം വളരുകയായിരുന്നു. മദ്രാസ് കേരള സമാജം വാർഷിക ത്തിന്റെ റിഹേഴ്സലിന് പൂനമല്ലി ഹൈറോഡിലുള്ള ശാന്ത പി നായ രുടെ വസതിയിൽ ഒന്നിച്ചുകൂടിയതും യേശുദാസ് ഓർക്കുന്നു.

ഉദയഭാനുവിന്റെ സംഗീത സംവിധാനത്തിൽ നിരവധി ഭക്തിഗാന ങ്ങളും ലളിതഗാനങ്ങളും ചലച്ചിത്ര ഗാനങ്ങളും യേശുദാസ് ആലപിച്ചു. യേശുദാസിന് ഉദയഭാനുവിനോട് എന്തെന്നില്ലാത്ത ഒരടുപ്പം ഉണ്ടായിരു ന്നു. പല സന്ദർഭങ്ങളിലും യേശുദാസ് അത് പ്രകടിപ്പിക്കുകയും ചെയ്തി ട്ടുണ്ട്. ഉദയഭാനു ഫൗണ്ടേഷന്റെ ഏത് പരിപാടിക്ക് വിളിച്ചാലും അദ്ദേഹം ഉപാധികളില്ലാതെ സഹകരിക്കുമായിരുന്നു. കാർഗിൽ ഷോ പോലെ ഉള്ള പരിപാടികളും യേശുദാസ് സഹകരിച്ച രീതി കണ്ടാൽ തന്നെ അറിയാ മായിരുന്നു ആ ബന്ധത്തിന്റെ ആഴം. കാർഗിൽ ഷോയിൽ തിരുവനന്ത പുരത്തും പാലക്കാടും യേശുദാസ് വന്ന് പാടി. പാലക്കാട് ഉദയഭാനു പട്ടാളവേഷത്തിലാണ് വേദിയിൽ വന്നത്. ഇത് കണ്ട് യേശുദാസ് ഉദയ ഭാനുവിനോട് പറഞ്ഞു: "ഒരു വാക്ക് പറഞ്ഞിരുന്നു എങ്കിൽ ഞാനും ഈ വേഷത്തിൽ വരുമായിരുന്നല്ലോ?" ഇത് വെറുതെ തമാശയായിട്ട് പറഞ്ഞതല്ല. വളരെ ഗൗരവത്തോടെ കാർഗിൽ ഷോയുടെ സ്പിരിറ്റ് ശരിക്കും ഉൾക്കൊണ്ട് തന്നെ നടത്തിയ പ്രതികരണമായിരുന്നു. അദ്ദേ ഹത്തിന് പട്ടാളവേഷത്തിൽ വരാൻ പറ്റാത്തതിന്റെ വിഷമം ഉണ്ട് എന്ന് തോന്നിക്കുന്ന രീതിയിൽ ഉദയഭാനുവിനോട് വീണ്ടും പറഞ്ഞു: "വലിയ കഷ്ടമായി പോയി, ഒരു വാക്ക് പറഞ്ഞിരുന്നു എങ്കിൽ ഞാനും ഈ വേഷ ത്തിൽ തന്നെ വരുമായിരുന്നു." ഈ യൂണിഫോം എവിടെനിന്ന് സംഘ ടിപ്പിച്ചു എന്ന് കൗതുകത്തോടെ ചോദിച്ചറിഞ്ഞു. പട്ടാളവേഷത്തിൽ വേദി യിൽ വരാൻ പറ്റാത്തതിലുള്ള നഷ്ടബോധത്തോടുകൂടിയായിരുന്നു ഗാന ഗന്ധർവ്വന്റെ പ്രതികരണം.

അതിർത്തിയിലെ പട്ടാളക്കാർക്കുവേണ്ടി ജമ്മുകാശ്മീരിലെ പട്ടാള ക്യാമ്പുകളിൽ പോയി പാട്ടുപാടുക എന്ന ആഗ്രഹം ഉദയഭാനുവിനും യേശുദാസിനും ഉണ്ടായിരുന്നു. ഇത് സംബന്ധിച്ച് ചില കടലാസുകൾ നീക്കുകയും ഗൗരവമേറിയ ചർച്ചകൾ പുരോഗമിക്കുകയും ചെയ്തതാണ്. പ്രതിരോധവകുപ്പിന്റെ സഹകരണത്തോടെ ഹെലികോപ്റ്റർ സൗകര്യം ലഭ്യമാക്കാം എന്നുവരെ കാര്യങ്ങൾ എത്തി. ഇന്ത്യയിൽ മറ്റ് അന്യഭാ

ഷാഗായകരെയും ഉൾപ്പെടുത്താം എന്ന നിർദ്ദേശം യേശുദാസ് മുന്നോട്ടുവച്ചു. ചർച്ചകളിൽ ഉടനീളം വൈകാരികമായ മുഹൂർത്തങ്ങൾ തന്നെയാണ് ഇരുവരും പങ്കുവെച്ചത്. ഉദയഭാനു ദേശീയോദ്ഗ്രഥന രംഗത്ത് നടത്തുന്ന പ്രവർത്തനങ്ങളോടും നിലപാടുകളോടും യേശുദാസിന്റെ ഐക്യദാർഢ്യം കൂടിയാണ് ഈ ചർച്ചകൾ. ഇരുവരുടെയും കാശ്മീർ യാത്രയെക്കുറിച്ചുള്ള സുദീർഘമായ ചർച്ച കൂടെയുള്ളവർക്കെല്ലാം വലിയ കൗതുകമായിരുന്നു. നിർഭാഗ്യവശാൽ ആ പരിപാടി നടന്നില്ല. അത് നടക്കാതെ പോയതിൽ രണ്ടുപേർക്കും വലിയ നിരാശയുണ്ടായിരുന്നു.

ശിവഗിരിയുമായുള്ള ബന്ധം

ശിവഗിരി തീർത്ഥാടനത്തോടനുബന്ധിച്ച് ഉദയഭാനുവും സംഘവും നിരവധി തവണ പരിപാടി അവതരിപ്പിച്ചിട്ടുണ്ട്. ശിവഗിരി മഠവുമായി വളരെ നല്ല ബന്ധമായിരുന്നു ഉദയഭാനുവിന്. ഒരു തീർത്ഥാടന കാലത്ത് ആദ്യദിവസം തന്നെ ഓൾഡ് ഈസ് ഗോൾഡിന്റെ പരിപാടി ഉൾപ്പെടുത്തി. സംവിധായകൻ ജോഷിയുടെ വകയായിട്ടായിരുന്നു ഇത്. ഷെഡ്യൂൾ അനുസരിച്ച് രാത്രി 9.00 മണി വരെ പൊതുയോഗവും അതിനുശേഷം നൃത്തം, തുടർന്ന് ഓൾഡ് ഈസ് ഗോൾഡ്, പിന്നെ നാടകം ഇതായിരുന്നു ക്രമം. നൃത്തപരിപാടി തുടങ്ങിയ സമയത്ത് നാടകസംഘം ഉദയഭാനുവിന് സമീപിച്ചിട്ട് പറഞ്ഞു, "സർ ഞങ്ങൾ മേക്കപ്പ് എല്ലാം കഴിഞ്ഞ് നില്ക്കുകയാണ്. നൃത്തം കഴിഞ്ഞ് നാടകം അവതരിപ്പിക്കാൻ അവസരം തരണം. ഉദയഭാനു ആയിക്കോട്ടെ എന്നുപറഞ്ഞു. ഇത് കേട്ട പാതി കേൾക്കാത്ത പാതി നൃത്തം നടക്കുമ്പോൾത്തന്നെ പിറകിൽ നാടകക്കാർ സെറ്റിന്റെ പണി ആരംഭിച്ചു. ഇത് അറിഞ്ഞ് ഗായകസംഘത്തിൽ വൻ പ്രതിഷേധം തന്നെ ഉണ്ടായി. സുലോചനയും ലീലയും പ്രതിഷേധവുമായി വന്നു. ആന്റോ പ്രതിഷേധിച്ച് എവിടെയോ ഇറങ്ങിപ്പോയി. ആകെ ബഹളം. നാടകം കഴിഞ്ഞ് ഗാനമേള തുടങ്ങുമ്പോൾ സമയം രണ്ടര കഴിഞ്ഞിരുന്നു. ഇത്രയും വൈകിയതുകൊണ്ട് ഒരു മണിക്കൂർ പരിപാടി അവതരിപ്പിച്ചാൽ മതി എന്ന് സംഘാടകർ അറിയിച്ചു. ശിവഗിരി തീർത്ഥാടകരായി എത്തിയവരാണ് ശ്രോതാക്കൾ. അവർ വേദിയുടെ മുന്നിൽ കിട്ടിയ പേപ്പറും തോർത്തും മറ്റും വിരിച്ച് പൂഴിമണലിൽ കിടന്നുറങ്ങുകയായിരുന്നു. ഗാനമേള പുരോഗമിച്ചപ്പോൾ സ്റ്റേജിൽനിന്നും നോക്കിയ ഗായകർ കണ്ടത് ചിലർ പല്ലുതേക്കുന്നതാണ്. ഈ സമയത്തും ഒന്നും സംഭവിക്കാത്തതുപോലെ ഉദയഭാനു ഓർക്കസ്ട്രയ്ക്ക് പിന്നിൽ ഇരുന്നു.

സംഗീതം വില്പനച്ചരക്ക് ആക്കിയിട്ടില്ലാത്ത ഗായകൻ

നമുക്ക് സുപരിചിതമായ ചുറ്റുപാടുകളിലെല്ലാം ഉദയഭാനുവിനെ കാണാം. ചായക്കടയിൽ, നിരത്തിൽ, ഓട്ടോറിക്ഷയിൽ, ട്രെയിനിൽ, ബസിൽ തുടങ്ങി സാധാരണക്കാർ വിഹരിക്കുന്ന എല്ലാ ഇടങ്ങളിലും. പിന്നണി ഗായകൻ, സംഗീതസംവിധായകൻ, ആകാശവാണിയിലെ ഉദ്യോഗസ്ഥൻ എന്നീ നിലകളിൽ പ്രവർത്തിച്ച ഈ കലാകാരന് വീടില്ല, കാറില്ല, സ്വന്തമായി ഒന്നുംതന്നെ ഉണ്ടായിരുന്നില്ല. കലവറകളിൽ ഒന്നും തനിക്കായി സൂക്ഷിച്ചിട്ടില്ലാത്തവൻ കലവറയില്ലാത്ത സ്നേഹവും സംഗീതവും സമൂഹത്തിന് തിരിച്ച് നല്കി. ഭാര്യ വിജയലക്ഷ്മിയും ഉദയഭാനുവിനും തമ്മിലുള്ള ഏക അഭിപ്രായവ്യത്യാസവും ഇതുതന്നെ ആയിരുന്നു. എല്ലാത്തിനും ചിട്ട വേണം എന്ന് നിർബ്ബന്ധമുള്ള ആളായിരുന്നു വിജയലക്ഷ്മി. എന്നാൽ നേരെ വിപരീതമായിരുന്നു ഉദയഭാനുവിന്റെ സ്വഭാവം. പണം ആരോടും കണക്കുപറഞ്ഞ് വാങ്ങില്ല. കിട്ടുന്ന പണം സൂക്ഷിക്കില്ല. അത് ആദ്യം ആര് ചോദിക്കുന്നുവോ അവർക്ക് കൊടുക്കും. സാമ്പത്തിക അച്ചടക്കം ഒട്ടും ഇല്ലാത്ത വ്യക്തിയായിരുന്നു ഉദയഭാനു. ചിട്ടയായി ജോലി ചെയ്ത് വീട്, മറ്റ് അടിസ്ഥാന സൗകര്യങ്ങൾ എന്നിവ ഉണ്ടാക്കുന്ന ശരാശരി ഗൃഹനാഥനാകാൻ ഉദയഭാനു ഒരുക്കമായിരുന്നില്ല. അംഗീകരിക്കപ്പെട്ട ഗായകനായിട്ടും ഒരു സെന്റ് ഭൂമി പോലും സ്വന്തമായി ഇല്ലാതിരുന്ന അദ്ദേഹം അതിന് ശ്രമിച്ചിരുന്നുമില്ല. ഇത്രയധികം പണം കൈയിലൂടെ വന്ന് പോയിട്ടും തന്റെ കൈവിരലുകൾ കൂട്ടിപ്പിടിച്ച് ആ പണത്തിന്റെ ഒഴുക്ക് ഒന്നു തടഞ്ഞിരുന്നു എങ്കിൽ ഭാര്യയുടെ വീട് എന്ന സ്വപ്നം അദ്ദേഹത്തിന് നിഷ്പ്രയാസം സാധിച്ചുകൊടുക്കാമായിരുന്നു. ഇതിൽ അവസാനനിമിഷം വരെ ഒരു പശ്ചാത്താപവും ഉദയഭാനുവിന് ഉണ്ടായിരുന്നില്ല.

കർക്കിടകത്തിലെ അശ്വതിയാണ് വിജയലക്ഷ്മിയുടെ നക്ഷത്രം.

അതുകൊണ്ട് തന്നെ വൃത്തി ഇത്തിരി കൂടുതലാണ്, അതുപോലെ വാശിയും എന്ന് ഉദയഭാനു അടുത്ത സുഹൃത്തുക്കളോട് പറയുമായിരുന്നു. തിരുവനന്തപുരം മ്യൂസിയത്തിനടുത്ത് ബെയിൻസ് കോമ്പൗണ്ടിലെ ഒന്നാം നിലയിലെ ബി ഫ്ളാറ്റിൽ ശിഷ്ടകാലം ജീവിച്ചുതീർത്തപ്പോൾ ഒന്നും വെട്ടിപ്പിടിച്ചിട്ടില്ലാത്ത ഉദയഭാനു മലയാളികൾക്ക് നല്കിയത് ഒരു പിടി നല്ല ഗാനങ്ങൾ മാത്രം. ഓർത്തുവയ്ക്കാൻ അതിൽ കൂടുതൽ എന്താണ് അദ്ദേഹം നല്കേണ്ടിയിരുന്നത്.

സ്നേഹനിധിയായ അച്ഛൻ

ഉദയഭാനു-വിജയലക്ഷ്മി ദമ്പതികളുടെ ഏക മകനാണ് രാജീവ്. തിരുവനന്തപുരത്ത് ഏരീസ് ട്രാവൽസ് നടത്തുന്ന രാജീവ് ടൂറിസം വ്യവസായ രംഗത്ത് അറിയപ്പെടുന്ന വ്യക്തിത്വം ആണ്. “സ്നേഹവും വാത്സല്യവും മാത്രമായിരുന്നു അച്ഛന് എന്നോട്.” ഇത് സാധൂകരിക്കുന്ന നിരവധി സംഭവങ്ങൾ രാജീവ് പങ്കുവെച്ചു. ഒരു ട്രെയിൻ യാത്രയുടെ കഥ രാജീവ് പറയുന്നത് ഇങ്ങനെയാണ്. ഡൽഹിയിൽ ഔദ്യോഗിക കാര്യത്തിനായി സഹപ്രവർത്തകരോടൊപ്പം ഉദയഭാനു സഞ്ചരിച്ച ട്രെയിനിൽ രാജീവും ഉണ്ടായിരുന്നു. രാജീവ് പരീക്ഷ എഴുതാനായിട്ടാണ് ഡൽഹിയിലേക്ക് പോയത്. ഉദയഭാനു ഔദ്യോഗിക ആവശ്യത്തിനായതുകൊണ്ട് ഒന്നാം ക്ലാസ് കമ്പാർട്ടുമെന്റിൽ ആയിരുന്നു. ട്രെയിൻ പുറപ്പെട്ട് കുറച്ചു കഴിഞ്ഞപ്പോൾ സെക്കന്റ് ക്ലാസ് യാത്ര ചെയ്യുകയായിരുന്ന രാജീവിന്റെ അടുത്തുവന്ന് അദ്ദേഹം പറഞ്ഞു: “നീ പരീക്ഷ എഴുതാനല്ലേ പോകുന്നത്. ഫസ്റ്റ് ക്ലാസിൽ പോയി സ്വസ്ഥമായിരുന്ന് പഠിക്ക്. രാജീവ് ഒഴിഞ്ഞുമാറാൻ ശ്രമിച്ചു എങ്കിലും ഉദയഭാനു സമ്മതിച്ചില്ല. രാജീവിനെ ഫസ്റ്റ് ക്ലാസിലേക്ക് മാറ്റി പിന്നീട് സെക്കന്റ് ക്ലാസിലായിരുന്നു ഉദയഭാനുവിന്റെ യാത്ര. ആസ്ത്മയടക്കം നിരവധി ആരോഗ്യപ്രശ്നങ്ങൾ ഉണ്ടായിട്ടും അദ്ദേഹം അതൊന്നും വകവെച്ചില്ല.

ഒരിക്കൽപ്പോലും രാജീവിനോട് ഉദയഭാനു ദേഷ്യപ്പെട്ടിട്ടില്ല. കുഞ്ഞായിരിക്കുമ്പോൾ പ്രോഗ്രസ് കാർഡ് ഒപ്പിടിക്കാൻ അച്ഛന്റെ അടുത്ത് ചെല്ലുമ്പോൾ മോശം മാർക്ക് ആണെങ്കിലും ഒന്നു ശകാരിക്കുക പോലുമില്ലായിരുന്നു അച്ഛൻ. He is a concerned father. നല്ല വിദ്യാഭ്യാസം തരണമെന്ന നിർബ്ബന്ധം അദ്ദേഹത്തിന് ഉണ്ടായിരുന്നു. അതുകൊണ്ട് സ്കൂൾ വിദ്യാഭ്യാസം ലയോളയിൽ തന്നെ വേണമെന്ന് അദ്ദേഹം ശഠിച്ചു. തുടർന്ന് കോളേജ് പഠനം മാർ ഇവാനിയോസിൽ വേണമെന്നതും അച്ഛന്റെ തീരുമാനമായിരുന്നു. ജഗതിയിൽ താമസിക്കുന്ന കാലത്ത് രാജീവിന് പനി പിടിപെടുകയും തീരെ അവശനാകുകയും ചെയ്തു. ഇത് അച്ഛനെ വല്ലാതെ അസ്വസ്ഥനാക്കി. ടാറിട്ട റോഡിൽനിന്നും കുറച്ച് അകത്തോട്ടായിരുന്നു അന്ന് താമസിച്ചിരുന്ന വീട്. അതുകൊണ്ട് ഓട്ടോറിക്ഷകൾ ഒന്നും വീട്ടിലേക്ക് വന്നില്ല. ക്ഷമനശിച്ച് ഉദയഭാനു രാജീവിനെയും എടുത്തു ഡോക്ടറുടെ അടുത്ത് കൊണ്ടുപോയ സംഭവം അച്ഛനൊക്കു

റിച്ചുള്ള രാജീവിന്റെ പച്ചപ്പുള്ള ഓർമ്മകളിൽ ഒന്നാണ്. ഊട്ടിയിലെ താമസകാലത്ത് എന്നും സന്ദർശകർ ഉണ്ടാകുമായിരുന്നു വീട്ടിൽ.

കെ എസ് ആന്റണി എന്ന നിർമ്മാതാവ് ഒരിക്കൽ രാത്രി പത്തരമണിയോടുകൂടി ഉദയഭാനുവിന്റെ ജഗതിയിലെ വാടകവീട്ടിൽ വന്നു. ഈ സമയത്ത് ഭാര്യ വിജയലക്ഷ്മി ഉറക്കമായിരുന്നു. കെ എസ് ആന്റണിയാകട്ടെ സാമാന്യം നന്നായി മദ്യപിച്ചിട്ടുണ്ടായിരുന്നു. ഉദയഭാനു ആന്റണിയെ സ്വീകരിച്ച് ഇരുത്തി സംസാരിച്ച് തുടങ്ങി. ചേട്ടന്റെ ഒരു പാട്ട് എനിക്ക് കേൾക്കണം. അതിനാണ് ഈ സമയത്ത് ഞാൻ വന്നത്. ആന്റണി വല്ലാതെ നിർബ്ബന്ധിക്കുവാൻ തുടങ്ങി. അദ്ദേഹത്തിന്റെ നാക്ക് വല്ലാതെ കുഴയുന്നുണ്ടായിരുന്നു. എഴുന്നേല്ക്കാൻ ശ്രമിച്ചപ്പോൾ ആന്റണിയുടെ കാൽ തറയിൽ ഉറച്ചില്ല. ഒന്നും മിണ്ടാതിരുന്ന ഉദയഭാനു നിർബ്ബന്ധത്തിന് വഴങ്ങി പാട്ടുപാടാൻ തുടങ്ങി. “ആദം പിറന്നതും നിൻ കൈയാലേ ഹവ്വപിറന്നതും നിൻകൈയാലേ എന്ന” പാട്ട് തന്നെ പാടണം എന്ന് ആന്റണിക്ക് നിർബ്ബന്ധം ഉണ്ടായിരുന്നു. ആദ്യം താളം പിടിച്ചു തുടങ്ങിയ കെ എസ് ഉറയ്ക്കാത്ത ചുവടുകളോടെ ഡാൻസ് ചെയ്യാനും തുടങ്ങി. ബഹളം കേട്ട് ഉദയഭാനുവിന്റെ ഭാര്യ പുറത്തേക്കുവന്നു. അവർ കണ്ടകാഴ്ച ഉദയഭാനു പാട്ടുപാടുന്നതും ആന്റണി നൃത്തം ചെയ്യുന്നതുമാണ്. എന്താണിത് അവർ ശബ്ദമുയർത്തി ചോദിച്ചു. ആന്റണി ഓടി രക്ഷപ്പെട്ടു. കലിയടങ്ങാതെ അവർ ഉദയഭാനുവിന് നേരെ തിരിഞ്ഞു. എന്തിനാണ് ഇത്തരക്കാരെ അസമയത്ത് വീട്ടിൽ കയറ്റുന്നത്. ഉദയഭാനു ഒന്നും അറിയാത്തതുപോലെ പറഞ്ഞു. “പുള്ളി ശകലം കുടിച്ചിട്ടുണ്ടോ എന്ന് സംശയം ഉണ്ട്.” ഇതുകൂടി കേട്ടപ്പോൾ വിജയലക്ഷ്മിയുടെ സകല നിയന്ത്രണവും വിട്ടു. “സംശയമോ? നല്ലപോലെ കഴിച്ചിട്ടുണ്ട്.” ഈ സംഭവത്തിനുശേഷം ആന്റണി വിജയലക്ഷ്മിയുടെ മുമ്പിൽ പ്രത്യക്ഷപ്പെട്ടിട്ടേയില്ല.

ഗണഗണപാടി മുടിച്ചിടുങ്കോ

കടലോരഗ്രാമങ്ങളിൽ പരിപാടികൾ സംഘടിപ്പിക്കുമ്പോൾ മദ്യവും അതുപോലുള്ള പ്രശ്നങ്ങളും സർവ്വസാധാരണമാണ്. തിരുവനന്തപുരത്തിനടുത്ത് ഒരു കടലോരഗ്രാമത്തിൽ ഉദയഭാനുവിന്റെ ഗാനമേള നടന്നുകൊണ്ടിരിക്കെ ജനം ബഹളം വെച്ചു. ബഹളം നിയന്ത്രണാതീതമായപ്പോൾ പാട്ടുപാടിക്കൊണ്ടിരുന്ന ഉദയഭാനുവിനോട് സംഘാടകർ വന്നു പറഞ്ഞു: "എന്തോ പ്രശ്നമുണ്ട്. ശബ്ദം മുറിഞ്ഞു മുറിഞ്ഞാണ് കേൾക്കുന്നത്. പരിപാടി തല്ക്കാലത്തേക്ക് ഒന്ന് നിർത്തണം." പള്ളിയിലെ ഉത്സവത്തോട് അനുബന്ധിച്ചായിരുന്നു ഗാനമേള. കലാസ്വാദകനും നാടകനടനും രചയിതാവും സംവിധായകനും ഒക്കെയാണ് ഇടവകവികാരി. അദ്ദേഹത്തിന്റെ നേതൃത്വത്തിൽ ശബ്ദം മുറിഞ്ഞുപോകുന്നതിന്റെ കാരണം അന്വേഷിക്കുന്നതിനായി ഒരു റിക്കോർഡ് മ്യൂസിക് ഇട്ടു. അപ്പോഴും ശബ്ദം പഴയതുപോലെയാണ് കേൾക്കുന്നത്. വികാരിയുടെ നേതൃത്വത്തിൽ കേബിൾ വല്ലതും വിട്ടു പോയിട്ടുണ്ടോ എന്ന് അന്വേഷിച്ച് പോയപ്പോഴാണ് കാര്യം പിടികിട്ടിയത്. കേബിളും ബോക്സും കണക്ടു ചെയ്യുന്നിടത്ത് ഒരു മദ്യപാനി തറയിൽ കിടന്ന് കേബിൾ പോയിന്റിൽനിന്ന് മാറ്റുകയും തിരിച്ച് വയ്ക്കുകയും ചെയ്തുകൊണ്ടിരിക്കയാണ്. അവനെ അവിടെ നിന്നും എഴുന്നേല്പിച്ച് വിടാൻ വലിയ അദ്ധ്വാനം തന്നെ വികാരിയുടെ നേതൃത്വത്തിൽ വേണ്ടി വന്നു. അന്നത്തെ കാലത്ത് സൗണ്ട് മിക്സറും മറ്റ് സംവിധാനങ്ങളും ഒന്നും ഇല്ലായിരുന്നു. മൈക്കിന്റെ ഔട്ട്പുട്ട് നേരിട്ട് ബോക്സിൽ കൊടുക്കുകയാണ് പതിവ്. ചിലയിടത്ത് ആംപ്ലിഫയർ പോലും ഉണ്ടാകാറില്ല. എഴുന്നേറ്റ് പോകാൻ നേരത്ത് മദ്യപാനിയുടെ കമന്റാണ് ഉദയഭാനുവിന് ഏറെ ഇഷ്ടമായത്. "സർ ഗണഗണ (ജനഗണമന) പാടി മുടിച്ചിടുങ്കോ?" ഇനി താൻ പാടണ്ട. ജനഗണ പാടി

മതിയാക്കി വീട്ടിലേക്ക് പൊയ്ക്കോ എന്നതായിരുന്നു മദ്യപാനിയുടെ കമന്റ്.

ഗാനമേളയ്ക്ക് ശേഷം വികാരിയുടെ നേതൃത്വത്തിലുള്ള നാടകമാണ്. കടപ്പുറത്ത് കെട്ടി ഉയർത്തിയ വലിയ സ്റ്റേജിലാണ് പരിപാടി. മഴ വന്നാൽ കാണികൾ നേരെ സ്റ്റേജിലേക്ക് കയറും. കാണികൾക്ക് കയറി നില്ക്കാൻ മറ്റ് കൂരകൾ ഒന്നുംതന്നെ ആ പരിസരത്തില്ല. ഗാനമേളയുടെ കോലാഹലം ഒരുവിധം കഴിഞ്ഞ് നാടകം ആരംഭിച്ചു. ഉദയഭാനു മുൻനിരയിൽത്തന്നെയിരുന്ന് നാടകം കാണുകയായിരുന്നു. *ബൈബിൾ* കഥയാണ്. കുരിശുമരണമാണ് രംഗത്ത് അവതരിപ്പിക്കുന്നത്. ക്രൂശിതനായ ക്രിസ്തുവിന്റെ വേഷത്തിൽ അഭിനയിക്കുന്നതാകട്ടെ സാക്ഷാൽ വികാരിയും. വികാരി കുരിശിൽ ക്രൂശിതനായി കണ്ണുമടച്ച് കിടക്കുകയാണ്. ഈ സമയത്താണ് മഴ പെയ്യാൻ തുടങ്ങിയത്. പിറകിൽ നിന്ന ഭടൻ വികാരിയോട് പറഞ്ഞു: "പിതാവേ മഴ പെയ്യാൻ തുടങ്ങി. പതുക്കെ കണ്ണു തുറന്നുനോക്കിയ അച്ചൻ കണ്ടത് മഴയുടെ ശക്തി കൂടി വരുന്നതും കാണികൾ ഒന്നടങ്കം വേദിയിലേക്ക് ഇരച്ചുകയറി വരുന്നതുമാണ്. ക്ഷുഭിതനായ പിതാവ് കുരിശിൽ കിടന്നുകൊണ്ട് ആക്രോശിച്ചു: "സ്റ്റേജിലേക്ക് വല്ലവനും കയറിയാൽ ചവിട്ടി പുറത്താക്കും." ഇതുകേട്ട ഉദയഭാനു സകല നിയന്ത്രണവും വിട്ട് പൊട്ടിച്ചിരിച്ചു. ഇത് വലിയ തമാശയായി പിന്നീട് പലരോടും പറയുമായിരുന്നു. അങ്ങനെ അന്നത്തെ നാടകവും ഗാനമേളയും കുളമായി എന്നു പറയുന്നതാവും ശരി. ദേശീയോദ്ഗ്രഥന പ്രസ്ഥാനത്തിനുവേണ്ടി ഉഴിഞ്ഞുവെച്ച ജീവിതം.

തീവ്രമായ ഗാന്ധിഭക്തിയും ആഴത്തിൽ വേരോടിയ ദേശീയബോധവും ഉദയഭാനുവിന്റെ സ്ഥായിയായ രണ്ട് വിശ്വാസപ്രമാണങ്ങളാണ്. ഇത് ഒരു ദിവസംകൊണ്ട് ഉണ്ടായതോ ഉണ്ടാക്കി എടുത്തതോ അല്ല. ജന്മനാ രക്തത്തിൽ അലിഞ്ഞുചേർന്നതാണ്. വേഷത്തിലും നടപ്പിലും അങ്ങനെ തോന്നില്ല എങ്കിലും ഗാന്ധിഭക്തിയും ദേശീയബോധവും ചോദ്യം ചെയ്യപ്പെടാൻ കഴിയാത്തതാണ്. ഈ വിഷയത്തിലുള്ള അദ്ദേഹത്തിന്റെ അർപ്പണം നമ്മെ അത്ഭുതപ്പെടുത്തുന്നതുമാണ്. ഇന്നു നാം കാണുന്ന കപട ദേശീയവാദികൾ പലരും വേഷത്തിലും നടപ്പിലും അങ്ങനെയാണ് എങ്കിലും ഉദയഭാനു അത്തരത്തിൽ ആയിരുന്നില്ല. ഗാന്ധിയൻ ചിന്തയും ലാളിത്യവും സഹജീവികളോടുള്ള കൊടുക്കൽ വാങ്ങലുകളിൽ ഉദയഭാനു കൃത്യമായും പാലിച്ചിട്ടുണ്ട്.

അദ്ദേഹത്തിന്റെ ഈ മേഖലയിലെ സംഭാവനകൾ പലതും വിലയിരുത്തപ്പെടേണ്ടതാണ്. കേരളത്തിന്റെ പൊതു സംഗീതധാരയുമായി ചേർന്നുപോകുന്ന ദേശഭക്തിഗാന ശാഖയ്ക്ക് അദ്ദേഹം നല്കിയ സംഭാവനകൾ നിരവധിയാണ്. അദ്ദേഹം സാക്ഷാൽക്കരിച്ചത് ദേശീയതയുടെ സൗഭാഗ്യങ്ങളെയാണ്. വൈകാരിക സ്പർശംകൊണ്ട് അവയെല്ലാം തന്നെ ഇന്നും ജനപ്രിയങ്ങളായി തുടരുന്നു.

ദേശഭക്തി ഗാനങ്ങൾ ഏറക്കുറെ എല്ലാംതന്നെ സംഘഗാനങ്ങൾ

ആണ്. (സംഘഗാനങ്ങളായിട്ടാണ് ദേശഭക്തി ഗാനങ്ങൾ പലപ്പോഴും അവതരിപ്പിക്കുന്നത്). പാടാൻ കഴിവും ആഗ്രഹവുമുള്ളവർക്ക് പാടിത്തെളിയാൻ പോന്നതാണ് ഈ വേദി എന്ന് ഉദയഭാനു പറയുമായിരുന്നു. ആത്മവിശ്വാസം വീണ്ടെടുക്കാൻ സംഘഗാനങ്ങൾ സഹായിക്കും. എണ്ണിയാൽ ഒടുങ്ങാത്തത്ര വേദികളിൽ ഉദയഭാനു ദേശഭക്തി ഗാനങ്ങൾ അവതരിപ്പിച്ചിട്ടുണ്ട്. ഈ രംഗത്തേക്ക് അദ്ദേഹം കൈപിടിച്ചു കൊണ്ടുവന്നത് എണ്ണമറ്റ കലാകാരന്മാരെയാണ്. ദൂരദർശൻ ഡൽഹി-തിരുവനന്തപുരം നിലയങ്ങൾക്കും ആകാശവാണിക്കും വേണ്ടി അദ്ദേഹം സംഗീത സംവിധാനം ചെയ്ത ദേശഭക്തി ഗാനങ്ങൾ മികച്ചവയാണ്. ചലച്ചിത്ര പിന്നണിഗായകൻ എന്നതിലുപരി ഉദയഭാനുവിന്റെ സംഗീത സംഭാവനകളിൽ എന്നും മികച്ച് നില്ക്കുന്നത് അദ്ദേഹം ദേശഭക്തി ഗാനരംഗത്ത് നല്കിയ സംഭാവനകൾ ആണ്. എ വി ശ്രീകണ്ഠപൊതുവാൾ രചിച്ച 'സ്വാതന്ത്ര്യോദയമായി ജയജയഗാന്ധി, സമയമില്ല സമയമില്ല,' പി ഭാസ്കരന്റെ 'പവിത്ര ഭാരതം, സുന്ദര കാശ്മീരം, ഒരേ സ്വരം ഒരേ ശബ്ദം ഈ മണ്ണ് ഞങ്ങൾക്ക് വിണ്ണ്, ഒരേ ശബ്ദം ഒരേ ചിത്തം,' വിദ്വാൻ പി കേളുനായർ രചിച്ച 'സ്മരിപ്പിൻ ഭാരതീയരെ, പാക്കനാരെ പെറ്റ,' ചങ്ങമ്പുഴ രചിച്ച 'ജയജയ ഭാരതമാതേ', മഹാകവി വള്ളത്തോളിന്റെ 'വന്ദിപ്പിൻ മാതാവിനെ', ബോധേശ്വരൻ രചിച്ച 'ജയജയ കേരള കേരള ധരണി,' മഹാകവി കുട്ടമത്തിന്റെ 'മാതൃപ്രേമത്താൽ' ഒ എൻ വി കുറുപ്പിന്റെ 'അമ്മേ ഭാരതമേ', കെ പി കുഞ്ഞിരാമപൊതുവാളിന്റെ 'പൗരുഷഗാനം, സുരഗംഗ ഒഴുകുന്നു,' മഹാകവി സുബ്രഹ്മണ്യ ഭാരതിയാരുടെ 'പശുക്കളെ നല്ല നാട്', തിക്കൊടിയൻ രചിച്ച 'ഉദയമായി,' കെ ജയകുമാർ രചിച്ച 'സബർമതി', ഒറിയാ ഗാനമായ 'കെ ഉനമോധിരി', കന്നട ഗാനമായ 'ഭാരത ഭൂമി നന്നതായി', അയ്യപ്പപ്പണിക്കരുടെ 'മമ ഹൃദയമണി' എന്നീ പ്രശസ്തങ്ങളായ ദേശഭക്തിഗാനങ്ങൾക്ക് പുറമേ നിരവധി ഗാനങ്ങൾക്കും ഈണം പകർന്ന് ജനങ്ങളിലെത്തിച്ചു. തന്റെ ദേശീയോദ്ഗ്രഥന പ്രവർത്തനത്തിനും പ്രചാരണത്തിനും അദ്ദേഹം കണ്ടെത്തിയ മാർഗ്ഗമായിരുന്നു ദേശഭക്തി ഗാനങ്ങൾ സംഘഗാനാലാപന ശൈലിയിൽ അവതരിപ്പിക്കുന്നത്. അങ്ങനെ ഇത്തരം ഗാനങ്ങളിലൂടെ ഒരു പ്രചാരകനായി മാറി ഉദയഭാനു. ഗാന്ധിയൻ ആദർശങ്ങളും ദേശീയതയും പ്രചരിപ്പിക്കുവാൻ ഏറ്റവും നല്ല മാർഗ്ഗം സംഗീതമാണ് എന്ന് ഉദയഭാനു തിരിച്ചറിഞ്ഞിരുന്നു. അതുകൊണ്ട് തന്നെയാണ് അദ്ദേഹം സബർമതി എന്ന സംഘടനയ്ക്ക് രൂപം നല്കിയത്.

ചാനലിലെ വീഴ്ച

ആകാശവാണിയിൽനിന്നും വിരമിച്ചശേഷം കെ കരുണാകരന്റെ പേഴ്സണൽ സ്റ്റാഫ് അംഗം, കെ ടി ടി സി പി ആർ ഒ എന്നീ ഔദ്യോഗിക ചുമതലകൾ വിട്ടതിനുശേഷം മുഴുവൻ സമയ സംഗീത പ്രവർത്തനവുമായിട്ടാണ് ഉദയഭാനു ജീവിച്ചത്. ഓൾഡ് ഈസ് ഗോൾഡ്, ദേശഭക്തി ഗാനങ്ങൾ ചിട്ടപ്പെടുത്തൽ, കോറൽ ഗ്രൂപ്പുമായുള്ള പ്രവർത്തനം

സംഗീത പരിപാടികളുടെ മ്യൂസിക് കണ്ടക്ടർ, മ്യൂസിക് റിയാലിറ്റി ഷോയുടെ പാനൽ ജഡ്ജ് തുടങ്ങി സംഗീതത്തിന്റെ വിവിധ മേഖലകളിൽ അദ്ദേഹം സജീവമാകുമായിരുന്നു. ഒരു സ്വകാര്യ ചാനൽ സംഘടിപ്പിച്ച സംഗീത റിയാലിറ്റിഷോയുടെ പാനൽ ജഡ്ജായി ഉദയഭാനുവിനെ ക്ഷണിച്ചു. ചില എപ്പിസോഡുകൾ ഷൂട്ട് ചെയ്യുകയും ടെലികാസ്റ്റ് ചെയ്യുകയും ചെയ്തു. ഒരു ദിവസം ഷൂട്ടിങ് പായ്ക്കപ്പ് പറഞ്ഞ ഉടനെ തന്നെ സെറ്റിലെ ലൈറ്റ് ഓഫ് ചെയ്തു. അപ്പോൾ നടന്നുവരികയായിരുന്ന ഉദയഭാനു കെട്ടി ഉയർത്തിയ സെറ്റിൽനിന്നും താഴേക്ക് വീണു. നല്ല ഉയരത്തിൽ നിന്നുമായിരുന്നു വീഴ്ച. വീഴ്ചയിൽ അദ്ദേഹത്തിന്റെ അരക്കെട്ടിന്റെ എല്ലിനും തുടയെല്ലിനും പൊട്ടൽ സംഭവിച്ചു. തുടർന്ന് തിരുവനന്തപുരത്തെ ഒരു സ്വകാര്യ ആശുപത്രിയിൽ പ്രവേശിപ്പിക്കുകയും ഓപ്പറേഷൻ നടത്തുകയും ചെയ്തു. ദീർഘനാളത്തെ വിശ്രമം ഡോക്ടർമാർ നിർദ്ദേശിച്ചു. പിന്നീട് ഊന്നുവടിയുടെ സഹായത്തോടെ വളരെ പതുക്കെയാണ് ഉദയഭാനു നടന്നു തുടങ്ങിയത്. എവിടെയും ഓടി എത്തിയിരുന്ന ഉദയഭാനുവന്റെ സഞ്ചാര പഥങ്ങളിൽ കാരമുള്ളായി ഈ വീഴ്ച. അദ്ദേഹത്തിന്റെ ആരോഗ്യത്തിന്റെ അടിസ്ഥാനം തന്നെ നടപ്പായിരുന്നു. കിലോമീറ്ററുകളോളം നടന്നു ശീലിച്ച ഉദയഭാനുവിന് നടക്കാൻ കഴിയാതെ വന്നതിനെ തുടർന്ന് പല ആരോഗ്യപ്രശ്നങ്ങളും വന്നുകൊണ്ടിരുന്നു. ആശുപത്രി ചെലവ് ചാനൽ വഹിച്ചു എങ്കിലും തുടർന്ന് ധനസഹായമൊന്നും അവരുടെ ഭാഗത്തുനിന്നും ഉണ്ടായതുമില്ല. നീണ്ട ആശുപത്രിവാസത്തിനും വിശ്രമത്തിനും ശേഷം അദ്ദേഹം ഊന്നുവടിയുടെ സഹായത്തോടെ ചില പരിപാടികളിൽ പങ്കെടുക്കാനും പൊതുവേദികളിൽ പ്രത്യക്ഷപ്പെടാനും തുടങ്ങി.

ഈ സമയത്ത് എറണാകുളത്തെ ഒരു സുഹൃത്ത് ഉദയഭാനു ഫൗണ്ടേഷൻ സെക്രട്ടറി മോഹനനോട് ഉദയഭാനുവിനെ എറണാകുളത്ത് ഒരു പരിപാടിക്ക് അതിഥിയായി കിട്ടണം എന്ന് ആഗ്രഹം പറഞ്ഞു.

ഉദയഭാനുവിനോട് കാര്യം പറഞ്ഞപ്പോൾ വയ്യാത്ത അവസ്ഥയായിട്ടും സമ്മതം മൂളി. യാത്ര ചെയ്യാൻ യഥാർത്ഥത്തിൽ വലിയ ബുദ്ധിമുട്ടായിരുന്നു. എന്നിട്ടും ഒരു മടിയും കാണിച്ചില്ല. യാത്രയോടുള്ള ഇഷ്ടവും ഏകാന്തതയിൽനിന്നുള്ള മോചനവും ആയിരിക്കാം എറണാകുളത്ത് വരാം എന്ന് സമ്മതിക്കാൻ ഉദയഭാനുവിനെ പ്രേരിപ്പിച്ചത്. കാറിലായിരുന്നു യാത്ര. മറൈൻ ഡ്രൈവിനടുത്താണ് അദ്ദേഹത്തിന് താമസം ഒരുക്കിയിരുന്നത്. ഉദയഭാനുവിന്റെ കൂടെ മോഹനനു പുറമേ സബർമതിയുടെ ഭാരവാഹിയായ ജയചന്ദ്രനും ഉണ്ടായിരുന്നു. ഉച്ചയോടുകൂടി എറണാകുളത്ത് എത്തി. അദ്ദേഹം ആഹാരമൊന്നും കഴിച്ചിരുന്നില്ല. അവിടെ എത്തിയപ്പോഴാകട്ടെ സംഘാടകരും ആഹാരമൊന്നും കരുതിയിരുന്നില്ല. അദ്ദേഹത്തിന്റെ ആഹാര രീതിയൊന്നും അറിയാത്തതുകൊണ്ടാണ് കരുതാതിരുന്നത് എന്ന് സംഘാടകർ വിശദീകരിച്ചു. ഉദയഭാനുവിനോട് അവർ ക്ഷമ ചോദിക്കുകയും ചെയ്തു. എന്നു ഭക്ഷണം വേണമെന്ന് സംഘാട

കർ ചോദിച്ചപ്പോൾ "ഒരു നിർബ്ബന്ധവുമില്ല എന്തുകിട്ടിയാലും മതി" എന്നായിരുന്നു അദ്ദേഹത്തിന്റെ മറുപടി. സംഘാടകർ ദോശ കൊണ്ടുവ രികയും അദ്ദേഹം അത് കഴിക്കുകയും ചെയ്തു. ഒരു പരാതിപോലും ഇതിലൊന്നും ഉദയഭാനു പറഞ്ഞില്ല. തുടർന്ന് വൈകിട്ട് ബി ടി എച്ചിൽ വച്ചായിരുന്നു പരിപാടി. ഓഡിറ്റോറിയം തിങ്ങി നിറഞ്ഞ ജനം. പതിവു പോലെ അധികം ഒന്നും സംസാരിച്ചില്ല. താൻ ഒരു നല്ല പ്രാസംഗികനല്ല എന്ന ബോദ്ധ്യം അദ്ദേഹത്തിനുണ്ടായിരുന്നു. ഏതാനും പാട്ടുകൾ വേദി യിൽ പാടി. തുടർന്ന് മുറിയിൽ എത്തി. രാത്രിയിൽ ഉറങ്ങാൻ കിടന്ന തിന്റെ ശേഷം മൂത്രമൊഴിക്കാനായി ബാത്ത്റൂമിൽ പോയി. കൂടെ റൂമിൽ ഉണ്ടായിരുന്ന മോഹനനെ വിളിക്കാതെയാണ് പോയത്. തിരിച്ചുവന്ന പ്പോൾ ഉണർന്ന മോഹനൻ "സാറെന്താ വിളിക്കാതെ എഴുന്നേറ്റുപോ യത്' എന്നു ചോദിച്ചു. "മോഹനനെ ബുദ്ധിമുട്ടിക്കണ്ട എന്നു കരുതി" എന്നു ഉദയഭാനു മറുപടി നല്കി. എന്നാൽ കട്ടിലിന്റെ അടുത്തെത്താറാ യപ്പോൾ അദ്ദേഹം കാൽ വഴുതി പുറകോട്ട് മലർന്നടിച്ചുവീണു. പെട്ടെന്ന് മോഹനൻ പുറകിൽനിന്ന് ഓടിവന്നു പിടിച്ചുവെങ്കിലും രണ്ടുപേരും കൂടി വീഴുകയായിരുന്നു. മോഹനൻ പിടിച്ചില്ലായിരുന്നു എങ്കിൽ ആ വീഴ്ച യിൽ വലിയ അപകടം സംഭവിക്കുമായിരുന്നു. രണ്ടുപേർക്കും എഴുന്നേ ല്ക്കാൻ കഴിയാതെ കുറെ നേരം ആ കിടപ്പുകിടന്നു. ശബ്ദം കേട്ട് അടു ത്തമുറിയിലുണ്ടായിരുന്ന ജയചന്ദ്രൻ ഓടിവന്ന് ഹോട്ടൽ ജീവനക്കാരുടെ സഹായത്തോടെ എഴുന്നേല്പിക്കുകയായിരുന്നു. സ്വന്തം കാര്യത്തിന് ആരെയെങ്കിലും ബുദ്ധിമുട്ടിക്കുന്നത് വലിയ മടിയായിരുന്നു അദ്ദേഹത്തിന്. പിറ്റേ ദിവസം ഉച്ചയോടെയാണ് തിരുവനന്തപുരത്ത് തിരിച്ചെത്തിയത്. അപ്പോഴേക്കും അദ്ദേഹം തീർത്തും അവശനായിരുന്നു.

പണം വാഗ്ദാനം ചെയ്ത് പറ്റിക്കുന്ന വിരുതന്മാർ

കിളിമാനൂർക്കാരനായ ഒരു സുഹൃത്ത് അദ്ദേഹത്തിന്റെ വീട്ടിനടു ത്തുള്ള അമ്പലത്തിലെ ഉത്സവത്തിന് ഉദയഭാനുവിനെ ഗസ്റ്റായി കിട്ടുമോ എന്ന് അന്വേഷിച്ച് മോഹനനെ സമീപിച്ചു. ഉദയഭാനുവിന് അന്ന് പരി പാടികൾ കുറഞ്ഞുവരുന്ന സമയമായിരുന്നു. ഈ അവസ്ഥ അറിയാവുന്ന മോഹനൻ കിളിമാനൂർക്കരൻ സുഹൃത്തിനോട് ഒരു വ്യവസ്ഥ വച്ചു. സാറിന് പെൻഷൻ അല്ലാതെ മറ്റു വരുമാനം ഒന്നുമില്ല. അതുകൊണ്ട് പ്രതിഫലം കൊടുക്കണം. ചുരുങ്ങിയപക്ഷം തിരുവനന്തപുരത്തുനിന്നും ടാക്സി പിടിച്ചുവരുന്ന ചെലവെങ്കിലും വഹിക്കണം. സംഘാടകർ പറഞ്ഞ മറുപടി കേട്ട് മോഹനൻ ഞെട്ടി "സാറത് പറയേണ്ട കാര്യ മുണ്ടോ? ഞങ്ങൾ അതെല്ലാം ചെയ്തിരിക്കും" സംഘാടകന്റെ മറുപടി കേട്ട് മോഹനൻ വല്ലാതെ ചൂളി. ഇത്രയും നല്ല മനുഷ്യനോട് നക്കാപ്പിച്ച കണക്കുപറഞ്ഞത് മോശമായിപ്പോയി ഇതിന്റെ നാണക്കേട് സാറിനു കൂടി യാണ് എന്ന ചിന്ത മോഹനനെ വല്ലാതെ അലോസരപ്പെടുത്തി. പരി പാടി ദിവസം തിരുവനന്തപുരത്തുനിന്നും ടാക്സിപിടിച്ച് ഉദയഭാനു കൃത്യ

സമയത്ത് കിളിമാനൂരിൽ എത്തി. കൂടെ മോഹനനനുമുണ്ട്. മൈതാനം നിറച്ച് ആൾക്കാരെ കണ്ടപ്പോൾ ഉദയഭാനു പതിവുപോലെ ആവേശഭരിതനായി. "നമ്മൾ വരാതിരുന്നെങ്കിൽ വലിയ നഷ്ടമായിപ്പോയേനെ" എന്ന് മോഹനനോട് സ്വകാര്യം പറഞ്ഞു. ചടങ്ങുകൾ ആരംഭിച്ചു. ഉദയഭാനു പ്രസംഗം നീട്ടിയില്ല. പാട്ടുപാടാമെന്നു പറഞ്ഞ് പാട്ടുപാടി ആൾക്കൂട്ടത്തെ കൈയിലെടുത്തു. "ചുടുകണ്ണീരാലെൻ" എന്ന പാട്ടു പാടണമെന്ന് സദസ്സിൽ നിന്നും അഭ്യർത്ഥന വന്നു. അതും പാടി. തിരിച്ചുവരാൻ നേരത്ത് പരിപാടിക്ക് ക്ഷണിച്ച സുഹൃത്ത് കാറിൽ കയറിയ ഉദയഭാനുവിന്റെ അടുത്തുവന്നിട്ട് ഒരു പുതുപ്പണക്കാരനെ കാട്ടിയിട്ട് പറഞ്ഞു. "ഇദ്ദേഹം സാറിന്റെ ചെലവിനുള്ള കാശ് തരും. അയാൾ തിരക്ക് അഭിനയിച്ച് പെട്ടെന്ന് നടന്നുപോയി. പുതുപ്പണക്കാരൻ കാറിലിരിക്കുകയായിരുന്ന ഉദയഭാനുവിന്റെ അടുത്തുവന്ന് ഒരു കവർ ഓവർക്കോട്ടിന്റെ പോക്കറ്റിൽ ഇട്ടുകൊടുത്തു. എന്നിട്ട് ഒരു ഷേക്ക്ഹാന്റ് കൊടുത്ത് യാത്രയായി. കാർ തിരുവനന്തപുരത്തേക്ക് തിരിക്കുകയും ചെയ്തു. കുറച്ചു ദൂരം സഞ്ചരിച്ചപ്പോൾ ഉദയഭാവുനിനോട് കവറിൽ എത്ര കാശുണ്ട് എന്ന് എണ്ണിനോക്കാൻ മോഹനൻ ആവശ്യപ്പെട്ടു. എണ്ണിയപ്പോൾ വളരെ തുച്ഛമായ കാശ് മാത്രമേ അവർ നല്കിയിരുന്നുള്ളൂ എന്ന് മനസ്സിലായി. തിരുവനന്തപുരത്തെത്തി ടാക്സിക്കാരനോട് കടം പറയേണ്ട അവസ്ഥയായിരുന്നു. പിറ്റേദിവസമാണ് ടാക്സികാരന് പണം കൊടുത്ത് ഇടപാട് തീർത്തത്. കാശ് തരാതെ പറ്റിച്ച സംഘാടകനെ മോഹനൻ കുറ്റപ്പെടുത്തിയപ്പോൾ ഉദയഭാനുവിന്റെ പ്രതികരണം മോഹനനെ അത്ഭുതപ്പെത്തി. "കള മോഹനാ ടാക്സി കാശ് നമ്മൾ കൊടുത്തല്ലോ? പോയതു കൊണ്ട് ഇത്രയും പേരെ നമുക്ക് കാണാൻ കഴിഞ്ഞില്ലേ. അവരുടെയെല്ലാം സ്നേഹം തന്നെയാണ് നമ്മുടെ പ്രതിഫലം."

ക്ഷമയുടെയും സഹിഷ്ണുതയുടെയും പ്രതീകം

ചാനലിലെ വീഴ്ചയ്ക്കുശേഷം ഉദയഭാനുവിന് ചെറിയ ചെറിയ വീഴ്ചകൾ തുടർന്നും ഉണ്ടായിക്കൊണ്ടിരുന്നു. ഒരിക്കൽ കുളിമുറിയിൽ മറിഞ്ഞുവീഴാൻപോയപ്പോൾ കതകിന്റെ പിടിയിൽ പിടിക്കാൻ ശ്രമിക്കുകയും പിടിയുടെ മൂർച്ചയുള്ള ഭാഗത്ത് കൊണ്ട് കൈ നന്നായി മുറിയുകയും ചെയ്തു. നല്ല നീളവും ആഴവും ഉള്ള മുറിവായിരുന്നു അത്. തിരുവനന്തപുരത്തെ ഫ്ളാറ്റിൽ വെച്ചായിരുന്നു സംഭവിച്ചത്. വീഴ്ചയിൽ കുറെ നേരം അങ്ങനെ കിടക്കേണ്ടി വന്നു. ഫ്ളാറ്റിലെ സെക്യൂരിറ്റി മറ്റെന്തോ ആവശ്യത്തിന് ഒന്നാം നിലയിൽ വന്നപ്പോൾ കതക് തുറന്ന് കിടക്കുന്നത് കണ്ട് അകത്തുകയറിയതു കൊണ്ടാണ് കാണാൻ സാധിച്ചതും ഉടനെ പിടിച്ചെഴുന്നേല്പിച്ച് ആശുപത്രിയിൽ എത്തിക്കാൻ കഴിഞ്ഞതും. അടുത്ത ദിവസം ഉദയഭാനുവിനെക്കുറിച്ചുള്ള പുസ്തകത്തിന്റെ പ്രകാശനം നിശ്ചയിച്ചിരിക്കുകയായിരുന്നു. യേശുദാസാണ് മുഖ്യാതിഥി. ഉദയഭാനു തലേദിവസത്തെ വീഴ്ചയോ കൈയിലെ മുറിവോ ഒന്നും കൂട്ടാ

ക്കാതെ ചടങ്ങിനെത്തി. കൈയ്ക്ക് എന്തുപറ്റി എന്നുചോദിച്ചവരോടൊക്കെ ഒരു ചെറിയ മുറിവ് എന്നതായിരുന്നു മറുപടി. തന്റെ ശരീരത്തിൽ പറ്റുന്ന മുറിവ്, വേദന, ക്ലേശം ഇവയൊന്നും കാര്യമായെടുക്കുന്ന പതിവ് അദ്ദേഹത്തിനില്ലായിരുന്നു. എന്നാൽ അവയൊക്കെ വളരെ നിസ്സാരമായി കാണാനുള്ള മനസ്സും സഹിഷ്ണുതയും ഉണ്ടായിരുന്നുതാനും.

പത്തൊാൻപതാം വയസ്സുമുതൽ കോട്ടിസാൻ ഇൻഹെയിൽ ചെയ്യുന്ന ഒരു വ്യക്തിയായിരുന്നു ഉദയഭാനു. ഇൻഹെയിലർ എപ്പോഴും ഷർട്ടിന്റെയോ പാന്റിന്റെയോ പോക്കറ്റിലുണ്ടാവും. വളരെ ചെറുപ്പംതൊട്ടുതന്നെ രക്തത്തിൽ പഞ്ചസാരയുടെ അളവ് കൂടുതലാണെന്ന് കണ്ടെത്തിയിട്ടുണ്ട്. എങ്കിലും നിയന്ത്രണം ഇല്ലാതെ മധുരം കഴിക്കുന്ന സ്വഭാവം ഉണ്ടായിരുന്നു. 2010 ൽ ടൂറിസം വകുപ്പ് കൊച്ചിയിൽ ഓൾഡ് ഈസ് ഗോൾഡിന്റെ വിപുലമായ ഒരു പരിപാടി സംഘടിപ്പിച്ചിരുന്നു. പരിപാടിക്ക് രണ്ടു ദിവസം മുമ്പ് ആസ്ത്മയുടെ ശല്യവും ഒപ്പം രക്തത്തിൽ പഞ്ചസാരയുടെ അളവും ക്രമാതീതമായി കൂടിയതുകാരണം ശരീരം വല്ലാതെ ക്ഷീണിക്കുകയും നിയന്ത്രണമില്ലാതെ മൂത്രം പോവുകയും ചെയ്തിരുന്നു. ആശുപത്രിയിൽ എത്തിച്ച ഉടൻ ഡോക്ടർ അഡ്മിറ്റ് ചെയ്ത് തീവ്രപരിചരണ വിഭാഗത്തിലേക്ക് മാറ്റുകയും ചെയ്തു. അത്രയ്ക്ക് ഉൽക്കണ്ഠാജനകമായിരുന്നു അദ്ദേഹത്തിന്റെ ആരോഗ്യസ്ഥിതി.

അഡ്മിറ്റ് ചെയ്ത ദിവസം തീരെ അവശനായതുകാരണം കണ്ണുപോലും തുറക്കാൻ സാധിച്ചിരുന്നില്ല. പിറ്റേ ദിവസം രാജീവിനോട് പറഞ്ഞു: ‘‘എനിക്ക് നാളെ കൊച്ചിയിൽ പോകണം. ഓൾഡ് ഈസ് ഗോൾഡിന്റെ പരിപാടിയാണ്.’’ പൈസ അഡ്വാസ് വാങ്ങിപ്പോയി. “ശബ്ദം പോലും പുറത്തുവരുന്നുണ്ടായിരുന്നില്ല. ഇപ്പോൾ ഒരു കാരണവശാലും ഈ അവസ്ഥയിൽ പോകാൻ കഴിയില്ല എന്ന് രാജീവ് പറഞ്ഞു. എങ്കിലും അദ്ദേഹം വഴങ്ങിയില്ല. “എന്നെ പ്രതീക്ഷിച്ച് വരുന്നവരുണ്ടാകും. അവർ നിരാശരാകും.” “അച്ഛന് സംസാരിക്കാൻ പോലും കഴിയുന്നില്ല.” പിന്നെ എങ്ങനെ പാടും. മാത്രവുമല്ല കൊച്ചിയിൽ എത്താനുള്ള ദൂരം. ഇത്തരം കാര്യങ്ങൾ ഒക്കെ രാജീവ് പറഞ്ഞുവെങ്കിലും അദ്ദേഹം അരമയക്കത്തിലായിരുന്നു. അടുത്ത ദിവസം രാവിലെ എഴുന്നേറ്റിരുന്ന് കൈയിൽ ട്രിപ്പിനു വേണ്ടി ഉറപ്പിച്ചിരുന്ന സൂചിയുടെ പ്ലാസ്റ്റർ ഒക്കെ ഇളക്കിമാറ്റി പാന്റും ഷർട്ടുമെടുത്തിട്ട് പോകാൻ റെഡിയായിട്ട് രാജീവിനെ വിളിച്ചുപറഞ്ഞു. “ഓർക്കസ്ട്രാക്കാരോട് ഇതുവഴി വരാൻ പറയൂ. ഞാനവരുടെ കൂടെ പൊയ്ക്കൊള്ളാം. ഫ്ളൈറ്റിൽ പോകാമെന്ന് രാജീവ് പറഞ്ഞുവെങ്കിലും കൂട്ടാക്കിയില്ല. രാജീവ് ഡിസ്ച്ചാർജ് ആവശ്യപ്പെട്ട് ഡോക്ടറെ സമീപിച്ചപ്പോൾ ഡോക്ടർ വല്ലാതെ ക്ഷോഭിച്ചു. അത്രയ്ക്ക് നിർബ്ബന്ധമാണെങ്കിൽ അച്ഛനെ കൊണ്ടുപൊയ്ക്കോളൂ. നിങ്ങളുടെ സ്വന്തം ഉത്തരവാദിത്വത്തിൽ ആണെന്ന് എഴുതിത്തരണം. എന്നാൽ മാത്രമേ ഡിസ്ച്ചാർജ് തരാൻ കഴിയൂ എന്ന് ഡോക്ടർ പറഞ്ഞു. ഇങ്ങനെ ഒരു

ഡിക്ലറേഷൻ ആശുപത്രി അധികൃതർക്ക് എഴുതി കൊടുത്തിട്ടാണ് അദ്ദേഹത്തിന്റെ ഡിസ്ചാർജ് വാങ്ങിയത്. പിന്നെ ഓർക്കസ്ട്രയ്ക്ക് ഒപ്പം വാനിൽത്തന്നെ എറണാകുളത്തേക്ക് പോയി. വൈകുന്നേരം പരിപാടിയിൽ പാട്ട്പാടുകയും ചെയ്തു. ഒത്തിരി വിഷമിച്ചാണ് അന്ന് പാടിയത്. ശരീരത്തിന്റെ ക്ഷീണം പാട്ടിൽ അന്ന് പ്രതിഫലിക്കുകയും ചെയ്തു. ഓർക്കസ്ട്രാ ടീമിനൊപ്പം പോകുമ്പോഴും ജനക്കൂട്ടത്തിന് മുന്നിൽ നില്ക്കുമ്പോഴും അദ്ദേഹം ഊർജ്ജം ഉൾക്കൊള്ളുന്നുണ്ടായിരിക്കണം. അല്ലെങ്കിൽ ഇത്രയും അവശനായിരുന്ന ഒരാൾക്ക് ഇങ്ങനെ യാത്ര ചെയ്ത് പോയി പാടാൻ പറ്റുകയില്ല. ചെയ്യുന്ന ജോലിയോട് അത്രമേൽ അർപ്പണം അദ്ദേഹത്തിനുണ്ടായിരുന്നു.

ഗാന്ധിജയന്തി വാരാചരണത്തിന്റെ സംസ്ഥാനതല ഉദ്ഘാടനം പബ്ലിക് റിലേഷൻസ് വകുപ്പ് തിരുവനന്തപുരത്ത് ഗാന്ധി പാർക്കിൽ വെച്ച് സംഘടിപ്പിച്ചു. യേശുദാസ് ഉദ്ഘാടനം ചെയ്യുകയും തുടർന്ന് ഉദയഭാനുവിന്റെ നേതൃത്വത്തിലുള്ള ദേശഭക്തി ഗാനാലാപനവുമായിരുന്നു പരിപാടി. യേശുദാസ് ഉദ്ഘാടനം കഴിഞ്ഞ് പോയി സംഘഗാനത്തിനുള്ള ഒരുക്കങ്ങൾക്കായി ഉദയഭാനു ഓടിനടന്നു. രാവിലെ മുതൽ ഒന്നും കഴിക്കാതിരുന്ന ഉദയഭാനു ഉദ്ഘാടനം കഴിഞ്ഞ് വിതരണം ചെയ്ത ലഡുവിൽനിന്നും അഞ്ചെണ്ണമെടുത്ത് അകത്താക്കി. അപ്പോഴും സംഘാടകർ ഇഡ്ഡലിവാങ്ങാനയച്ച പയ്യനെ അന്വേഷിച്ച് നടക്കുകയായിരുന്നു. അല്പം കഴിഞ്ഞപ്പോൾ ഉദയഭാനു ബോധം കെട്ടു വീണു. വണ്ടിയിൽ കയറ്റി ആശുപത്രിയിലേക്ക് കൊണ്ടുപോകുവാൻ തുടങ്ങിയപ്പോഴേക്കും ബോധം വീണ ഉദയഭാനു പറഞ്ഞു. "കുഴപ്പമില്ല അഞ്ച് ലഡു കഴിച്ചതാണ് പ്രശ്നം. പരിപാടി മുടക്കരുത്. ഞാൻ ഉടൻ വരും." എന്നാൽ പരിപാടി തീരുന്നതിന് മുമ്പ് അദ്ദേഹത്തിന് തിരിച്ചുവരാൻ കഴിഞ്ഞില്ല. ആശുപത്രിയിൽ ഡോക്ടറുടെ നിരീക്ഷണത്തിൽ കിടക്കേണ്ടിവന്നു. പരിപാടി കഴിഞ്ഞ് എല്ലാ ഗായകരും ആശുപത്രിയിൽപ്പോയി അദ്ദേഹത്തെ സന്ദർശിച്ചു.

ഡോക്യുമെന്ററി

ഉദയഭാനുവിനെക്കുറിച്ച് ഒരു ഡോക്യുമെന്ററി നിർമ്മാണവുമായി ബന്ധപ്പെട്ട് പല ചർച്ചകളും നടന്നിരുന്നു. പക്ഷേ, ഒന്നും ഫലവത്തായില്ല. ഉദയഭാനു ഫൗണ്ടേഷന്റെ സെക്രട്ടറി ഒരു നിർമ്മാതാവിന് വേണ്ടിയുള്ള അന്വേഷണം തുടർന്നുകൊണ്ടേയിരുന്നു. പലരോടും സംസാരിച്ച കൂട്ടത്തിൽ അദ്ദേഹത്തിന്റെ സുഹൃത്തും സ്വകാര്യ കാർഗോ കമ്പനിയിൽ മാനേജരുമായ ചന്ദ്രൻ ഡോക്യുമെന്ററി നിർമ്മിക്കുന്നതിന് താല്പര്യം പ്രകടിപ്പിച്ചു. അങ്ങനെയാണ് ഉദയഭാനുവിനെക്കുറിച്ചുള്ള ഡോക്യുമെന്ററി യാഥാർത്ഥ്യമാകുന്നത്. പി കെ മോഹനനാണ് ഹ്രസ്വചിത്രത്തിന്റെ സംവിധാനം നിർവ്വഹിച്ചത്. ഉദയഭാനുവിന്റെ വ്യക്തിജീവിതത്തിലൂടെയും സംഗീത ജീവിതത്തിലൂടെയുമുള്ള യാത്രയാണ് ഈ ചിത്രം. സാമ്പത്തി

കലാഭം പ്രതീക്ഷിച്ചിട്ടല്ല ഇവർ ഈ സംരംഭത്തിന് മുതിർന്നത്. പി ആർ ഡി ഒരു പ്രിന്റ് വാങ്ങിയതു വഴി ലഭിച്ച തുക മാത്രമായിരുന്നു ആകെ കിട്ടിയത്. ഉദയഭാനുവിന്റെ ജീവിതവഴികളിലൂടെയുള്ള യാത്രയായതു കൊണ്ടുതന്നെ ഷൂട്ടിങ് പ്ലാൻ ചെയ്യുന്ന സമയത്ത് ഊട്ടി, പാലക്കാട്, തൃശൂർ, കോഴിക്കോട്, തിരുവനന്തപുരം എന്നീ സ്ഥലങ്ങളിൽ ഷൂട്ടിങ് വേണമെന്ന് നിശ്ചയിച്ചിരുന്നു. പറ്റാവുന്നിടത്തൊക്കെ ഉദയഭാനുവിനെയും കൊണ്ടുപോയി ഷൂട്ട് ചെയ്യാനായിരുന്നു പദ്ധതി. അതനുസരിച്ച് പാല ക്കാട് പോയി. ഒന്നാം നാൾ ഷൂട്ടിങ് നന്നായി നടന്നു. വീട്, പഠിച്ച സ്കൂളു കൾ തുടങ്ങിയിടത്തെല്ലാം ഉദയഭാനു ഒരിക്കൽക്കൂടി സഞ്ചരിച്ചു. അദ്ദേ ഹത്തിന്റെ ബാല്യത്തിലേക്കും കൗമാരത്തിലേക്കുമുള്ള മടക്കയാത്രയാ യിരുന്നു ആ നാളുകൾ. രണ്ടാം ദിവസമായപ്പോഴേക്കും ഒട്ടുംവയ്യാതാകു കയും ആശുപത്രിയിൽ അഡ്മിറ്റ് ചെയ്യുകയും ചെയ്തു. വിശ്രമം നിർദ്ദേ ശിച്ച ഡോക്ടർമാർ ഗായകനെ അടുത്തുകിട്ടിയ സന്തോഷം മറച്ചുവെ ച്ചില്ല. ആശുപത്രിവാസം ഒരു ദിവസം പിന്നിട്ടപ്പോൾ അദ്ദേഹം അസ്വ സ്ഥനായി. ഡിസ്ച്ചാർജ് ആവശ്യപ്പെട്ടപ്പോൾ ഡോക്ടർമാർ വിസമ്മതിച്ചു. ഒടുവിൽ ഉദയഭാനുവിന്റെ നിർബ്ബന്ധത്തിനു വഴങ്ങി അവിടെനിന്ന് പുറ പ്പെട്ട് തിരുവനന്തപുരത്തേക്ക് വരുന്ന വഴി കലാമണ്ഡലം ഷൂട്ട് ചെയ്യാ മെന്ന് പറഞ്ഞു. അദ്ദേഹത്തിന് ഏറ്റവും പ്രിയപ്പെട്ട വള്ളത്തോളിന്റെ പ്രതി മയ്ക്ക് മുന്നിലും ശവകുടീരത്തിനു മുന്നിലും നിന്ന് ഷൂട്ട് ചെയ്തു. തന്റെ ശാരീരിക വൈഷമ്യങ്ങൾ എല്ലം മറന്നുകൊണ്ടായിരുന്നു മഹാകവിയുടെ പാദസ്പർശമേറ്റ ആ മണ്ണിൽ ചവിട്ടി നിന്നുകൊണ്ട് ക്യാമറയ്ക്ക് പോസ് ചെയ്തത്. അപ്പോഴേക്കും അദ്ദേഹം തീർത്തും അവശനായി കഴിഞ്ഞി രുന്നു. എന്നിട്ടും വരുന്നവഴിക്ക് ചങ്ങമ്പുഴ സ്മാരകത്തിൽ ഷൂട്ട് ചെയ്യ ണമെന്ന് ഉദയഭാനു ആവശ്യപ്പെട്ടു. അവിടെ ഇറങ്ങാൻ പോലുമുള്ള ആരോഗ്യം ഇല്ലായിരുന്നു. അതിനാൽ നേരെ തിരുവനന്തപുരത്തേക്ക് വരികയാണ് ചെയ്തത്. പിന്നീട് ക്യാമറയൂണിറ്റ് മാത്രം പോയി വിട്ടു പോയ ഭാഗങ്ങൾ ഷൂട്ട് ചെയ്ത് ചേർക്കുകയായിരുന്നു. ഡോക്യുമെന്ററി നിർമ്മാണവുമായി ബന്ധപ്പെട്ട് ഉണ്ടായ ചിലരുടെ പ്രതികരണം ഉദയ ഭാനുവിനെ വേദനിപ്പിച്ചിരുന്നു. ചിലർ സ്റ്റേറ്റ്മെന്റ് തരാം എന്നു പറഞ്ഞ തനുസരിച്ച് അതിനായി ക്യാമറയൂണിറ്റുമായി ചെല്ലുമ്പോൾ നിസ്സാര കാര്യ ങ്ങൾ പറഞ്ഞ് ഒഴിവാക്കി സ്റ്റേറ്റ്മെന്റ് കൊടുക്കാതിരുന്നത് അദ്ദേഹത്തെ ശരിക്കും വിഷമിപ്പിച്ചു. ദൂരെനിന്നും നോക്കുമ്പോൾ തങ്കവിഗ്രഹങ്ങൾ എന്നു തോന്നുന്ന പലരും അടുക്കുമ്പോൾ വെറും കരിക്കട്ടകളായിരുന്നു എന്ന തിരിച്ചറിവും അദ്ദേഹത്തിന് അവസാന നാളുകളിലുണ്ടായി.

ചലച്ചിത്ര ഗാനരംഗത്തെ സംഭാവന

1958 ൽ *നായരുപിടിച്ച പുലിവാൽ* എന്ന ചിത്രത്തിൽ 'എന്തിനിത്ര പഞ്ചസാര,' 'വെളുത്തപെണ്ണേ' എന്നീഗാനങ്ങൾ പി ഭാസ്കരന്റെ ഗാന രചനയിൽ കെ രാഘവൻ ചിട്ടപ്പെടുത്തി ഉദയഭാനു പാടിയതായിരുന്നു,

ചലച്ചിത്ര ഗാനരംഗത്തേക്കുള്ള അദ്ദേഹത്തിന്റെ അരങ്ങേറ്റം. അസോസിയേറ്റ് പ്രൊഡക്ഷൻസ് നിർമ്മിച്ച ചിത്രം 1958 ഫെബ്രുവരി 14 നാണ് റിലീസ് ചെയ്തത്. തുടർന്ന് *ലൈലാ മജ്നു, വേലുത്തമ്പിദളവ, പുതിയ ആകാശം പുതിയ ഭൂമി, പാലാട്ടുകോമൻ, കാല്പാടുകൾ, സ്വർഗ്ഗരാജ്യം, നിണമണിഞ്ഞ കാല്പാടുകൾ, സത്യഭാമ, സുശീല, കാട്ടുമൈന, അമ്മയെ കാണാൻ, തച്ചോളി ഒതേനൻ, കുട്ടിക്കുപ്പായം, ഓമനക്കുട്ടൻ കളഞ്ഞുകിട്ടിയ തങ്കം, അൾത്താര, ദേവത, ശ്യാമളചേച്ചി, കടത്തുകാരൻ, അമ്മു, തങ്കക്കുടം, റോസി, മായാവി, കാത്തിരുന്ന നിക്കാഹ്, ചെമ്മീൻ, റൗഡി, തറവാട്ടമ്മ, രമണൻ* എന്നീ ചിത്രങ്ങളിൽ പാടിയതിനു ശേഷം 2010 വരെ നീണ്ട ഒരിടവേള. വീണ്ടും *താന്തോന്നി* എന്ന ചിത്രത്തിൽ, കാറ്റ് പറഞ്ഞതും കടലു പറഞ്ഞതും എന്ന ഗാനം ടി എ ഷാഹിദിന്റെ രചനയിൽ തേജ് മെർവിന്റെ സംഗീത സംവിധാനത്തിൽ ആലപിച്ചു. 1967 ൽ *രമണനിൽ* പാടിയതിനുശേഷം മരയ്ക്കാർ ഫിലിംസിന്റെ ബാനറിൽ ജോർജ് വർഗ്ഗീസ് സംവിധാനം ചെയ്ത *താന്തോന്നി* എന്ന ചിത്രത്തിലാണ് അദ്ദേഹം പാടുന്നത്. പ്രശസ്ത ഗാന രചയിതാക്കളായ പി ഭാസ്കരൻ, അഭയദേവ്, വയലാർ, വള്ളത്തോൾ (ചിത്രം- *സുശീല*), തിരുനയനാർ, കുറിച്ചി, യൂസഫലികേച്ചേരി, ചങ്ങമ്പുഴ എന്നിവരുടെ ഗാനങ്ങൾ വിവിധ ചലച്ചിത്രങ്ങൾക്കായി ആലപിച്ചു. സംഗീത സംവിധായകരായ കെ രാഘവൻ, എം എസ് ബാബുരാജ്, എം ബി ശ്രീനിവാസൻ, ബാബുരാജ്, ദക്ഷിണാമൂർത്തി ബ്രദർ ലക്ഷ്മണൻ, ദേവരാജൻ, പി എസ് ദിവാകർ, ജോബ്, സലിൽ ചൗധരി, തേജ് മെർവിൻ എന്നിവർക്കൊപ്പവും അദ്ദേഹം പ്രവർത്തിച്ചു.

*ലൈലാ മജ്നു*വിലെ ഗാനങ്ങൾ വാഹിനി സ്റ്റുഡിയോയിൽ റിക്കോർഡ് ചെയ്യുന്ന അവസരത്തിൽ എം ജി ആറിന്റെ സഹോദരൻ എം ജി ചക്രപാണി ഉദയഭാനുവിനെ തമിഴകത്തേക്ക് ക്ഷണിച്ചു. *മനിതൻ മാറവില്ലൈ* എന്ന ചിത്രത്തിലെ 'കൺമണിയെ ഉൻ ഇദയ വീണയിൽ' എന്ന ഗാനത്തിലൂടെ തമിഴകത്തും ഉദയഭാനു അരങ്ങേറ്റം കുറിച്ചു.

കാവ്യരചനയുടെ ആത്മാവിലേക്ക് കടന്നുചെല്ലാൻ ഉദയഭാനുവിന് കഴിയുമായിരുന്നു. റിലീസ് ചെയ്യാതെ പോയ *മയിൽപ്പീലി* എന്ന ചിത്രത്തിനു വേണ്ടി ഒ എൻ വി എഴുതിയ 'ഇന്ദുസുന്ദര സുസ്മിതം തൂകും' എന്നാരംഭിക്കുന്ന ഗാനം. യേശുദാസ് ആയിരുന്നു ഗായകൻ. വയലിൻ പ്രധാനമായി ഉപയോഗിച്ച അതിന്റെ പശ്ചാത്തലസംഗീതം എന്തുകൊണ്ടും വേറിട്ട് നില്ക്കുന്ന ഒന്നാണ്. ചിത്രം പുറത്തിറങ്ങിയില്ലായെങ്കിലും കാസറ്റ് പുറത്തുവന്നതുകൊണ്ട് ഈ ഗാനം സംഗീതപ്രേമികളുടെ ഹൃദയത്തിൽ ഇടം നേടി. പാടുമ്പോൾ നിത്യഹരിതത്വത്തിന്റെ പരിവേഷം അദ്ദേഹത്തിനു ചുറ്റും വലയം ചെയ്യുന്നു എന്ന് ഒ എൻ വി കുറുപ്പ് രേഖപ്പെടുത്തുന്നു. രവീന്ദ്രനാഥ ടാഗോറിനെക്കുറിച്ചുള്ള 'ഉദയരവികിരണങ്ങൾ തന്ത്രികളായി' എന്ന ഗാനം എടുത്തു പറയേണ്ടതാണ്. ഒരു അവധൂതന്റെ നിസ്സംഗതയോടെ ആരും തന്നോട് ചെയ്ത

തെറ്റുകളൊന്നും ഓർക്കുകപോലും ചെയ്യാതെ ഏതു സന്ദർശകരെയും പുഞ്ചിരിച്ചുകൊണ്ട് എതിരേല്ക്കുന്ന ഒരു സൂഫി സംഗീതത്തിന്റെ വിശുദ്ധിയിൽ ഉടലാർന്ന പോലെയാണ്, ഉദയഭാനു നമുക്കിടയിൽ ജീവിച്ചതെന്നും ഒ എൻ വി രേഖപ്പെടുത്തുന്നു.

ഉദയഭാനു മൂന്നുതലമുറയിലെ ഗായകർക്കൊപ്പം പാടുകയും അവരെക്കൊണ്ട് പാടിക്കുകയും ചെയ്ത വ്യക്തിയാണ്. ജാസി ഗിഫ്റ്റും റിമി ടോമിയും അദ്ദേഹത്തോടൊപ്പം പാടിയ പുതിയ തലമുറക്കാരാണ്. കാസറ്റുകളുടെ നിർമ്മാണവും അദ്ദേഹം ഹരമായി തന്നെ കൊണ്ടു നടന്നിരുന്നു. അദ്ദേഹത്തിന്റേതായി പുറത്തിറങ്ങിയ കാസറ്റുകളിൽ പ്രമുഖ ഗായകരായ എസ് പി ബാലസുബ്രഹ്മണ്യം, പി ബി ശ്രീനിവാസ്, യേശുദാസ്, എസ് ജാനകി, ജയചന്ദ്രൻ, തുടങ്ങി മുൻനിര ഗായകരെകൊണ്ട് പാടിപ്പിക്കാൻ അദ്ദേഹത്തിന് സാധിച്ചു. ഇവരെല്ലാം ഒരു ഉപാധിയും കൂടാതെയാണ് അദ്ദേഹത്തിന്റെ സംരംഭങ്ങളിൽ സഹകരിച്ചത്. ഗാന്ധിസ്മാരക നിധിക്കുവേണ്ടി പുറത്തിറക്കിയ ദേശഭക്തി ഗാനങ്ങൾ മാർ ഗ്രിഗോറിയോസിന്റെ നിർദ്ദേശപ്രകാരം ചെയ്ത ക്രിസ്ത്യൻ ഭക്തിഗാനങ്ങൾ, വള്ളത്തോളിന്റെ കവിതയ്ക്ക് സംഗീതം നല്കി പുറത്തിറക്കിയ കാസറ്റുകൾ ഇവയെല്ലാം എടുത്തു പറയേണ്ടവതന്നെയാണ്. ഇതൊന്നും ലാഭത്തിനുവേണ്ടി ആയിരുന്നില്ല തയ്യാറാക്കിയത്. സൃഷ്ടിയിൽ നിന്നുമുള്ള സംതൃപ്തിയും ലഹരിയുമായിരുന്നു ലക്ഷ്യം. ഇത്തരം പ്രവർത്തനത്തിന്റെ മുഴുവൻ കാര്യങ്ങളും ഉദയഭാനു നേരിട്ട് തന്നെയാണ് ചെയ്തിരുന്നത്. കലാകാരന്മാരെ ക്ഷണിക്കുന്നതു മുതലുള്ള ജോലികൾ തന്റെ നിർദ്ദേശത്തിലും മേൽനോട്ടത്തിലും ആകണമെന്ന് അദ്ദേഹത്തിന് നിർബ്ബന്ധമുണ്ടായിരുന്നു. ഹിന്ദു ഭക്തിഗാനശാഖയ്ക്ക് ഉദയഭാനുവിന്റെ സംഭാവനകൾ നിരവധിയാണ്. അതിൽ പ്രമുഖസ്ഥാനത്ത് നില്ക്കുന്ന അയ്യപ്പഭക്തിഗാനമാണ് “ശബരി ഗിരീശരാ സൗഭാഗ്യ” എന്നു തുടങ്ങുന്ന ഗാനം. അയ്യപ്പഭക്തിഗാനങ്ങളുടെ പട്ടികയിലെ എന്നത്തെയും ഹിറ്റുഗാനങ്ങളിൽ ഒന്നാണിത്. ഇന്നും പല ക്ഷേത്രങ്ങളിലും ഈ പാട്ട് കേൾക്കുന്നത് അതിന്റെ ജനകീയതയും സ്വീകാര്യതയുമാണ് വ്യക്തമാക്കുന്നത്. ശ്രീകൃഷ്ണ ഭക്തിഗാനങ്ങൾ കോർത്തിണക്കി “കാളിന്ദീ തീരത്ത്” എന്ന പേരിൽ പുറത്തിറക്കിയ കാസറ്റും ഏറെ ജനപ്രീതി നേടി. അതുപോലെ ഗുരുദേവ സ്തുതികൾ ഉൾപ്പെടുത്തിയുള്ള നിരവധി ഗാനങ്ങൾ അദ്ദേഹത്തിന്റേതായിട്ടുണ്ട്.

കുടുംബാസൂത്രണത്തിന്റെ പ്രചാരണത്തിനായി സംസ്ഥാന ആരോഗ്യവകുപ്പ് തയ്യാറാക്കിയ ഗാനം ഏറെ ശ്രദ്ധേയമാണ്. കുട്ടികൾക്കുവേണ്ടി ഉദയഭാനു തയ്യാറാക്കിയ ഗാനങ്ങളും ഈ ഗാനശാഖയിലെ തന്നെ വേറിട്ടു നിന്നവയായിരുന്നു. സംഗീതജ്ഞൻ എന്ന നിലയിൽ ഉദയഭാനുവിന്റെ ബഹുമുഖത്വം തന്നെയാണ് നമുക്കിവിടെ കാണാൻ കഴിയുന്നത്. അദ്ദേഹത്തിന്റെ വിവിധങ്ങളായ മേഖലകളിലെ സംഭാവനകൾ എല്ലാം ഒന്നിനൊന്ന് വ്യത്യസ്തവും വൈവിദ്ധ്യവും ആയിരുന്നു. ഈ പ്രതിഭയുടെ

മാറ്റ് അറിയാവുന്ന എസ് പി ബാലസുബ്രഹ്മണ്യത്തിനെപ്പോലുള്ള മഹാരഥന്മാർ പ്രതിഫലം പോലും വാങ്ങാതെ ഉദയഭാനുവിനുവേണ്ടി പാടിയിട്ടുണ്ട്.

ഉദയഭാനു സംഗീതം പകർന്ന ലളിതഗാനങ്ങൾ മിക്കതും വിദ്യാർത്ഥികൾ സ്കൂൾതലത്തിലും യൂണിവേഴ്സിറ്റി തലത്തിലും നടക്കുന്ന മത്സരങ്ങളിൽ അവതരിപ്പിക്കാറുള്ളവയാണ്. ആസ്വാദകരുടെ നാവിൻ തുമ്പിൽ തത്തിക്കളിക്കുന്ന ഈ പാട്ടുകൾ നിത്യഹരിത ഗാനങ്ങളുടെ ഗണത്തിൽ പെടുന്നവയാണ്. നമ്മുടെ ഭാഷയുടെ സുകൃതങ്ങളായ ഈ ഗാനങ്ങൾ മണ്ണിന്റെ മണമുള്ളതും കേരളത്തിന്റെ ഭൂമികയോട് ചേർന്നുനില്ക്കുന്നതുമാണ്. 'പ്രിയമുള്ളവളെ, ഒരു പാട്ടുപാടുവാൻ വന്നവൾ നീ സഖീ ഒരായിരം പാട്ടുകൾ നീ പാടിയാലും' തുടങ്ങിയവ മത്സരാർത്ഥികളായ വിദ്യാർത്ഥികൾക്ക് ഏറെ പ്രിയപ്പെട്ടവ ആയിരുന്നു. ക്രിസ്ത്യൻ ഭക്തിഗാനശാഖയ്ക്കും ഉദയഭാനു നല്കിയ സംഭാവനകൾ നിരവധിയാണ്. ജോയ് തോട്ടാന്റെ സഹകരണത്തോടുകൂടി ഉദയഭാനു പുറത്തിറക്കിയ കാസറ്റുകൾ വ്യത്യസ്തമായ ഒരു ശ്രവ്യാനുഭവം നല്കുന്നവയാണ്.

ആരോടും നോ പറയാത്ത വ്യക്തി

ആരെയും പിണക്കുന്നതും 'ഇല്ല' അല്ലെങ്കിൽ 'കഴിയില്ല' എന്നു പറയുന്നതും ഉദയഭാനുവിനെ സംബന്ധിച്ച് മടിയുള്ള കാര്യമായിരുന്നു. ഇത്തരത്തിൽ ചിലപ്പോൾ ഒന്നിൽക്കൂടുതൽ പേരോട് പല കാര്യങ്ങളും ഏറ്റ് അവസാനം പാലിക്കാൻ പറ്റാത്ത സന്ദർഭങ്ങളും നിരവധി ഉണ്ടായിട്ടുണ്ട് ഉദയഭാനുവിന്റെ ജീവിതത്തിൽ. ഇങ്ങനെയുള്ള ഘട്ടങ്ങളിൽ ഒഴിഞ്ഞു നില്ക്കുന്ന സ്വഭാവവും അദ്ദേഹത്തിനുണ്ട്. ആരാധികയായ ഒരു സ്ത്രീ നിരന്തരം ഉദയഭാനുവിനെ ഫോണിൽ വിളിക്കുമായിരുന്നു. ചിലപ്പോൾ അവർ ആവശ്യപ്പെടുന്ന പാട്ടുകൾ ഫോണിൽക്കൂടി പാടികേൾപ്പിക്കും. അവരുടെ പരാധീനതകൾ കേൾക്കും. ഈ ഫോൺ വിളി സൗഹൃദവുമായി വളർന്നു. ആയിടയ്ക്ക് അവരുടെ മകളുടെ കല്യാണം തീർച്ചപ്പെടുത്തി. സാറ് കല്യാണത്തിന് നിർബ്ബന്ധമായും വരണം എന്ന് അവർ ആവശ്യപ്പെട്ടു. ഫോണിൽ കൂടി സ്ഥലവും വിലാസവും പറഞ്ഞുകൊടുത്തതനുസരിച്ച് ഉദയഭാനു ട്രെയിൻ കയറി ആലുവയിൽ എത്തി. കാറുപിടിച്ച് സ്ഥലമന്വേഷിച്ച് കല്യാണവീട്ടിലും. തീർത്തും ദരിദ്രമായ സാഹചര്യത്തിലായിരുന്നു അവരുടെ ജീവിതം. കല്യാണവീട്ടിൽ എത്തിയ ഉദയഭാനുവിനെ സ്വീകരിച്ചത് റിക്കോർഡിലൂടെ ഒഴുകിവന്ന ഉദയഭാനുവിന്റെ തന്നെ പാട്ടുകൾ ആയിരുന്നു. നാട്ടുകാരോടൊപ്പം അവരിൽ ഒരാളായി അദ്ദേഹവും ആ കല്യാണത്തിൽ പങ്കെടുത്തു. നിർദ്ധനയായ ആ സ്ത്രീയുടെ സ്വപ്നസാക്ഷാൽക്കാരമായിരുന്നു അത്. താൻ ഏറ്റവും കൂടുതൽ ആരാധിക്കുകയും ബഹുമാനിക്കുകയും ചെയ്യുന്ന ഗായകന്റെ സാന്നിദ്ധ്യത്തിൽ തന്റെ മകളുടെ ജീവിതത്തിന്റെ വലിയ മുഹൂർത്തം

യാഥാർത്ഥ്യമാക്കാൻ കഴിഞ്ഞതിന്റെ ചാരിതാർത്ഥ്യത്തിലായിരുന്നു അവർ. അദ്ദേഹത്തിന്റെ സാന്നിദ്ധ്യം ആ മംഗള കർമ്മത്തിന് നിറവായി. ആരോടും 'നോ' പറയാൻ കഴിയാത്ത അദ്ദേഹം തന്റെ ആരാധകർക്ക് വേണ്ടി എന്ത് ത്യാഗവും സഹിക്കുന്ന ഗായകൻ കൂടിയാണ്.

ചിലർ ഉദയഭാനുവിനെ ഫോണിൽ വിളിച്ച് പറയും: "സാർ ഞാൻ പാട്ട് പാടും. എന്റെ പാട്ട് സാർ ഒന്ന് കേൾക്കണം. എന്നിട്ട് എനിക്ക് ഒരവസരം തരപ്പെടുത്തിത്തരണം." "ശരി പാടൂ" എന്ന് ഉദയഭാനു പറഞ്ഞാൽ ഇക്കൂട്ടർ പാടാൻ തുടങ്ങും. ചിലർ ഒരു പാട്ടിൽ നിർത്തില്ല. ഈ സമയം മുഴുവൻ അദ്ദേഹം ഫോൺ പിടിച്ചിരിക്കും. ചിലരുടെ പാട്ടുകൾ അസ്സഹനീയമായിരിക്കും. എന്നാൽ ഫോൺ ഡിസ്കണക്ട് ചെയ്യുകയോ പിന്നീട്

വിളിക്കൂ എന്ന് പറയുകയോ ചെയ്യില്ല. തീരെ അവശനായി കിടപ്പിലായിരുന്ന സമയത്തും ഇത്തരം ഫോൺകോളുകൾ അദ്ദേഹത്തിന് വരുമായിരുന്നു. ആരെയും നിരാശപ്പെടുത്താത്ത സ്വഭാവക്കാരനായതുകൊണ്ട് അദ്ദേഹം ക്ഷമയോടെ കേൾക്കും. ചിലർ ഔചിത്യമില്ലാതെ പെരുമാറുമായിരുന്നു. അവസാന നാളുകളിൽ ഫോൺ സ്വയം എടുക്കാതിരുന്ന സമയത്ത് ചിലർ വിളിച്ച് പാട്ട് കേൾപ്പിക്കാൻ ആവശ്യപ്പെടുമായിരുന്നു. കൂടെ ഉണ്ടായിരുന്ന സഹായികൾ ആരെങ്കിലുമാണ് ഫോൺ എടുക്കുന്നതെങ്കിൽ ഉദയഭാനു പറയുമായിരുന്നു ഫോൺ കാതിൽവെച്ചു കൊടുക്കാൻ. ഫോൺ പിടിച്ചിരിക്കുന്ന ആളിന്റെ കൈ കഴയ്ക്കുന്നതുവരെ പാട്ട് പാടുന്ന വിരുതൻമാരും ഉണ്ടായിരുന്നു. ഇത്തരത്തിൽ ഫോണിലൂടെ വരുന്ന പാട്ടുകളിൽ ഭൂരിപക്ഷവും ശരാശരിയിൽ താഴെ നിലവാരമുള്ളവയാണ്. അവർക്ക് വേണ്ട നിർദ്ദേശം നല്കാനും ഉദയഭാനു മറക്കാറില്ല.

ഒരിക്കൽ കായംകുളത്ത് ഗാനമേള തുടങ്ങുന്നതിനു മുൻപായി ഒരാൾ വന്ന് രാധാകൃഷ്ണനോട് പറഞ്ഞു. "എന്റെ പേര് ദേവദാസ്. ഗാനരചയിതാവാണ്. 'സ്വപ്നം വെറുമൊരു സ്വപ്നം' തുടങ്ങിയ പാട്ടുകൾ രചിച്ചത് ഞാനാണ്. ഞാൻ രചിച്ച പാട്ടുകൾ വല്ലതും പാടാൻ കഴിയുമോ? ഇതെന്റെ ജന്മസ്ഥലം കൂടിയാണ്." ഇരുപത്തിയാറ് പാട്ടുകൾ റിഹേഴ്സൽ ചെയ്ത് ഗാനമേളയ്ക്ക് പോകുന്നിടത്താണ് ഇത്തരത്തിലുള്ള റിക്വസ്റ്റുകൾ വരുന്നത്. അതും ഒരു ഗാനരചയിതാവിന്റെ പക്കൽനിന്ന്. ഉദയഭാനു മറ്റെല്ലാം മാറ്റിവെച്ച് ആ പാട്ടുപാടാൻ ആവശ്യപ്പെട്ടു. ഓർക്കസ്ട്രയ്ക്കും മറ്റു ഗായകർക്കും അല്പം മുറുമുറുപ്പ് ഉണ്ടായെങ്കിലും രാധാകൃഷ്ണനോട് പാട്ടുപാടാൻ ആവശ്യപ്പെടുകയായിരുന്നു അദ്ദേഹം. ദേവദാസിന്റെ തന്നെ രചനയായ 'കാട്ടുകുറിഞ്ഞിപ്പൂവും ചൂടി സ്വപ്നം കണ്ടു മയങ്ങും പെണ്ണേ' എന്ന പാട്ടാണ് അന്നവിടെ പാടിയത്.

തനിച്ചിരിക്കാൻ ഇഷ്ടമില്ലാത്ത ഉദയഭാനു

യാത്രകൾ വലിയ ഇഷ്ടമായിരുന്നു ഉദയഭാനുവിന്. പരിപാടികൾ ഒന്നും ഇല്ലാത്ത ദിവസമാണെങ്കിൽ പോലും പ്രഭാതഭക്ഷണം കഴിഞ്ഞാൽ ഉടൻ പുറത്തിറങ്ങും. ഉച്ചയൂണിന്റെ സമയത്തേ പിന്നെ തിരിച്ചു വരൂ. ഈ യാത്രകൾ മിക്കതും ആരെ എങ്കിലും സഹായിക്കാനുള്ള ദൗത്യവുമായിട്ടായിരിക്കും. ചിലർ വന്നുപറയും, "സാർ എന്റെ ഭാര്യ കാസർകോട്ടാണ്, ഒരു ട്രാൻസ്ഫർ വേണം. സാർ മന്ത്രിയോടൊന്നു പറഞ്ഞാൽ കാര്യം ശരിയാകും." അവരെയും കൂട്ടി സെക്രട്ടേറിയറ്റിൽ പോയി മന്ത്രിയെ കാണും. ആവശ്യവുമായി വരുന്നവർക്ക് ഉദയഭാനുവുമായി അത്രയ്ക്ക് അടുത്ത ബന്ധമുണ്ടായികൊള്ളണം എന്നുമില്ല. ആരുടെയെങ്കിലും ഒരു റഫറൻസിലായിരിക്കും ഈ കൂട്ടർ വരുന്നത്. ചിലർ അതിരാവിലെ തന്നെ വീട്ടിൽ എത്തും. ഉദയഭാനുവിനെയും കൂട്ടിപ്പോകും. പോകുന്ന ഓട്ടോച്ചെലവ്, വഴിയിൽ അവരുടെ ഭക്ഷണം ഇതെല്ലാം ഉദയഭാനുവിന്റെ വകയാണ്. ഏതെങ്കിലും രീതിയിൽ എൻഗേജ്ഡ് ആയിരിക്കുക എന്നത് അദ്ദേഹത്തിന് നിർബ്ബന്ധമായിരുന്നു. രാവിലെ വീട്ടിൽ നിന്നിറങ്ങി സെക്രട്ടേറിയറ്റ്, സ്റ്റാച്യു തുടങ്ങിയ സ്ഥലങ്ങളിൽ കറങ്ങി ചില സുഹൃദ് സന്ദർശനങ്ങളും കഴിഞ്ഞാണ് വീട്ടിൽ എത്തുന്നത്. എല്ലാ ദിവസവും ശിവൻ സ്റ്റുഡിയോയിൽ എത്തും. മകൻ രാജീവിന്റെ ഭാര്യ സരിതയുടെ അച്ഛനാണ് ശിവൻ. ശിവൻ സ്റ്റുഡിയോ ഉടമ, പ്രമുഖ ഛായാഗ്രാഹകൻ, ഡോക്യുമെന്ററി നിർമ്മാതാവ് തുടങ്ങിയ മേഖലകളിൽ എല്ലാം അറിയപ്പെടുന്ന ശിവനുമായുള്ള ഉദയഭാനുവിന്റെ സൗഹൃദം തുടങ്ങുന്നത് വർഷങ്ങൾക്ക് മുമ്പാണ്. കൃത്യമായി പറഞ്ഞാൽ ശിവൻ തിരുവനന്തപുരത്ത് പഠിക്കാൻ വന്നകാലം മുതൽത്തന്നെ ഈ ബന്ധം ഉണ്ട് എന്നു പറയുന്നതാവും ശരി. ഇവർ ഒരുമിച്ച് നടത്തിയ യാത്രകൾ നിരവധിയാണ്. ഒരിക്കൽ ഒരു വിദേശയാത്രയ്ക്ക് പോയ അനുഭവം ശിവൻ

പങ്കുവെക്കുന്നത് ഇങ്ങനെയാണ്. ചാനൽ ഷൂട്ടിന് ഇടയിലുണ്ടായ വീഴ്ചയ്ക്ക് ശേഷമായിരുന്നു അത്. കെ പി കേശവമേനോന്റെ മൂത്തമകൻ ഉണ്ണിയേട്ടന്റെ നൂറാം പിറന്നാൾ ചടങ്ങിൽ പങ്കെടുക്കാൻ സിംഗപ്പൂരിലേക്കായിരുന്നു യാത്ര. ഉദയഭാനുവിന് നടക്കാൻ കഴിയാത്തതുകൊണ്ട് വിമാന കമ്പനിക്കാർ വീൽച്ചെയർ ഏർപ്പെടുത്തിയിരുന്നു. വീൽച്ചെയറിൽ സഞ്ചരിക്കുന്ന യാത്രക്കാരെ ഒരു പ്രത്യേകഭാഗത്ത് ഇരുത്തുകയും സമയമാകുമ്പോൾ വീൽച്ചെയറിൽ കൊണ്ടുവിടാറുമാണ് പതിവ്. ഒരു സ്ഥലത്ത് അടങ്ങിയിരുന്നു ശീലമില്ലാത്ത ഉദയഭാനു അസ്വസ്ഥനായി തോന്നിയതുകൊണ്ട് ശിവൻ തന്നെ അദ്ദേഹത്തിന്റെ വീൽച്ചെയർ തള്ളി എയർപോർട്ടിലെ ഡ്യൂട്ടിഫ്രീ ഷോപ്പുകളിൽ കയറി ഇറങ്ങി. ഇത് അദ്ദേഹത്തിന് വലിയ ഉത്സാഹമായി. ഈ യാത്രയ്ക്കിടയിൽ ഉദയഭാനു ശിവനോട് പറഞ്ഞു, "നമുക്കിനി ഒരുമിച്ച് ഇന്തോനേഷ്യയിൽ പോകണം." പക്ഷേ, ആ യാത്ര നടന്നില്ല. അടുത്ത ബന്ധം ആയിരുന്നു എങ്കിലും ഇവർ തമ്മിൽ കൂടുതൽ സംസാരിക്കുന്നത് സംഗീതത്തെക്കുറിച്ചായിരുന്നു.

പരിപാടികൾ ഇല്ലാതിരുന്ന സമയങ്ങളിൽ രാവിലത്തെ പതിവ് സവാരിക്ക്ശേഷം വീട്ടിലെത്തി ഊണ് കഴിഞ്ഞ് വിശ്രമിച്ചാലായി ഇല്ലെങ്കിൽ ഇല്ല. വീണ്ടും ഇറങ്ങും. പ്രതികൂലകാലാവസ്ഥ ആണെങ്കിൽ പോലും അദ്ദേഹത്തിന് അതൊന്നും പ്രശ്നമായിരുന്നില്ല. രാത്രിവരെ നീളും ഈ കറക്കം. ഇത്തരം കറക്കങ്ങളിൽ എല്ലാം അദ്ദേഹം നടക്കുകയാണ് പതിവ്. ഓട്ടോറിക്ഷയാണ് ഇഷ്ടവാഹനം. നഗരത്തിലെ മിക്ക ഓട്ടോഡ്രൈവറന്മാരുമായും അദ്ദേഹത്തിന് നല്ല സുഹൃദ് ബന്ധമായിരുന്നു. അതുകൊണ്ട് തന്നെ അദ്ദേഹത്തിനുവേണ്ടി എത്രനേരം വേണമെങ്കിലും ഓട്ടോയുമായി കാത്തിരിക്കാനും അവർ തയ്യാറായിരുന്നു. രാത്രി തിരിച്ചെത്തി ഭക്ഷണം കഴിച്ച് കിടക്കും. ഇതായിരുന്നു അവസാന കാലത്തെ അദ്ദേഹത്തിന്റെ ദിനചര്യ. നടന്നുപോകാൻ ബുദ്ധിമുട്ട് വന്ന സാഹചര്യത്തിൽ വീൽച്ചെയറിൽപ്പോലും അദ്ദേഹം പുറത്തുപോകുമായിരുന്നു. അവസാന കാലഘട്ടത്തിൽ ഡോക്ടർമാർ യാത്ര പൂർണ്ണമായും വിലക്കി. പാർക്കിൻസൺസിന്റെ തുടക്കം ഉണ്ടായിരുന്നതുകൊണ്ട് തലകറങ്ങി വീഴാൻ സാദ്ധ്യത കൂടുതലാണ്. പല സ്ഥലത്തും അദ്ദേഹം വീഴുകയും ചെയ്തിട്ടുണ്ട്. അതുകൊണ്ടാണ് യാത്ര ഒഴിവാക്കണമെന്ന് ഡോക്ടർമാർ കർശനമായി നിർദ്ദേശിച്ചത്. എന്നാൽ അതൊന്നും അദ്ദേഹം കൂട്ടാക്കുമായിരുന്നില്ല. വടക്കെ മലബാർ അദ്ദേഹത്തിന് വലിയ ഇഷ്ടമായിരുന്നു. അവിടെ ധാരാളം സുഹൃത്തുക്കളും ഉണ്ടായിരുന്നു. യാത്ര പാടില്ല എന്ന് ഡോക്ടർമാരും ബന്ധുക്കളും സുഹൃത്തുക്കളും എല്ലാം പറയുന്ന സമയത്തും ഇവരുടെ എല്ലാം കണ്ണുവെട്ടിച്ചും അദ്ദേഹം പോകുമായിരുന്നു. ചില ദിവസം രാവിലെ രാജീവ് വിളിക്കുമ്പോൾ, "ഞാൻ പയ്യന്നൂർ ബോംബെ ഹോട്ടലിലാണ്. വൈകുന്നേരം മലബാർ എക്സ്പ്രസിന് ഇങ്ങു പോന്നു." ഇത്തരം യാത്രകൾ ആരോടും പറയാതെയാണ്

അദ്ദേഹം നടത്തിയിരുന്നത്.

ദുബായിൽ പരിപാടിക്ക് പോയ ഉദയഭാനു രാധാകൃഷ്ണനോടൊപ്പമായിരുന്നു അന്ന് റൂം പങ്കിട്ടത്. അവസാനനാളുകളിലെ യാത്രകളിൽ സഹായത്തിന് ഒരാൾ അദ്ദേഹത്തിന്റെ കൂടെ മുറിയിൽ താമസിക്കുമായിരുന്നു. രാവിലെ അത്യാവശ്യം കഴിക്കേണ്ട മരുന്ന് തീർന്നുപോയതിനാൽ അദ്ദേഹത്തെ മുറിയിൽ കിടത്തി യാതൊരു കാരണവശാലും കട്ടിലിൽനിന്ന് എഴുന്നേല്ക്കരുത് എന്ന് ശട്ടം കെട്ടി രാധാകൃഷ്ണൻ മരുന്നു വാങ്ങാനായി പോയി. കൂടെക്കൂടെ മൂത്രമൊഴിക്കാൻ തോന്നുന്ന സ്വഭാവം അദ്ദേഹത്തിന് ഉണ്ടായിരുന്നതുകൊണ്ട് രാധാകൃഷ്ണൻ പോയതിന് തൊട്ടുപുറകെ അദ്ദേഹം മൂത്രമൊഴിക്കാനായി ബാത്ത്റൂമിലേക്ക് പോയി. തലകറങ്ങി അവിടെ കമിഴ്ന്നു വീഴുകയും ചെയ്തു. രാധാകൃഷ്ണൻ തിരിച്ചു വരുമ്പോൾ കാണുന്നത് ബാത്ത്റൂമിൽ കമിഴ്ന്നു വീണുകിടക്കുന്ന ഉദയഭാനുവിനെയാണ്. രാധാകൃഷ്ണൻ ഹോട്ടൽ ജീവനക്കാരുടെ സഹായത്തോടെ അദ്ദേഹത്തെ എടുത്ത് കട്ടിലിൽ കിടത്തുകയും വൈദ്യസഹായം നല്കുകയും ചെയ്തു. തീർത്തും കിടപ്പിലാകുന്നതിന് തൊട്ടു മുൻപായിരുന്നു ഈ ദുബായ് യാത്ര.

സഖാവ് വി എസുമായി അടുത്ത സൗഹൃദം

ദേശഭക്തി ഗാനങ്ങളുടെ പ്രചരണത്തിനും യുവാക്കളിൽ ദേശീയ ബോധം വളർത്തുന്നതിനുമായി ഉദയഭാനു രൂപം നല്കിയ സംഘടനയാണ് സബർമതി. ഈ പേര് നിർദ്ദേശിച്ചതും അദ്ദേഹം തന്നെയാണ്. സബർമതിയുടെ ഔപചാരികമായ ഉദ്ഘാടനത്തിന് അന്നത്തെ മുഖ്യമന്ത്രി വി എസ് അച്യുതാനന്ദനെ ക്ഷണിക്കാൻ മോഹനനുമായി ഉദയഭാനു സെക്രട്ടേറിയറ്റിൽ എത്തി. വീഴ്ചയ്ക്ക് ശേഷമായിരുന്നതുകൊണ്ട് ഊന്നുവടിയുടെ സഹായത്തോടെയാണ് അദ്ദേഹം സെക്രട്ടേറിയറ്റിൽ എത്തിയത്. ലിഫ്റ്റ് ഓപ്പറേറ്ററോട് മുഖ്യമന്ത്രി എത്തിയോ എന്ന് ചോദിച്ചപ്പോൾ എത്താൻ സമയമാകുന്നതേ ഉള്ളൂ എന്ന മറുപടിയാണ് കിട്ടിയത്. എന്തായാലും മുഖ്യമന്ത്രിയുടെ ഓഫീസിൽ കാത്തിരിക്കാം എന്ന ഉദ്ദേശ്യത്തോടെ രണ്ടുപേരും മൂന്നാം നിലയിൽ എത്തി. ഗ്രില്ല് കടന്ന് മുഖ്യമന്ത്രിയുടെ ഓഫീസിന്റെ ഇടനാഴിയിൽ ഇട്ടിരുന്ന കസേര ലക്ഷ്യമാക്കി നടന്നപ്പോൾ ഇവരെ മുകളിൽ എത്തിച്ച ലിഫ്റ്റ് താഴേക്ക്പോകുകയും മുഖ്യമന്ത്രിയെ മുകളിൽ എത്തിക്കുകയും ചെയ്തു. ഇവർ നടന്നുപോകുന്നത് മുഖ്യമന്ത്രി ഓഫീസിലേക്ക് കയറുന്നതിന് മുമ്പായി കണ്ടു. അദ്ദേഹം ഓഫീസിൽ എത്തി ഉടനെ ഗൺമാനെ വിട്ട് ഉദയഭാനുവിനെ വിളിപ്പിച്ചു. ഓഫീസിൽ അന്നത്തെ മന്ത്രിയും സി പി ഐ (എം) നേതാവുമായ എം വിജയകുമാറും ഉണ്ടായിരുന്നു. വി എസ് ഇവരോട് ഇരിക്കാൻ ആവശ്യപ്പെട്ടു. കുശലാന്വേഷണം നടത്തി. വീഴ്ചയുടെ കാര്യവും ആരോഗ്യസ്ഥിതിയും വിശദമായി ചോദിച്ചറിഞ്ഞു. വന്നകാര്യം

ഉദയഭാനുവിനോട് തിരക്കി. “സബർമതിയുടെ ഉദ്ഘാടനത്തിന് ക്ഷണിക്കാനാണ് വന്നതെന്നും അങ്ങ് അത് നിർവ്വഹിക്കണം” എന്നും ഉദയഭാനു അഭ്യർത്ഥിച്ചു. “ഞാൻ വരും” വി എസ് മറുപടി നല്കി. “എനിക്ക് പാട്ട് കേൾക്കണം. പക്ഷേ, എന്നോട് പാടാൻ പറയരുത്.” വി എസ് സ്വതഃസിദ്ധമായ ശൈലിയിൽ തൊഴുത് യാത്രയാക്കി. ഉദ്ഘാടന ദിവസം കൃത്യസമയത്ത് തന്നെ വി എസ് എത്തി. ഉദ്ഘാടനം കഴിഞ്ഞ് ഗാന്ധി പാർക്കിന്റെ പുൽത്തകിടിയിൽ ഇട്ട കസേരയിൽ ഇരുന്ന് ഉദയഭാനുവിന്റെ പാട്ടുകൂടി കേട്ടിട്ടേ വി എസ് പോയുള്ളൂ. പിന്നീട് ഔദ്യോഗികമായ പല കാര്യങ്ങൾക്കും ഇവർ തമ്മിൽ കണ്ടപ്പോൾ നല്ല സ്വീകരണമായിരുന്നു വി എസിന്റെ പക്ഷത്തുനിന്നും ഉണ്ടായത്. ഉദയഭാനു തീർത്തും അവശനാകുന്നതിന് മുമ്പ് വി എസിനെ കാണാൻ അദ്ദേഹത്തിന്റെ ഔദ്യോഗിക വസതിയിൽ പോയി. അന്ന് അദ്ദേഹം പ്രതിപക്ഷ നേതാവായിരുന്നതുകൊണ്ട് കന്റോൺമെന്റ് ഹൗസിലായിരുന്നു താമസം. ഓട്ടോയിൽ നിന്നും ഇറങ്ങിയ ഉദയഭാനുവിന് കന്റോൺമെന്റ് ഹൗസിന്റെ പടികൾ കയറാൻ സാധിച്ചില്ല. വി എസ് പുറത്തുവന്ന് ജീവനക്കാരോട് ഇടതുവശത്തെ കതക് തുറന്നുകൊടുക്കാൻ ആവശ്യപ്പെട്ടു. ആ വഴിയാണെങ്കിൽ പടികൾ ചവിട്ടാതെ അകത്തുകടക്കാൻ കഴിയും. പുന്നപ്രവയലാർ സമരനായകന് അത്രമേൽ ഇഷ്ടമായിരുന്നു ഉദയഭാനുവിനെ.

സംസ്ഥാനത്ത് സബർമതി പല പരിപാടികളും സംഘടിപ്പിച്ചു. തിരുവല്ലം ഹൈസ്കൂളിൽ വിദ്യാർത്ഥികൾക്കായി ദേശഭക്തി ഗാനമത്സരം നടത്തി. സംസ്ഥാനത്തിന്റെ വിവിധ ഭാഗങ്ങളിൽനിന്നും നിരവധി വിദ്യാർത്ഥികൾ മത്സരത്തിൽ പങ്കെടുത്തു. ദേശഭക്തിയുടെ യഥാർത്ഥ സന്ദേശം വിദ്യാർത്ഥികളിൽ എത്തിക്കാൻ ഇതിലൂടെ ഉദയഭാനുവിനും സബർമതിക്കും സാധിച്ചു. തൊട്ടടുത്ത വർഷം മണക്കാട് ഹൈസ്കൂളിലും സബർമതി പരിപാടി സംഘടിപ്പിച്ചു. സംഘാടകരെത്തന്നെ അത്ഭുതപ്പെടുത്തുന്ന വിധത്തിലായിരുന്നു വിദ്യാർത്ഥികളുടെ പങ്കാളിത്തം. ഗാന്ധിജയന്തിയുടെ സംസ്ഥാനതല ഉദ്ഘാടനം തുടങ്ങുന്നത് തന്നെ ദേശഭക്തി ഗാനാലാപനത്തോടെയാണ്. അവയെല്ലാം ഉദയഭാനുവിന്റെയും സബർമതിയുടെയും നേരിട്ടുള്ള നിയന്ത്രണത്തിലാണ് നടത്തിയിരുന്നത്. തിരുവല്ലം ഹൈസ്കൂളിലെ പ്രധാന അദ്ധ്യാപികയായ മഹേശ്വരി അമ്മയുടെ ശ്രമഫലമായി ഉദയഭാനുവുമായി വിദ്യാർത്ഥികൾക്ക് ആശയവിനിമയം നടത്തുന്നതിന് വേദി ഒരുക്കി. ഈ പരിപാടികൾ കുട്ടികൾക്കൊപ്പം അവരുടെ കുസൃതി ചോദ്യങ്ങൾക്ക് മറുപടി പറഞ്ഞും പാട്ടുപാടിയും ഉദയഭാനു അവരിൽ ഒരാളായി. പാളയം രക്തസാക്ഷി മണ്ഡപത്തിൽ വെച്ച് ഉദയഭാനു സംഘടിപ്പിച്ച ദേശഭക്തി ഗാനാലാപന പരിപാടി വൻവിജയമായിരുന്നു

ഭാര്യ വിജയലക്ഷ്മിയുടെ മരണം

തിരുവനന്തപുരം നിവാസികൾക്ക് ഒരു സ്ഥിരംകാഴ്ചയായിരുന്നു ഉദയഭാനു, ഭാര്യ വിജയലക്ഷ്മി, മകൻ രാജീവ് എന്നിവരുടെ നഗരത്തിലൂടെയുള്ള സായാഹ്നസവാരി. വളരെ അവിചാരിതമായി ഉദയഭാനുവിന്റെ ജീവിതത്തിൽ കടന്നുവന്ന് നിഴൽപോലെ കൂടെ നടന്ന വിജയലക്ഷ്മി വാർദ്ധക്യസഹജമായ അസുഖം കാരണം രോഗശയ്യയിൽ ആവുകയായിരുന്നു. ഇത് ഉദയഭാനുവിനെ സംബന്ധിച്ചിടത്തോളം താങ്ങാവുന്നതിലും അപ്പുറത്തായിരുന്നു. ഇണങ്ങിയും പിണങ്ങിയും വാശിപിടിച്ചും കലഹിച്ചും അവർ ജീവിച്ച ജീവിതത്തിന്റെ ബാലൻസ് ഷീറ്റിൽ സ്നേഹം മാത്രമാണ് ബാക്കി. വിജയലക്ഷ്മിക്ക് പലവിധ അസുഖങ്ങളും നേരത്തെ തന്നെ ഉണ്ടായിരുന്നു. പ്രമേഹത്തിന് വളരെ ചെറിയ പ്രായത്തിൽ തന്നെ മരുന്ന് കഴിച്ച് തുടങ്ങിയിരുന്നു. അസുഖത്തെ തുടർന്ന് കിടപ്പായതോടെ ഉദയഭാനുവിന്റെ നിഴൽപറ്റി തിരുവനന്തപുരത്തിന്റെ തെരുവോരത്തും നമുക്കുചുറ്റും സഞ്ചരിച്ച വിജയലക്ഷ്മിക്ക് ഫ്ളാറ്റിന്റെ നാല് ചുവരുകൾക്കുള്ളിൽ ഒതുങ്ങേണ്ടിവന്നു. ഉഷയായിരുന്നു സഹായത്തിന്. ഉദയഭാനുവിനും വിജയലക്ഷ്മിക്കും മകളെപ്പോലെ ആയിരുന്നു ഉഷ. എന്റെ മരണം നീ കാണരുത്. വിജയലക്ഷ്മി ഉഷയോട് പറയുമായിരുന്നു. പിന്നെ ഒന്നുകൂടി പറഞ്ഞ് ഏല്പിച്ചു വിജയലക്ഷ്മി. ഞാൻ പോയാലും സാറിന്റെ കാലം കഴിയുന്നതുവരെ നീ കൂടെ ഉണ്ടാകണം. അങ്ങനെ പറഞ്ഞേല്പിക്കാൻ വിജയലക്ഷ്മിക്ക് ഉഷ മാത്രമേ ഉണ്ടായിരുന്നുള്ളൂ. ഒന്നര വർഷത്തോളം വിജയലക്ഷ്മി കിടന്നു. ഈ സമയത്തെല്ലാം കൂടെ നിന്ന് പരിചരിച്ചത് ഉഷയായിരുന്നു. മകൻ രാജീവും ഭാര്യ സരിതയും കൂടെത്തന്നെ ഉണ്ടായിരുന്നു. സരിത ഉദയഭാനുവിനും വിജയലക്ഷ്മിക്കും മരുമകൾ അല്ല മകൾ തന്നെ ആയിരുന്നു. 2007 ജൂലൈ 18 ന് രാവിലെ വിജയലക്ഷ്മി അന്തരിച്ചു. ഈ വിയോഗം ഉദയഭാനുവിനെ തീർത്തും ശൂന്യതയിലേക്ക് തള്ളിവിട്ടു. വിജയലക്ഷ്മിയുടെ മരണാനന്തര ചടങ്ങുകൾക്ക് ശേഷം ഒറ്റയ്ക്ക് വീട്ടിൽത്തന്നെ ഇരിപ്പായിരുന്നു ഉദയഭാനു. ഈ ഏകാന്തതയിൽനിന്നും രക്ഷപ്പെടാൻ അദ്ദേഹം പല പദ്ധതികളും ആസൂത്രണം ചെയ്തു. ആ സമയത്ത് ചെട്ടിക്കുളങ്ങര ഗാന്ധി സ്മാരക വായനശാല ഉദയഭാനുവിനെ ആദരിക്കാനായി ഒരു ചടങ്ങ് സംഘടിപ്പിച്ചു. അദ്ദേഹത്തിന്റെ അപ്പോഴത്തെ മാനസികാവസ്ഥ ശരിക്കും അറിയാവുന്നവരായിരുന്നു സംഘാടകർ. അദ്ദേഹം തന്നെ പരിശീലിപ്പിച്ച കുട്ടികളുടെ ദേശഭക്തിഗാനാലാപനവും സ്വീകരണവും അടങ്ങുന്ന ചെറിയ പരിപാടിയാണ് സംഘടിപ്പിച്ചത്. ഈ പരിപാടി കഴിഞ്ഞ് ഒരാഴ്ചയ്ക്ക് ശേഷമാണ് ചാനലിൽനിന്നുള്ള വീഴ്ച സംഭവിക്കുന്നത്. ദേശഭക്തിക്കുവേണ്ടി സംഗീതത്തിലൂടെ ഉദയഭാനു നടത്തിയ ഇടപെടലുകൾ സബർമതി എന്ന സംഘടനയെ സജീവമാക്കി. അദ്ദേഹം മുമ്പ് നടത്തിയ പ്രവർത്തനത്തിന്റെ

ആകത്തുകയായിരുന്നു ഈ സംഘടന.

വീഴ്ചയ്ക്കു ശേഷം സ്വകാര്യ ആശുപത്രിയിൽ ഓപ്പറേഷൻ നടത്തുകയും നീണ്ട ആശുപത്രി വാസത്തിലേക്ക് ഉദയഭാനുപോകുകയും ചെയ്തു. ആശുപത്രിയിൽ കഴിയുന്ന സമയത്താണ് ഉദയഭാനുവിന്റെ പേരിൽ ഒരു ഫൗണ്ടേഷൻ വേണം എന്ന ആശയം ഉണ്ടാകുന്നത്. ഉദയഭാനു ആദ്യം ഇതിനോട് യോജിച്ചില്ല എങ്കിലും അടുത്ത സുഹൃത്തുക്കളുടെയും അഭ്യുദയകാംക്ഷികളുടെയും നിർബ്ബന്ധത്തിന് വഴങ്ങുകയാണ് ഉണ്ടായത്. ആശുപത്രി കിടക്കയിൽവെച്ചു തന്നെ പലർക്കും നിവേദനം അയക്കുകയും ആവശ്യമായ എഴുത്തുകുത്തുകൾ നടത്തുകയും ചെയ്തു. അങ്ങനെ ഫൗണ്ടേഷൻ യാഥാർത്ഥ്യമായി.

ഉദയഭാനു എന്ന ഗായകനെ എല്ലാ അർത്ഥത്തിലും തകർത്തതും അദ്ദേഹത്തെ ഒരു നിത്യരോഗിയായി തള്ളിവിട്ടതും ഈ വീഴ്ചയാണ്. വീഴ്ചയ്ക്കുശേഷവും സജീവമാകാനുള്ള മനസ്സ് ഭാനുവിന് ഉണ്ടായിരുന്നു. തന്റെ ശരീരം അതിന് അനുവദിക്കുന്നില്ലെങ്കിലും അതിനുള്ള മനക്കരുത്ത് അദ്ദേഹം കാട്ടിയിരുന്നു. ഡൽഹിയിൽ പത്മശ്രീ വാങ്ങാൻ പോയതും ഈ വീഴ്ചയ്ക്കു ശേഷമായിരുന്നു.

ഫൗണ്ടേഷന്റെ ഔപചാരികമായ ഉദ്ഘാടനം തിരുവനന്തപുരത്ത് വൈലോപ്പിള്ളി സംസ്കൃതി ഭവൻ കൂത്തമ്പലത്തിൽവെച്ച് നടന്നു. നഗരം കണ്ട മികച്ച പരിപാടികളിൽ ഒന്നായിരുന്നു അത്. മുതിർന്ന പാട്ടുകാരും വളർന്നുവരുന്ന ഗായകരും സാമൂഹിക രാഷ്ട്രീയ രംഗത്തെ ശ്രേഷ്ഠവ്യക്തിത്വങ്ങളും പങ്കെടുത്ത ചടങ്ങ് രാവിലെ 9.00 മണി മുതൽ രാത്രി 9.00 വരെ നീണ്ടു. ചടങ്ങിൽ വെച്ച് *ഉദയരാഗം* എന്നപേരിൽ ഒരു സുവനീർ പ്രകാശനം ചെയ്തു. സമൂഹത്തിന്റെ നാനാതുറകളിലുള്ളവരുടെ പ്രൗഢമായ ലേഖനങ്ങൾ ഉൾക്കൊള്ളിച്ചുകൊണ്ടുള്ളതായിരുന്നു ആ സുവനീർ.

ഈയിടയ്ക്കാണ് പാർക്കിൻസണിന്റെ തുടക്കം ഡോക്ടർമാർ കണ്ടെത്തിയത്. വിറയൽ ചെറുതായി തുടങ്ങിയിരുന്നു. 2013 ഫെബ്രുവരിക്ക് ശേഷം ചലനശേഷി കുറഞ്ഞുതുടങ്ങുന്നതായി ശ്രദ്ധയിൽപ്പെട്ടു. വീഴാതിരിക്കാൻ ബാത്ത്റൂമിൽ റെയിലിങ്സ് വച്ചുകൊടുത്തു. അതുപോലെ മുറികളിൽ തലങ്ങും വിലങ്ങും കയറുകൾ കെട്ടി. അതിൽ പിടിച്ചായിരുന്നു പിന്നീട് നടപ്പ്. ഒരിക്കൽ ഇങ്ങനെ നടക്കുമ്പോൾ വീണു. രാജീവൻ പിടിച്ചുവെങ്കിലും തല നന്നായി മുറിഞ്ഞു. ഈ സമയത്തെല്ലാം ഭാര്യാസഹോദരൻ ബാലകൃഷ്ണൻ കൂടെ ഉണ്ടായിരുന്നു. നിയന്ത്രണമില്ലാതെ മൂത്രം പോകാൻ തുടങ്ങി. പിന്നീട് വീൽച്ചെയറിലായി. വീൽച്ചെയർ ഇഷ്ടമല്ലായിരുന്നു എങ്കിലും അതിൽ പല പരിപാടികൾക്കും അദ്ദേഹം പോകുമായിരുന്നു. ഈ സമയത്താണ് കോഴിക്കോട് ഒരു പരിപാടിക്ക് പോയത്. പരിപാടികഴിഞ്ഞ് തിരിച്ചുവരാൻ എറണാകുളം വരെ കാറും അവിടെനിന്ന് തിരുവനന്തപുരം വരെ ട്രെയിനും ആണ് ഏർപ്പാടാക്കിയത്. എറണാകുളം റെയിൽവേ സ്റ്റേഷനിൽ കാറിൽനിന്ന് ഇറങ്ങിയപ്പോൾ

ആരാധകർ ഉദയഭാനുവിനെ പൊതിഞ്ഞു. ചിലർ ബാഗ് എടുത്ത് നടന്നു തുടങ്ങി. കൂടെ രാധാകൃഷ്ണനും ഉണ്ടായിരുന്നു. തിരുവനന്തപുരത്തേക്കുള്ള ട്രെയിൻ മൂന്നാമത്തെ പ്ലാറ്റ് ഫോമിലാണ് എന്ന് അറിയിപ്പ് ഉണ്ടായി. ഉദയഭാനു വളരെ പതുക്കെയാണ് നടന്നത്. ഒരു കൈ ഊന്നുവടിയിലും മറ്റേകൈ കൊണ്ട് രാധാകൃഷ്ണനെയും പിടിച്ച് നടക്കുന്നത് കണ്ടപ്പോൾ പോർട്ടർമാർ വീൽച്ചെയർ കൊണ്ടുവരട്ടെ സാർ എന്നു ചോദിച്ചു വേണ്ട എന്ന് അവരോട് മറുപടി പറഞ്ഞ് അല്പദൂരം കൂടി മുമ്പോട്ട് നടന്നപ്പോൾ ഉദയഭാനു പ്ലാറ്റ്ഫോമിൽ അറിയാതെ മൂത്രമൊഴിച്ചു. വസ്ത്രമെല്ലാം നനഞ്ഞ് ആകെ വിഷമിച്ച ഉദയഭാനുവിനെ കൂടെ ഉണ്ടായിരുന്നവർ എല്ലാം ചേർന്ന് നിർത്തി ഇട്ടിരുന്ന ഒരു ട്രെയിനിൽ കയറ്റി വസ്ത്രം മാറാനും മറ്റും സഹായിച്ചു. വസ്ത്രമെല്ലാം മാറ്റി തിരുവനന്തപുരത്തേക്കുള്ള വണ്ടിയിൽ കയറിയ ഉദയഭാനു കൂടെ ഉണ്ടായിരുന്ന രാധാകൃഷ്ണനോട് പറഞ്ഞു. “ഇതിലും ഭേദം അങ്ങ് മരിക്കുന്നതായിരുന്നു.” അത്രയ്ക്ക് അദ്ദേഹത്തിന്റെ ആത്മാഭിമാനത്തെ വ്രണപ്പെടുത്തിയ സംഭവമായിരുന്നു അത്.

“ഓൾഡ് ഈസ് ഗോൾഡ്” ഉദയഭാനു ഇല്ലാതെ കോഴിക്കോട് പരിപാടി അവതരിപ്പിക്കാൻ പോകുന്നതിന്റെ തൊട്ടു തലേദിവസം ഗായക സംഘം അദ്ദേഹത്തെകണ്ട് അനുഗ്രഹം വാങ്ങാൻപോയി. ഈ സമയമായപ്പോഴേക്കും അദ്ദേഹത്തിന് സംസാരശേഷി പൂർണ്ണമായും നഷ്ടപ്പെട്ടിരുന്നു. അന്നത്തെ കോഴിക്കോട് കളക്ടർ ആയിരുന്ന ലത ആയിരുന്നു സംഘാടക. കോഴിക്കോട് ഏതൊക്കെ പാട്ടുകൾ പാടണം എന്ന അനുവാദം കൂടി വാങ്ങാൻ ഉണ്ടായിരുന്നു ഗായകസംഘത്തിന്. ശബ്ദം തീർത്തും നഷ്ടപ്പെട്ട അവസ്ഥയിൽ അദ്ദേഹം ചുണ്ടനക്കി ‘വെള്ളിനക്ഷത്രമേ, അനുരാഗ നാടകത്തിൻ’ തുടങ്ങിയ ഗാനങ്ങൾ ഗായകർ തിരിച്ച് പാടികേൾപ്പിച്ച് ഇതല്ലെ പറഞ്ഞത് എന്ന് ചോദിച്ച് ഉറപ്പുവരുത്തി. അക്കമിട്ട് എഴുതി എടുക്കുകയാണ് ചെയ്തത്. കണ്ണിൽ എന്തെന്നില്ലാത്ത ശോഭയോടെ അദ്ദേഹം നിഷ്ക്കളങ്കമായി ചിരിച്ചു. കോഴിക്കോട്ട് ടൗൺ ഹാളിലെ പരിപാടി വൻവിജയമായിരുന്നു. അദ്ദേഹത്തിന്റെ അസാന്നിദ്ധ്യത്തിൽ സന്ദേശം അവിടെ വായിച്ചു. ഇത്രയും പാട്ടുകൾ പാടണം എന്ന നിർദ്ദേശിച്ചു എന്നു കൂടി പറഞ്ഞപ്പോൾ സംഗീതപ്രേമികളായ കോഴിക്കോട് നിവാസികൾ ഹർഷാരവം മുഴക്കി.

ഡോക്ടർമാർ ഉദയഭാനുവിന് ഫിസിയോതെറാപ്പി നിർദ്ദേശിച്ചു. അത് തുടർന്നു വരവെ ഒരുദിവസം വല്ലാതെ അവശനായി കാണപ്പെട്ടു. അന്നു തന്നെ ആശുപത്രിയിൽ അഡ്മിറ്റ് ചെയ്തു. സ്വന്തമായി ആഹാരം കഴിക്കുന്നത് ഇതോടെ ഇല്ലാതായി. ശരീരം വീണ്ടും വീണ്ടും ക്ഷീണിക്കാൻ തുടങ്ങി. ഇതിനൊരു പരിഹാരമായി ഡോക്ടർമാർ നിർദ്ദേശിച്ചത് ട്യൂബ് ഇടുക എന്നതായിരുന്നു. അങ്ങേയറ്റം വേദനാജനകമായിരുന്നു ഉദയഭാനുവിനും ഒപ്പം വീട്ടുകാർക്കും ആ തീരുമാനം. ട്യൂബ് ഇട്ടപ്പോഴാണ് ശബ്ദ

ത്തിന് സാരമായ തകരാറ് സംഭവിച്ചത്. ശബ്ദം പൂർണ്ണമായും നഷ്ടപ്പെട്ടു. ആശുപത്രിയിൽനിന്നും ഡിസ്ച്ചാർജ് ചെയ്ത് വീട്ടിൽ വന്നു. ഉഷയെ കൊണ്ട് മാത്രം നോക്കാൻ കഴിയാതെ വന്നപ്പോൾ സഹായത്തിന് ഒരാളെക്കൂടി നിർത്തി. ഉദയഭാനുവിന്റെ മൂത്ത സഹോദരി പാലക്കാട്നിന്ന് വന്നു കൂടെ താമസിക്കുകയുംചെയ്തു. കുറച്ചു ദിവസം വീട്ടിൽ നിന്നപ്പോൾ ഉദയഭാനുവിന് അസ്വസ്ഥതകൾ കൂടി വന്നു. വീണ്ടും ആശുപത്രിയിലേക്ക് മാറ്റി. രക്തത്തിൽ സോഡിയത്തിന്റെ അളവ് വല്ലാതെ കുറഞ്ഞിരുന്നു. അതിനുവേണ്ടി ചികിത്സകൾ ആരംഭിച്ചു. ഈ സമയത്തെല്ലാം ഓൾട്ടർനേറ്റീവ് മെഡിസിൻ പലതും പരീക്ഷിച്ചു കൊണ്ടേയിരുന്നു. ഫിസിയോതെറാപ്പി വേദനാജനകമായതോടെ നിർത്തി. പിന്നെ പ്രതീക്ഷ കുറേശ്ശെ നഷ്ടപ്പെട്ടുവരികയായിരുന്നു. രാജീവും ഭാര്യ സരിതയും അദ്ദേഹത്തിന്റെ സഹോദരിയും ഉഷയും എല്ലാ പരിചരണവും നല്കി ശുശ്രൂഷിച്ചുകൊണ്ടിരുന്നു. അനുദിനം ആരോഗ്യസ്ഥിതി വഷളാവുകയായിരുന്നു. ഡോക്ടർമാരുമായി നിരന്തരം സമ്പർക്കത്തിലായിരുന്നു കുടുംബാംഗങ്ങൾ. പക്ഷേ, ചിലത് നമ്മുടെ നിയന്ത്രണങ്ങൾക്ക് അപ്പുറത്താണല്ലോ? ചില ചാനലുകൾ വാർത്ത മണത്തറിഞ്ഞ് ഉദയഭാനുവിന്റെ ദൃശ്യങ്ങൾ എടുത്ത് ടെലികാസ്റ്റ് ചെയ്തതോടെ സന്ദർശകരുടെ എണ്ണം വല്ലാതെ കൂടി. ചില വി ഐ പികൾ വരുമ്പോൾ ഒപ്പം ക്യാമറയും മറ്റു സന്നാഹങ്ങളും വരുന്നതും ഇൻഫക്ഷൻ കൂട്ടാനുള്ള സാദ്ധ്യത വളരെ കൂടുതലാണെന്ന് ഡോക്ടർമാർ പറഞ്ഞു. ആരെയും വിലക്കാൻ പറ്റാത്തതുകൊണ്ട് കുടുംബാംഗങ്ങൾ എതിര് പറഞ്ഞില്ല. അദ്ദേഹത്തോട് വല്ലതും പറയണമെങ്കിൽ എഴുതിക്കാണിക്കുകയാണ് ചെയ്തിരുന്നത്. അതിന് അനുകൂലമോ പ്രതികൂലമോ ആയ പ്രതികരണം അദ്ദേഹം നടത്തും. എന്നാൽ ഈ സമയത്തും അദ്ദേഹത്തിന് പാട്ട് കേൾക്കാൻ ഇഷ്ടമായിരുന്നു. സഹായി ഉഷ പാട്ട് കേൾപ്പിച്ച് കൊടുക്കുമായിരുന്നു. അദ്ദേഹത്തിന് ആശ്വാസം നല്കിയ മറ്റൊരു സാമീപ്യം ഭാര്യാസഹോദരൻ ബാലകൃഷ്ണന്റേതായിരുന്നു. അദ്ദേഹം മദ്രാസിലാണ് ജോലി ചെയ്തിരുന്നത്. നന്നായി വരയ്ക്കുമായിരുന്ന ബാലകൃഷ്ണനുമായി ആത്മബന്ധമുണ്ടായിരുന്ന ഉദയഭാനുവിനെ പല തമാശകളും പറഞ്ഞ് ഈ അവസ്ഥയിലും ചിരിപ്പിക്കുമായിരുന്നു. ഉദയഭാനുവിനെ ശുശ്രൂഷിക്കുന്നതിനായി തിരുവനന്തപുരത്ത് വരികയും കൂടെ താമസിക്കുകയും ചെയ്യുന്നതിന് ഇടയ്ക്ക് വ്യക്തിപരമായ ആവശ്യത്തിന് ചെന്നൈയിലേക്കുപോയ ബാലകൃഷ്ണൻ അവിടെ വെച്ച് ഒരു അപകടത്തിൽപ്പെട്ടു. ഈ വിവരം ഉദയഭാനുവിനെ അറിയിക്കുകയല്ലാതെ മറ്റു നിർവ്വാഹമില്ലായിരുന്നു ബന്ധുക്കൾക്ക്. അവിവാഹിതനായ ബാലകൃഷ്ണനെ പരിചരിക്കേണ്ട ഉത്തരവാദിത്വവും രാജീവിനായിരുന്നു. രാജീവ് ചെന്നൈയിലും തിരുവനന്തപുരത്തുമായി പിന്നീട് ഉള്ള ദിവസങ്ങളിൽ. അപകടം കഴിഞ്ഞ് അറുപത്തിനാലാം നാൾ ഐ സി യു വിൽ കിടന്ന് ബാലകൃഷ്ണൻ മരിച്ചു. ഈ

മരണം ഉദയഭാനുവിനെ മാനസികമായി വല്ലാതെ തളർത്തി. ബാലകൃഷ്ണന്റെ മരണത്തിന് ഏതാനും മാസങ്ങൾക്ക് ശേഷം ഉദയഭാനുവിന്റെ ഭാര്യയുടെ മറ്റൊരു സഹോദരനും മരിച്ചു. അദ്ദേഹം ബാലകൃഷ്ണന്റെ മൂത്ത സഹോദരൻ ആയിരുന്നു. ഈ മരണവാർത്തകൾ എല്ലാം തന്നെ ഉദയഭാനുവിനെ കൂടുതൽ അസ്വസ്ഥനാക്കിക്കൊണ്ടേയിരുന്നു. ഇവർ മൂവരും ചേർന്നാൽ രസകരമായ പല മുഹൂർത്തങ്ങളും ഉണ്ടാകുമായിരുന്നു. ഒട്ടും ഈഗോ ഇല്ലാത്ത മൂന്നുപേരുടെ കൂടിച്ചേരലായിരുന്നു അത്. ബാലൻ നന്നായി പാചകം ചെയ്യുമായിരുന്നു. പാളയത്തുപോയി മത്സ്യം വാങ്ങിക്കൊണ്ടുവന്ന് പാചകം ചെയ്ത് കഴിക്കുക, പ്രായോഗികവും സാന്ദർഭികവുമായ തമാശകൾ പറയുക. എല്ലാത്തിനും കോഡ് വാക്കുകൾ ഉണ്ടാക്കുന്ന ഈ മൂവർ സംഘത്തിന്, ആരുടെ മേലും ഒരു ആധിപത്യവും നേടേണ്ടതില്ലാത്തതുകൊണ്ട് ഇവർ നല്ല സുഹൃത്തുക്കളും ബന്ധുക്കളുമായിരുന്നു അവസാന നാൾ വരെ. മകൻ രാജീവ് അച്ഛനുമായി ഏറ്റവും കൂടുതൽ അടുത്തത് ഈ സമയങ്ങളിൽ ആയിരുന്നു.

ഉഷ

പരിചാരികയും സഹായിയുമായി കൂടെ ഉണ്ടായിരുന്ന ഉഷ ഈ കുടുംബത്തിലെ ഒരംഗംതന്നെ ആയിരുന്നു. പിതൃസ്ഥാനം നല്കി ഉദയഭാനുവിനെ ഉഷ കണ്ടപ്പോൾ മകളായി തന്നെയായിരുന്നു ഉഷയെ ഉദയഭാനു സ്നേഹിച്ചതും. യാത്ര പോകുന്നതിനു ഒരാഴ്ച മുമ്പുതന്നെ ഉദയഭാനു ഒരുക്കങ്ങൾ തുടങ്ങും. അദ്ദേഹത്തിന് ഏത് വസ്ത്രം എടുത്തുവയ്ക്കണമെന്ന് തീരുമാനിക്കുന്നതും പെട്ടി തയ്യാറാക്കുന്നതും ഉഷ തന്നെ ആയിരുന്നു. "ഭക്ഷണത്തിന് ഒരുപാട് നിർബ്ബന്ധം സാറിന് ഉണ്ടായിരുന്നു എങ്കിലും എല്ലാം ഉഷയുടെ താല്പര്യത്തിന് വിടുകയായിരുന്നു. അവസാന നിമിഷം വരെ ഉദയഭാനുവിന് ഓർമ്മയുണ്ടായിരുന്നു. ടി വി ഇട്ടുകൊടുത്താൽ അത് കണ്ടുകിടക്കും. ക്രിക്കറ്റ് വലിയ ഇഷ്ടമായിരുന്നു. ഉദയഭാനുവിനെ കാണാൻ വരുന്നവർ മിക്കവരും പാട്ടുകാരായിരുന്നു. അവരെല്ലാം അദ്ദേഹത്തിനുവേണ്ടി ഒരു പാട്ട് എങ്കിലും പാടിക്കൊടുത്തിട്ടേ പോകാറുള്ളൂ. വലിപ്പച്ചെറുപ്പം ആരോടും കാണിക്കാറില്ല. വളർന്നുവരുന്ന പാട്ടുകാരുടെ തലയിൽ കൈവെച്ച് അനുഗ്രഹിച്ചിട്ടേ, അവരെ യാത്രയാക്കാറുള്ളൂ. രോഗം അന്വേഷിച്ച് സന്ദർശകർ വരുന്നത് വലിയ ഇഷ്ടമായിരുന്നു. പിണറായി വിജയൻ രോഗം അന്വേഷിച്ച് വന്നതും ഏറെ നേരം അദ്ദേഹത്തിന്റെ കിടക്കയ്ക്കരികിൽ ചെലവഴിച്ചതും ഉഷ ഓർക്കുന്നു. അവ്യക്തമായി പലതും ഉദയഭാനു പറയാൻ ശ്രമിച്ചു. പിണറായി അദ്ദേഹത്തിന്റെ കൈകൾ കൂട്ടിപ്പിടിച്ച് എല്ലാം ശരിയാകും എന്ന് പറഞ്ഞ് ആശ്വസിപ്പിച്ചു. കൂടിക്കാഴ്ചയ്ക്ക് ശേഷം തിരിച്ച് പോകാൻ നേരത്ത് സഖാവ് പിണറായി ഏറെ അസ്വസ്ഥനായിരുന്നു എന്നു ഉഷ ഓർക്കുന്നു.

സെക്രട്ടേറിയറ്റിന് എതിർവശത്തുള്ള അരുൾജ്യോതിയിൽ എന്നും

വൈകുന്നേരം ഉദയഭാനു എത്തുമായിരുന്നു. ഒരു സൗഹൃദ കൂട്ടായ്മ അവിടെ അദ്ദേഹത്തിന് ഉണ്ടായിരുന്നു. തീർത്തും കിടപ്പാകുന്നതുവരെ ഈ പതിവ് അദ്ദേഹം മുടക്കിയില്ല. വീഴ്ചയ്ക്കുശേഷം ചില ദിവസങ്ങളിൽ അരുൾജ്യോതിയിൽ കൊണ്ടുവിടുന്നതും രാത്രിയിൽ തിരിച്ച് കൊണ്ടുപോകുന്നതും ഉഷ ആയിരുന്നു. അഡ്വ. റഹീം, ആകാശവാണിയിലെ മുൻ വാർത്താവായനക്കാരനായ മാവേലിക്കര രാമചന്ദ്രൻ തുടങ്ങിയവർ ഈ സുഹൃദ് സംഘത്തിലെ അംഗങ്ങൾ ആയിരുന്നു. മണിക്കൂറുകളോളം നീളുന്നതായിരുന്നു ഈ സദസ്സ്. ഉഷ പല സ്ഥലത്തും ഉദയഭാനുവിനെ അനുഗമിച്ചിട്ടുണ്ട്. എവിടെ പോയാലും ഊഷ്മളമായ സ്വീകരണം അദ്ദേഹത്തിന് ലഭിച്ചിരുന്നു എന്ന് ഉഷ ഓർക്കുന്നു.

അന്ത്യം

വ്യത്യസ്തമായ തന്റെ ആലാപനശൈലികൊണ്ടും ശബ്ദഗാംഭീര്യം കൊണ്ടും കഴിഞ്ഞ ആറരപതിറ്റാണ്ട് സംഗീതാസ്വാദകരുടെ മനസ്സിൽ കുളിർമഴയായ് ഉദയഭാനു പെയ്തിറങ്ങി. വിഷാദഗായകൻ ആയിരുന്നു എങ്കിലും ജീവിതം ആഘോഷമാക്കിയവൻ, ജീവിതത്തെ പ്രണയിച്ചവൻ, കാതരസ്പർശമുള്ള ഒരു ഭൂതകാലം പാട്ടുകളിൽ ആവാഹിച്ചുതന്നവൻ ആയിരുന്നു ഉദയഭാനു. മൗലികമായ ശബ്ദത്തോടെ പാടിയ പാട്ടുകൾ ഒന്നും പാഴായിപ്പോയില്ല. പാട്ടുകാരന്റെ ഭാവാവിഷ്കാരത്തിന്റെ ഉയർന്ന തലത്തിൽ കാവ്യാംശവും അർത്ഥശുദ്ധിയും നഷ്ടപ്പെടാതെ ഹൃദയം കൊണ്ട് നമുക്കായി പാടിയവൻ, പാടിയ പാട്ടുകൾ എല്ലാം മലയാളി സ്വത്തിന്റെ ഭാഗമായി തുടരുന്നു. വശ്യമായ ശബ്ദത്തോടെ ഉള്ളുറപ്പോടും ശ്രുതിശുദ്ധിയോടും പാടിയവൻ, ഗാനം ഒരു ദേശസംസ്കാരത്തിന്റെ ആത്മാവാണ് എന്ന് കണ്ടവൻ, നിസ്സംഗമായ ചിരിയോടെ ജീവിതത്തെ നോക്കിക്കണ്ട അവധൂതൻ, ആ ഉദയസൂര്യൻ 2014 ജനുവരി 5 ന് അസ്തമിച്ചു. അന്നൊരു ഞായറാഴ്ച ആയിരുന്നു. രാത്രി എട്ടരമണിയോടെ ആയിരുന്നു വർണ്ണശബളവും സംഗീതസാന്ദ്രവുമായ ആ ജീവിതത്തിന് തിരശ്ശീല വീണത്. അടുത്ത ദിവസം വി ജെ ടി ഹാളിൽ ഭൗതികദേഹം പൊതു ദർശനത്തിന് വച്ചപ്പോൾ സാമൂഹിക രാഷ്ട്രീയ സാംസ്കാരിക രംഗത്തെ പ്രമുഖർ അന്തിമോപചാരം അർപ്പിച്ചു. തുടർന്ന് ശാന്തികവാടത്തിൽ സംസ്ഥാന ബഹുമതികളോടെ സംസ്കരിച്ചു. കണ്ണീരൊടെയാണ് സംഗീതലോകം അദ്ദേഹത്തിന് വിട നല്കിയത്.

അവാർഡുകളും ബഹുമതികളും

ഒരു പുരുഷായുസ്സിൽ ഉദയഭാനു നേടിയ സംഗീതജ്ഞാനം സംഗീതത്തിന്റെ വിവിധ മേഖലകളിൽ അദ്ദേഹം തിരിച്ചു നല്കി. അതിനുപകരമായി പൊതുസമൂഹവും ഭരണകൂടവും നിരവധി പുരസ്കാരങ്ങളും അംഗീകാരങ്ങളും അദ്ദേഹത്തിന് നല്കി. 2009 ജനുവരി 26 ന് അദ്ദേഹം

പത്മശ്രീ പുരസ്കാരം പ്രസിഡന്റ് പ്രതിഭാ പാട്ടീലിന്റെ കൈയിൽനിന്നും ഏറ്റുവാങ്ങി. ക്രിയേറ്റീവ് മ്യൂസിക്കിനുള്ള 2002 ലെ കേന്ദ്ര സംഗീത നാടക അക്കാദമി അവാർഡ് ഉദയഭാനുവിനായിരുന്നു. 2004 ലെ കേരള സംഗീത നാടക അക്കാദമി ഫെലോഷിപ്പിന് അദ്ദേഹം അർഹനായി. 2003 ലെ ഭാരതീയ ദളിത് സാഹിത്യ അക്കാദമി (ന്യൂഡൽഹി)യുടെ ബി ആർ അംബേദ്കർ കലാശ്രീ അവാർഡ് ലഭിച്ചു. ദേശഭക്തി ഗാനങ്ങൾ അടങ്ങിയ രണ്ട് കാസറ്റുകൾ രാഷ്ട്രപതി ഭവനിൽ വെച്ച് പ്രസിഡന്റ് കെ ആർ നാരായണൻ പ്രകാശനം ചെയ്തു. 1995 ൽ സിനിമാ സംഗീത മികവിനുള്ള ദേശീയ അംഗീകാരം ലഭിച്ചു. 1982 ൽ മികച്ചസംഗീത സംവിധായകനുള്ള കേരള സംസ്ഥാന അവാർഡും 1981 ൽ സിനിമാ മേഖലയ്ക്ക് നല്കിയ സംഭാവനകൾ പരിഗണിച്ച് കേരള ഗവൺമെന്റിന്റെ ബഹുമതിക്കും അർഹനായി. 1987 ലെ കേരള സം ഗീത നാടക അക്കാദമി അവാർഡും മികച്ച പ്ര ക്ഷേപണത്തിനുള്ള ആകാശവാണിയുടെ 1999 ലെ അവാർഡും കേന്ദ്ര സർക്കാരിന്റെ സാംസ്കാരിക വകുപ്പ് നല്കുന്ന ഫെലോഷിപ്പും ഉദയഭാനുവിന് ലഭിച്ചു.

അക്കാദമിക് രം ഗത്ത് അദ്ദേഹത്തി ന്റെ സംഭാവനകളും പ്രവർത്തനങ്ങളും പ്രവർ ത്തന മേഖലയും വിപുലമായിരുന്നു. കേരള സംഗീത നാടക അക്കാദമി അംഗം, കേരള കലാമണ്ഡലം ഭരണസമിതി അംഗം, കോഴിക്കോട് സർവ്വകലാശാല ബോർഡ് ഓഫ് സ്റ്റഡീസ് അംഗം, മഹാത്മാഗാന്ധി സർവ്വകലാശാല ബോർഡ് ഓഫ് സ്റ്റഡീസ് അംഗം എന്നീ അക്കാദമിക് മേഖലകളിലെ പ്രവർത്തനങ്ങൾക്ക് പുറമെ കേരള സംസ്ഥാന ഫിലിം അവാർഡ് നിർണ്ണയ സമിതിയിൽ മൂന്നുതവണ അദ്ദേഹം അംഗമായിരുന്നു. ആൾ ഇന്ത്യ റേഡിയോ ഓഡിഷൻ ബോർഡ് അംഗം, തഞ്ചാവൂർ സൗത്ത് സോൺ കൾച്ചർ സെന്റർ അംഗം എന്നിവയ്ക്ക് പുറമെ മൂന്നുതവണ ഫിലിം സെൻഡർ ബോർഡ് അംഗം കൂടിയായിരുന്നു ഉദയഭാനു.

1985 ലെ റിപ്പബ്ലിക് ദിനാഘോഷ പരിപാടികളിലെ ഡ്രീംസ് ഓഫ്

ഇന്ത്യ എന്ന സംഗീത പരിപാടിയുടെ മ്യൂസിക് കണ്ടക്ടർ ഉദയഭാനു ആയിരുന്നു. അന്നത്തെ പ്രസിഡന്റ് ആർ വെങ്കിട്ടരാമന്റെയും പ്രധാനമന്ത്രി രാജീവ് ഗാന്ധിയുടെയും മുക്തകണ്ഠമായ പ്രശംസയ്ക്ക് പാത്രമായ പരിപാടി ആയിരുന്നു അത്.

തിരിച്ചുപോക്ക്

കോഴിക്കോട് ആകാശവാണി നിലയത്തിലും തുടർന്ന് തിരുവനന്തപുരം നിലയത്തിലും അദ്ദേഹം സേവനം അനുഷ്ഠിച്ചിരുന്ന കാലത്തും മറ്റ് മേഖലകളിലെ സേവനകാലത്തും നിരവധി സൗഹൃദങ്ങൾ അദ്ദേഹത്തിന് ഉണ്ടായിരുന്നു. എല്ലാ സൗഹൃദങ്ങളും ഊഷ്മളതയോടുകൂടി നിലനിർത്താൻ അദ്ദേഹം ശ്രമിച്ചിരുന്നു. ഇത്തരത്തിലുള്ള ചില സൗഹൃദങ്ങളിലേക്കും ബന്ധങ്ങളിലേക്കുമുള്ള തിരിച്ചുപോക്ക് അദ്ദേഹം നിർബ്ബന്ധബുദ്ധിയോടുകൂടി അവസാന നാളുകളിൽ നടത്തി. തീരെ കിടപ്പാകുന്നതിന് ഏതാനും മാസങ്ങൾക്ക് മുമ്പ് ഉദയഭാനു രാഘവൻ മാസ്റ്ററെ അദ്ദേഹത്തിന്റെ വീട്ടിൽപ്പോയി കണ്ടു. വാർദ്ധക്യസഹജമായ അസുഖത്തെത്തുടർന്ന് വീട്ടിൽ വിശ്രമിക്കുകയായിരുന്നു: രാഘവൻ മാസ്റ്റർ. രാഘവൻ മാസ്റ്ററുടെ അനുജൻ ഉദയഭാനുവിനോടും കൂടെ ഉണ്ടായിരുന്ന സുരേഷ്, രാധാകൃഷ്ണൻ, മധു എന്നിവരോടുമായി പറഞ്ഞു: "ഏട്ടൻ സംസാരിക്കുമെന്ന് തോന്നുന്നില്ല, തീർത്തും അവശനാണ്. എന്തായാലും കണ്ടു നോക്കൂ." രാഘവൻ മാസ്റ്ററുടെ മുറിയിൽ കടന്ന ഉടൻ തന്നെ അദ്ദേഹം ഉദയഭാനുവിനെ തിരിച്ചറിയുകയും ഭാനു ഭാനു എന്നു പറഞ്ഞ് വാർദ്ധക്യത്തിന്റെ എല്ലാ അവശതകളും മറന്ന് എഴുന്നേല്ക്കാൻ ശ്രമിക്കുകയും ചെയ്തു. കൂടെ ഉണ്ടായിരുന്നവർ എഴുന്നേല്പിച്ച് ഇരുത്തി. അടുത്തു ചെന്ന ഉദയഭാനുവിനെ കെട്ടിപ്പിടിച്ചു. കലർപ്പില്ലാത്ത ആ സ്നേഹപ്രകടനം കണ്ടപ്പോൾ ചുറ്റും നിന്നവർ അമ്പരന്നു. അവർ കൊച്ചുകുട്ടികളായി നിഷ്കളങ്കമായി ചിരിച്ചു. കുശലാന്വേഷണം നടത്തി അടുത്തടുത്ത് കസേരകളിൽ ഇരുന്ന് കൈകളിൽ പിടിച്ചും തലോടിയും അവർ സ്നേഹം പ്രകടിപ്പിച്ചു. എത്ര ചികഞ്ഞു നോക്കിയാലും ഒരു കരടു പോലും കണ്ടെത്താൻ ആർക്കും കഴിയില്ല. പരസ്പര ബഹുമാനവും സ്നേഹവും മാത്രമാണ് ആ നീണ്ട സൗഹൃദത്തിന് ഈടായി ഉണ്ടായിരുന്നത്. ഏകദേശം ഒന്നരമണിക്കൂറോളം ഉദയഭാനു അവിടെ ചെലവഴിച്ചു. "അനുരാഗ നാടകത്തിൻ ഒന്നു പാടു ഭാനു" രാഘവൻ മാസ്റ്റർ ആവശ്യപ്പെട്ടു. ഉദയഭാനു പാടി. തുടർന്ന് നിരവധി പാട്ടുകൾ ഉദയഭാനു പാടി. ആ കൂടിക്കാഴ്ച അവരുടെ അവസാനത്തെ കൂടിക്കാഴ്ചയായിരുന്നു. പടിയിറങ്ങി മുറ്റത്തെത്തിയ ഉദയഭാനു തിരിഞ്ഞു നോക്കി രാഘവൻ മാസ്റ്ററോട് ഒന്നുകൂടി യാത്രപറഞ്ഞു.

അവസാനമായി സംഗീതം നല്കിയ ലളിതഗാനം

മൂന്നുമാസം കൂടുമ്പോൾ എ ഗ്രേഡ് ആർട്ടിസ്റ്റുകൾക്ക് കോൺട്രാക്ട് കൊടുക്കണമെന്ന് ആകാശവാണിയിൽ വ്യവസ്ഥയുണ്ട്. ഉദയഭാനു എ ഗ്രേഡ് ആർട്ടിസ്റ്റ് ആയതിനാൽ അദ്ദേഹത്തിന് അന്നത്തെ ഡയറക്ടർ ആയിരുന്ന മുരളീധരൻ ഒരു കോൺട്രാക്ട് കൊടുത്തു. പാടാൻ ആര് വേണം എന്ന് ചോദിച്ചപ്പോൾ രാധാകൃഷ്ണൻ മതി എന്ന് ഉദയഭാനു പറഞ്ഞു. ഉദയഭാനുവിന്റെ ഫ്ളാറ്റിൽ വച്ചാണ് രാധാകൃഷ്ണന് പാട്ടുകൾ പറഞ്ഞുകൊടുത്തതും പാടിപ്പിച്ചതും ഹാർമ്മോണിയം ഉപയോഗിക്കാൻ കഴിയാത്തതുകൊണ്ട് രാധാകൃഷ്ണൻ ഉദയഭാനു പാടിക്കൊടുക്കുന്ന പാട്ടുകൾ റിക്കോർഡ് ചെയ്ത് പഠിച്ച് പാടി കേൾപ്പിക്കും. വല്ല വ്യത്യാസവും വേണമെങ്കിൽ അപ്പോൾ വരുത്തും. "ഓമനിക്കാൻ ഒരു സ്വപ്നമുണ്ട്. ഓർമ്മയിൽ താമരപ്പൂമണം പോലെ പ്രാണനെ ചുംബിച്ച് ചുംബിച്ചുണർത്തുമൊരീണത്തിൻ സാന്ത്വനം പോലെ..." എന്നു തുടങ്ങുന്ന ഗാനവും

"ശ്രാവണ പക്ഷികൾ പാടിയ രാവിന്റെ
മാലാഖയായ് നീ വന്നതെന്തേ..
മൂകവികാരങ്ങൾ തന്ത്രികൾ മീട്ടുന്ന
ഹൃദയവിഹായസ്സിൽ ഇന്നെന്നിൽ
സ്വപ്ന വല്ലരിയായ് പൂത്തിറങ്ങി."

"പ്രിയമുള്ളവളേ..." ആദ്യത്തെ ഗാനം വിമൽകുമാർ തായങ്കരിയും രണ്ടാമത്തെ ഗാനം കാക്കാമൂല മണിയും (കരിയില കുളങ്ങര, കായംകുളം) ആണ് രചന നിർവ്വഹിച്ചത്. മൂന്നാമത്തെ ഗാനം ഉദയഭാനു നേരത്തെ ഈണം നല്കിയതാണ്. പുതിയ രണ്ട് ഗാനങ്ങളും ഹാർമ്മോ

ണിയം പോലും ഇല്ലാതെ അദ്ദേഹം ചിട്ടപ്പെടുത്തി രാധാകൃഷ്ണനെ പഠിപ്പിക്കുകയായിരുന്നു. ഈ പാട്ടുകൾക്ക് ശ്രോതാക്കളുടെ ഇടയിൽ നല്ല പ്രതികരണം ലഭിച്ചു. ഗായകൻ എന്ന നിലയിൽ രാധാകൃഷ്ണന് നല്ല പരിഗണന ആകാശവാണി പ്രോഗ്രാം മീറ്റിങ്ങിൽ ലഭിച്ചു. ഈ പാട്ടുകളുടെ റിക്കോർഡിങ് വേളയിൽ ഉദയഭാനുവിനെ ആകാശവാണിയിൽ കൊണ്ടുപോകുകയും റിക്കോർഡിങ്ങിന് ശേഷം പാട്ടുകൾ പൂർണ്ണമായും അദ്ദേഹത്തെ കേൾപ്പിക്കുകയുംചെയ്തു. ഉദയഭാനു സ്റ്റുഡിയോയിൽ വന്നതറിഞ്ഞ് മറ്റ് ജീവനക്കാർ അദ്ദേഹത്തിന്റെ ചുറ്റും കൂടി. അവർ തന്നെ അദ്ദേഹത്തെ ഡ്യൂട്ടി റൂമിൽ കൊണ്ടുപോയി ഇരുത്തി. സഹപ്രവർത്തകരുടെ സ്നേഹവും കുശലാന്വേഷണവുമായി ആ സായാഹ്നം ഉദയഭാനു സന്തോഷമായി ചെലവിട്ടു. സംഗീതസംവിധായകൻ, ആകാശവാണി മുൻ ജീവനക്കാരൻ, ഗായകൻ എന്നീ നിലകളിൽ ഉദയഭാനുവിന്റെ അവസാനത്തെ ആകാശവാണി സന്ദർശനവും റെക്കോർഡിങ്ങും ആയിരുന്നു അത്.

ചുടുകണ്ണീരാലെൻ...

സിനിമാപ്പാട്ട് പുസ്തകം വാങ്ങി പാട്ടിന്റെ വരികൾ ഹൃദിസ്ഥമാക്കിയും ആകാശവാണി കേട്ട് പാട്ട് എഴുതി എടുത്ത് പഠിച്ചും പാട്ടിനോടുള്ള പ്രണയം പ്രകടിപ്പിച്ച പഴയതലമുറ നമുക്ക് ഉണ്ടായിരുന്നു. അവരുടെ ചുണ്ടിലും മനസ്സിലും പാട്ടിന്റെ മധുരം പുരട്ടിയ പിന്നണിഗായകസംഘത്തിലെ തലയെടുപ്പുള്ള ഗായകനായിരുന്നു കെ പി ഉദയഭാനു. അദ്ദേഹത്തിന്റെ ആലാപന ശൈലിയെക്കുറിച്ച് ആർക്കും എതിരഭിപ്രായം ഇല്ല. ഒരേസമയം പൗരുഷവും ഗാംഭീര്യവും വിഷാദഛായയും ആ ശബ്ദത്തിന് ഉണ്ടായിരുന്നു. പാടിയ പാട്ടുകൾ എല്ലാം തന്നെ യഥാർത്ഥ അർത്ഥത്തോടും അക്ഷരസ്ഫുടതയോടും നമ്മുടെ മനസ്സിലേക്ക് തുളച്ചുകയറി. ഉദയഭാനു പാടിയ പാട്ടുകളിൽ ഏതിനോടാണ് കൂടുതൽ ഇഷ്ടം എന്നു ചോദിച്ചാൽ എല്ലാം ഹൃദയത്തിൽ സൂക്ഷിക്കാവുന്നവയാണ് എന്നായിരിക്കും ഓരോ മലയാളിയുടെയും മറുപടി. ഒരിക്കലും പൊടിപിടിച്ചും മാറാലപിടിച്ചും പോകുന്നതല്ല ആ ഗാനങ്ങൾ.

'വെളുത്തപെണ്ണേ വെളുത്തപെണ്ണേ മനസ്സിൽ എന്താണ്' എന്ന പാട്ടുമായി സിനിമാവേദിയിലേക്ക് വന്ന അദ്ദേഹം ആസ്വാദകമനസ്സിൽ പാടിനിറച്ച പാട്ടുകൾ അനവധി. 'പവനുരുക്കി, താരമേ താരമേ, ചുടുകണ്ണീരാലെൻ, അനുരാഗ നാടകത്തിൻ, വാടരുതീമലരിനി, വളകിലുക്കം, വാനമ്പാടി, ഉടലുകളറിയാതെ, വെള്ളി നക്ഷത്രമേ, തുടങ്ങി പാടിയ പാട്ടുകൾ എല്ലാം ഒന്നിനൊന്നു മെച്ചപ്പെട്ടവ. വിഷാദവും പ്രണയവും വിരഹവും തത്ത്വചിന്തയും മാറിമാറിവന്ന ഭാവങ്ങൾക്കൊപ്പം ഹാസ്യവും തനിക്കു വഴങ്ങുമെന്ന് അദ്ദേഹം തെളിയിച്ചു. ഒരു സംഗീത സംവിധായകൻ കൂടി ആയതുകൊണ്ട് ആലാപനം ആർജ്ജവംകൊണ്ട് ആകർഷണീയമാക്കാൻ ഉദയഭാനുവിന് കഴിഞ്ഞു. "എവിടെനിന്നോ, എവിടെനിന്നോ വഴിയമ്പലത്തിൽ വന്നുകയറിയ വാനമ്പാടികൾ നമ്മൾ" എന്ന

ഗാനം ഉദയഭാനുവിന്റെ ആലാപനത്തിലെ ആർജ്ജവം വെളിവാക്കുന്നതിനുള്ള ഉത്തമ ഉദാഹരണങ്ങളിൽ ഒന്നാണ്. അതോടൊപ്പം ഗാനങ്ങൾ ചിട്ടപ്പെടുത്തുന്നതിൽ തികഞ്ഞ ലാളിത്യം അദ്ദേഹം പുലർത്തി.

സർഗ്ഗാത്മകമായ ഒരു കൂടിച്ചേരലിന്റെ ഫലമാണ് ഓരോ ഗാനവും. ഉദയഭാനുവിന്റെ ആലാപനത്തിന് ശാസ്ത്രീയ അടിത്തറ ഉണ്ടായിരുന്നു. ഗുരുക്കന്മാർ അദ്ദേഹത്തിന് പകർന്ന് നല്കിയത് ക്ലാസിക്കൽ സംഗീതത്തിന്റെ ഖനികൾ തന്നെ ആയിരുന്നു. ഈ മുതൽക്കൂട്ടായിരുന്നു പിന്നണി ഗാനരംഗത്ത് എന്നപോലെ സംഗീത സംവിധാനത്തിനും ഉദയഭാനുവിന് ആത്മധൈര്യം നല്കിയത്. ഗാന സാഹിത്യത്തിന്റെ ആത്മാവിലേക്ക് കടന്നുചെന്ന് സംഗീതമൊരുക്കാൻ ഉദയഭാനുവിന് കഴിഞ്ഞതും ഇതുകൊണ്ടുതന്നെ ആയിരുന്നു. ലളിതഗാനങ്ങളും ദേശഭക്തിഗാനങ്ങളും ചലച്ചിത്രഗാനങ്ങളും കൈകളിലും ചുണ്ടുകളിലും ഭദ്രമാക്കാൻ ഈ വള്ളുവനാട്ടുകാരന് കഴിഞ്ഞു.

മലയാളചലച്ചിത്ര ഗാനശാഖയെ അന്യഭാഷാ സ്വാധീനത്തിൽ നിന്നും മോചിപ്പിച്ച് മലയാളത്തിന്റെ മണ്ണിൽ പറിച്ചുനടാൻ നടത്തിയ ശ്രമങ്ങളുടെ ഭാഗമായി ഉദയഭാനുവും. അത്തരത്തിൽ മലയാളത്തനിമയുള്ള ഗാനങ്ങൾ സമ്മാനിച്ച്, നമ്മുടെ മനസ്സിൽ പതിഞ്ഞ ശബ്ദമാണ് ഉദയഭാനുവിന്റേത്. അന്നോളം കേട്ടുപരിചയിച്ച ഗാനാലാപന രീതിയിൽനിന്നും തീർത്തും വ്യത്യസ്തമായ ഒന്നിനെ മലയാളിയുടെ മനസ്സിൽ കുടിയിരുത്തിയ ഗാനരചയിതാക്കളും സംഗീത സംവിധായകരും പിന്നണി ഗായകരും പുതിയ ഒരു തരംഗത്തിന്റെ ഭാഗമായി. ഒരു കാലഘട്ടത്തിന്റെ കൗമാരസ്വപ്നങ്ങളെ ചിറകു വിരിച്ച് പറക്കാൻ സഹായിക്കുകയും അവരുടെ സ്വപ്നങ്ങൾക്ക് നിറങ്ങളും ചിന്തകൾക്ക് രൂപവും പകർന്നു നല്കുകയും ചെയ്ത ശബ്ദമായിരുന്നു ഉദയഭാനുവിന്റേത്.

കാല്പനികതയുടെ എന്നത്തെയും ക്ലാസിക്കൽ ഉദാഹരണമായ *രമണൻ*, ചലച്ചിത്രം ആയപ്പോൾ രമണനായി പ്രേംനസീറും ചന്ദ്രികയായി ഷീലയുമാണ് വെള്ളിത്തിരയിൽ എത്തിയത്. ചിത്രത്തിലെ ഗാനങ്ങൾ ഉദയഭാനുവും പി ലീലയും ചേർന്നാണ് ആലപിച്ചത്. "കാനനഛായയിൽ ആടുമേയ്ക്കാൻ ഞാനും വരട്ടയോ നിന്റെകൂടെ" എന്ന ഗാനം ചിത്രീകരിച്ചു കഴിഞ്ഞപ്പോൾ സംവിധായകന് ചങ്ങമ്പുഴയുടെ തന്നെ കാവ്യ നർത്തകിയിലെ കനകച്ചിലങ്ക കിലുങ്ങികിലുങ്ങി എന്ന ഭാഗം ചിത്രത്തിൽ ഉൾപ്പെടുത്തണം എന്ന് തോന്നുകയും രാഘവൻ മാസ്റ്റർ അതിമനോഹരമായി അത് ചിട്ടപ്പെടുത്തി ചിത്രത്തിൽ ഉൾപ്പെടുത്തുകയും ചെയ്തു. സെൻസർ ബോർഡ് ആ ഭാഗം മാറ്റാൻ ആവശ്യപ്പെട്ടു എങ്കിലും ആ ഗാനങ്ങൾ ഹിറ്റായി.

ജീവിതവുമായി ബന്ധിപ്പിക്കാവുന്ന പാട്ടുകൾ ഓരോ വ്യക്തിക്കും ഉണ്ടായേക്കാം. ഈ പാട്ടുകൾ നമ്മുടെ സർഗ്ഗാത്മകതയുടെയും പാരസ്പര്യത്തിന്റെയും ധ്യാന പരതയാണ്. ഇത്തരം ഗാനങ്ങൾ കൂടുതലും അറിയപ്പെടുന്നത് ഗായകരുടെ പേരിൽത്തന്നെയാണ്. ചലച്ചിത്രഗാനങ്ങൾ പലതും സ്വതന്ത്രകവിതയായി നിലനില്ക്കുന്നവയാണ്. ഇവിടെ സാഹിത്യം, സംഗീതം, ആലാപനമികവ് ഇവ സമന്വയിക്കുന്നു. ഉദയഭാനു ആലപിച്ച പല ഗാനങ്ങളിലും ഈ സമന്വയം നമുക്ക് കാണാം.

ജീവിതരേഖ

ജനനം: 1934 ജനുവരി 23

ഒന്നാം വയസ്സിൽ സിംഗപ്പൂരിലേക്ക്.

ആദ്യഗുരു: അമ്മാവൻ കെ പി അപ്പുക്കുട്ട മേനോൻ

എട്ടാം വയസ്സിൽ ആദ്യ കച്ചേരി

1947 ൽ സിംഗപ്പൂർ വിട്ട് നാട്ടിലേക്ക്

തുടർപഠനം പാലക്കാട് കല്പാത്തി ത്യാഗരാജ സംഗീത വിദ്യാലയത്തിൽ

ഗുരുക്കന്മാർ: പാലക്കാട് മണിഅയ്യർ, പാലക്കാട് സുബ്ബയ്യർ, രാമഭാഗവതർ, കൃഷ്ണയ്യർ, രാമഭാഗവതർ,

1956 ൽ ആകാശവാണി കോഴിക്കോട് നിലയത്തിൽ അനൗൺസർ

1981 ൽ സിനിമാമേഖലയ്ക്ക് നല്കിയ സംഭാവന പരിഗണിച്ച് കേരള സർക്കാർ ബഹുമതി നല്കി.

1982 ൽ മികച്ച സംഗീത സംവിധായകനുള്ള കേരളസംസ്ഥാന സർക്കാർ അവാർഡ്

1987 ൽ കേരള സംഗീത നാടക അക്കാദമി അവാർഡ്

1995 ൽ സിനിമാ സംഗീതമികവിനുള്ള ദേശീയ അംഗീകാരം

1999 ൽ മികച്ച പ്രക്ഷേപകനുള്ള ആകാശവാണി അവാർഡ്

2002 ൽ കേന്ദ്ര സംഗീത നാടക അക്കാദമി ക്രിയേറ്റീവ് മ്യൂസിക്കിനുള്ള അവാർഡ്

2003 ൽ ബി ആർ അംബേദ്കർ കലാശ്രീ അവാർഡ്

2004 ൽ കേരള സംഗീത നാടക അക്കാദമി ഫെലോഷിപ്പ്,

ഭാരത സർക്കാരിന്റെ സാംസ്കാരിക വകുപ്പ് നല്കുന്ന സീനിയർ ഫെലോഷിപ്പ്.

2009 ൽ പത്മപുരസ്കാരം പ്രതിഭാപാട്ടീലിൽനിന്നും ഏറ്റുവാങ്ങി.

2014 ജനുവരി 5 ന് അന്തരിച്ചു

അനുബന്ധം

ചിത്രം	ഗാനം	രചന	സംഗീത സംവിധാനം	വർഷം
നായരുപിടിച്ച പുലിവാല്	എന്തിനിത്ര പഞ്ചസാര	പി ഭാസ്കരൻ	കെ രാഘവൻ	1958
,,	വെളുത്ത പെണ്ണേ	പി ഭാസ്കരൻ	കെ രാഘവൻ	1958
ലൈല മജ്നു	പവനുരുക്കി..	പി ഭാസ്കരൻ	എം എസ് ബാബുരാജ്	1962
,,	താരമേ... താരമേ	,,	,,	,,
,,	പ്രേമ മധുമാസ	,,	,,	,,
,,	ചുടു കണ്ണീരാലെൻ	,,	,,	,,
വേലുത്തമ്പിദളവ	വിരലൊന്നില്ലെങ്കിലും	അഭയദേവ്	ദക്ഷിണാമൂർത്തി	1962
പുതിയ ആകാശം				
പുതിയ ഭൂമി	താമരത്തുമ്പീ വാ.. വാ..	പി ഭാസ്കരൻ	എം ബി ശ്രീനിവാസൻ	1962
പാലാട്ടു കോമൻ	മനസ്സിനകത്തൊരു പെണ്ണ്	വയലാർ	ബാബുരാജ്	1962
കാല്പാടുകൾ	തേവാഴിത്തമ്പുരാൻ	നമ്പ്യത്ത്	എം ബി ശ്രീനിവാസൻ	1962
,,	കരുണാസാഗരമേ	,,	,,	,,
,,	താരിൽ താരാരേ...	,,	,,	,,
,,	നമ്മുടെ പണ്ടത്തെ കാരണവന്മാർ	,,	,,	,,
സ്വർഗ്ഗരാജ്യം	വന്നാട്ടെ തത്തമ്മപ്പെണ്ണേ	പി ഭാസ്കരൻ	എം ബി ശ്രീനിവാസൻ	1962
നിണമണിഞ്ഞകാല്പാടുകൾ	അനുരാഗ നാടകത്തിൽ	പി ഭാസ്കരൻ	ബാബുരാജ്	1963
സത്യഭാമ	വാടരുതേ മലരേ നീ..	അഭയദേവ്	ദക്ഷിണാമൂർത്തി	1963

സുശീല	യാത്രക്കാരാ വഴി			
	യാത്രക്കാരാ	പി ഭാസ്കരൻ	ദക്ഷിണാമൂർത്തി	1963
സുശീല	ഭാരതസ്ത്രീകൾ തൻ	വള്ളത്തോൾ	ദക്ഷിണാമൂർത്തി	1963
കാട്ടുമൈന	വാ വാ വനരാജാവേ	തിരുനായിനാർ		
		കുറിച്ചി	ബ്രദർ ലക്ഷ്മൺ	1963
അമ്മയെക്കാണാൻ	പെണ്ണായി പിറന്നാൽ	പി ഭാസ്കരൻ	കെ രാഘവൻ	1963
തച്ചോളി ഒതേനൻ	നാവുള്ള വീണയൊന്ന്	പി ഭാസ്കരൻ	ബാബുരാജ്	1964
കുട്ടിക്കുപ്പായം	പൊൻവളയില്ലെങ്കിലും	പി ഭാസ്കരൻ	ബാബുരാജ്	1964
ഓമനക്കുട്ടൻ	ഒരുദിവസം	വയലാർ	ദേവരാജൻ	1964
കളഞ്ഞുകിട്ടിയ തങ്കം	എവിടെ നിന്നോ	വയലാർ	ദേവരാജൻ	1964
അൾത്താര	അച്ചായൻ	തിരുനയിനാർ		
	കൊതിച്ചതും പാല്	കുറിച്ചി	എം ബി ശ്രീനിവാസൻ	1964
ദേവത	പടച്ചോനെ	പി ഭാസ്കരൻ	പി എസ് ദിവാകർ	1965
ശ്യാമളച്ചേച്ചി	പെറ്റവളെന്നെ	പി ഭാസ്കരൻ	കെ രാഘവൻ	1965
കടത്തുകാരൻ	തൃക്കാർത്തികയ്ക്ക്	വയലാർ	ബാബുരാജ്	1965
,,	പാവക്കുട്ടി പാവാടക്കുട്ടി	,,	,,	,,
അമ്മു	കൊഞ്ചിക്കൊഞ്ചി	യൂസഫലി		
	പാട്ടുപാടും	കേച്ചേരി	ബാബുരാജ്	1965
തങ്കക്കുടം	മന്ദാരപ്പുഞ്ചിരി	പി ഭാസ്കരൻ	ബാബുരാജ്	1965
റോസി	കണ്ണിലെന്താണ്	പി ഭാസ്കരൻ	ജോബ്	1966
മായാവി	ഈ ജീവിതം ഇന്നൊരു	പി ഭാസ്കരൻ	ബാബുരാജ്	1965
,,	വളകിലുക്കം വാനമ്പാടി	,,	,,	,,

കാത്തിരുന്ന നിക്കാഹ്	പച്ചക്കരിമ്പു കൊണ്ട്	വയലാർ	ദേവരാജൻ	1965
ചെമ്മീൻ	പുത്തൻ വലക്കാരെ	വയലാർ	സലിൽ ചൗധരി	1965
റൗഡി	പാലാട്ടുകോമൻ വന്നാലും	വയലാർ	ദേവരാജൻ	1966
തറവാട്ടമ്മ	ഉടലുകൾ അറിയാതെ	പി ഭാസ്കരൻ	ബാബുരാജ്	1966
രമണൻ	വെള്ളി നക്ഷത്രമേ	ചങ്ങമ്പുഴ	കെ രാഘവൻ	1967
,,	ചപല വ്യാമോഹങ്ങൾ	,,	,,	,,
,,	കാനന ഛായയിലാടു മേയ്ക്കാൻ	,,	,,	,,
,,	മണിമുഴക്കം	,,	,,	,,
താന്തോന്നി	കാറ്റു പറഞ്ഞതും കടലുപറഞ്ഞതും	പി എ ഷാഹീദ്	തേജ് മെർവിൻ	2010

ആധാര ഗ്രന്ഥങ്ങൾ

1. *മലയാള സിനിമാ ഡയറക്ടറി,* 1970
2. *കഴിഞ്ഞകാലം* - കെ പി കേശവമേനോൻ
3. *ഓർമ്മകളുടെ പാട്ടുപെട്ടി* - സി സുരേഷ്കുമാർ
4. *സ്നേഹപൂർവ്വം ഉദയഭാനു* - എ പ്രഭാകരൻ
5. *സ്മരണിക* 2015

6 *പ്രിയപ്പെട്ട പാട്ടുകൾ:* ഡോ. എം ഡി മനോജ്

7. *ഉദയരാഗം* 2008

9 789388 485388

Printed by Libri Plureos GmbH in Hamburg,
Germany